ஜீரோ டாலரன்ஸ்

காதலில் பாலின சமத்துவம்

பானு இக்பால்

டிஸ்கவரி புக் பேலஸ்

#6, மஹாவீர் காம்ப்ளெக்ஸ், முனுசாமி சாலை,
(பாண்டிச்சேரி கெஸ்ட் ஹவுஸ் அருகில்)
கே.கே.நகர் மேற்கு, சென்னை-600 078.
பேச : 044 48557525, +91 87545 07070

ஜீரோ டாலரன்ஸ்
ஆசிரியர்: பானு இக்பால்©

ZERO TOLERANCE
Author: **Banu Iqbal**©

Publisher : Discovery Book Palace
First Edition : January - 2021
ISBN : 978-93-89857-47-4
Pages : 256

Book Design : Discovery Team

Discovery Book Palace (P) Ltd,
6, Mahaveer Complex,
Munusamy Salai, K.K.Nagar West,
Chennai-600 078.
Ph: +91 - 44-4855 7525
Mobile: +91 87545 07070
E-mail: discoverybookpalace@gmail.com,
Website: www.discoverybookpalace.com

Rs. 250

இந்த நூலில் பிரசுரமாகியுள்ள எந்த ஒரு பகுதியையும் பதிப்பாளரின் எழுத்து பூர்வமான முன்அனுமதி பெறாமல் எடுத்தாள்வதோ, மறுபிரசுரம் செய்வதோ, மொழியாக்கம் செய்வதோ, அச்சு மற்றும் மின்னணு ஊடகங்களில் மறுபதிப்பு செய்வதோ, காப்புரிமைச் சட்டப்படி தடை செய்யப்பட்டுள்ளது. இந்த நூலிலிருந்து குறிப்பிட்ட பகுதிகளை மேற்கோள்காட்டி புத்தக விமர்சனம் செய்ய, ஊடகங்களுக்கு மட்டும் அனுமதி உண்டு.

உங்கள் மொபைல் போனிலிருந்து ஸ்கேன் செய்து 'டிஸ்கவரி புக் பேலஸ்' மொபைல் ஆப்பை டவுன்லோடு செய்து, புத்தகங்களை வாங்குங்கள்.

பாலினம் கடந்த சமத்துவப் பார்வையில்...

முகவுரையாக அல்லாமல் ஒரு வாழ்த்துரையாகவே இதை எழுதுகிறேன்.

நெடுங்கதை என்பது பரப்பளவில் விரிந்திருந்தாலும் அதுவும் ஒரு சிறுகதைபோல் ஒரு புள்ளியை நோக்கியே குவியும் என்பதே இதுவரை என் வாசிப்பனுபவத்தில் கண்டது. இந்நாவலில் அப்படிக் குவியும் ஒரு மையப்புள்ளி பாலின சமத்துவம் என்பதோடு, பகிர்தலும் புரிதலுமான உறவின் நுண் வளர்ச்சியையும் சுட்டுகிறது. முக்கிய பாத்திரங்களான ஷபியும் ரஃபிக்கும் உரத்த விவரிப்புகள் இல்லாமலேயே புரியக்கூடிய பாத்திரங்களாக அமைக்கப்பட்டிருக்கிறார்கள்.

கிரேக்க பண்டைய தமிழகக் கதை உத்திகளில் ஒன்றான கட்டியங்காரன்போல் மட்டும் அல்லாமல், திம்மக்கா ஒரு பின்குரலாகவும், அதன் மூலம் ஒரு விமர்சனக் குரலாகவும், சில இடங்களில் கதையை நகர்த்தும் ஒலியாகவும் உருவாக்கியிருப்பது மனத்துள் நிற்கிறது.

எழுத்து, ஒரு தொடர் கல்வி. புதியன மனத்துள் பதியப்பதிய, வார்த்தைகளும் வாக்கியங்களும் சிந்தனையின் வேகத்துக்கு இணைய ஆரம்பிக்கும். இதற்கான அறிகுறிகள் இந்த எழுத்தில் தென்படுகிறது. பானு இக்பால் இன்னும் திறம்பட எழுதி, மேன்மைகள் அடைய என் மனபூர்வமான வாழ்த்துகள்.

அன்புடன்,

ருத்ரன்

(மனநல மருத்துவர்)

ஒரு பெண்ணின் பார்வையில்...

நெடுங்கதைகள், ஆழியின் அகண்ட பெரும் பரப்பைப் போன்றது. அதில் ஒரு மீனவனைப்போல படைப்பாளிகள் தங்கள் சித்தாந்தத் தெளிவு, பின்னணி, வாழ் அனுபவங்களை கதை உத்திகளோடு களத்தில் பதிவுசெய்கின்றனர்.

பொதுவாக, மனிதக் கதைகள் மனதின் ஆழத்தை ஊடறுக்கும் புள்ளியைச் சுற்றியே பயணப்படுவதை வாசிப்பின் ஊடே உணர முடியும்.

இங்கே 'ஜீரோ டாலரன்ஸ்' என்கிற நெடுங்கதை, முழுக்க முழுக்க மனித உணர்வுகளின் குவியல்களை, மனிதர்களை எதிர்கொள்ளும் உளவியல் சிக்கல்களை, வலிந்து கூட்டாமல் இயல்பாய் நகர்த்திச் செல்கிறது.

ஆண்-பெண் என்கிற இணைமுரண் தங்கள் இருப்பைத் தக்கவைத்துக் கொள்ளும் முயற்சிகளும் தங்கள் அடையாளங் களுக்கான சாகசங்களும் கதைப்பின்னலோடு இயல்பாய் நகர்த்தப்படுகிறது.

இந்த நெடுங்கதையின் நாயகர்கள் ஷபியும் ரஃபிக்கும் நம் அண்டைவீட்டார்களே. காதல் குடும்ப சமூக வாழ்க்கையில் ஆண் மையச் சமூகத்தின் சலுகைகளோடு பயணிக்கும் ஆண்களையும், காலகாலமாகத் திணிக்கப்பட்ட அத்தனை கலாசார அடையாளங்களையும் சொந்த அடையாளங்களாகப் பாவித்து கூண்டுக்குள் ஒடுக்கப்பட்ட பெண்களையும் கதையின் நீட்சியில் உணர முடிகிறது.

வீட்டு வேலையில் கூட்டு உழைப்பு, ஒருவர் மனதை ஒருவர் புரிந்துகொள்வதற்கான அயரா முயற்சி, நவீன நாகரிகத்தை ஏற்றுக் கொள்கிற மனப்பக்குவம், தவறுகளைத் திருத்திக்கொள்கிற உறுதிப்பாடு... கதையின் போக்கைச் செழுமை செய்கிறது.

பழைய சாயலின் பிம்பங்களாகத்தான் மாமியார், அம்மா, தாய்மாமன், மாமனார் கதையாடலில் பங்களிக்கிறார்கள்.

நாடகங்களின் கருவை எளிமைப்படுத்தி, மேடையில் பகரும் கட்டியங்காரனைப்போல கதை நெடுகிலும் கதை முடிச்சு குறித்த உரையாடலை செய்துகொண்டே இருக்கிறார், கதை ஆசிரியர் பானு இக்பால்.

அந்த உரையாடல்கள் அழகான, தேர்ந்தெடுக்கப்பட்ட சொற்களால் அமைந்திருப்பது வாசிப்பவர்களுக்குப் பேரனுபவமாக அமைகிறது.

தீரா பெரு நதியின் பாய்ச்சலைப்போல பிரவாகம் எடுக்கும் அக மனத்துக்கு, காதல் பூத்த நீல சிறகுகளோடு உலாவரும் திம்மக்காவினுடைய பாடல்கள் தித்திக்கும் முத்தங்கள்.

குடும்ப சமூக விழுமியங்கள், வேலைத் தளங்களில் எதிர்கொள்ளும் மனிதர்கள், எழும் சிக்கல்கள் குறித்த பெண்ணின் ஆழ்மன தவிப்புகள், பேச முயன்று அதைச் சிறப்பாய் பதிவுசெய்திருக்கிற தோழி பானு இக்பாலின் முயற்சி தொடரட்டும்.

வாசிக்க சுவை கூட்டும் எளிய காதல் கதை.

இஸ்லாமிய சமூகத்தில் இருந்து, ஒரு பெண் எழுத்து உலகத்துக்குள் நுழைவதும், தன் அடையாளத்தை அழுத்தமாகப் பதிவு செய்வதும், அதில் வெற்றி கொள்வதும் கொண்டாடப்பட வேண்டிய ஒன்று!

வாழ்த்துகளுடன்,
முனைவர் **சுந்தரவள்ளி**

ஓர் ஆணின் பார்வையில்...

“ஆண்-பெண் உறவு என்பது, உளவியல் ரீதியாக சிக்கல்கள் நிறைந்ததுதான். சிக்கல்கள் உருவாகும் நேரத்தில் எல்லாம் அமர்ந்து பேசி அதற்குத் தீர்வு காணாமல் அப்படியே விடுவதால் ஏற்படும் பிரச்னைகளே ஆண்-பெண் உறவு முறிதலுக்குக் காரணமாக அமைகிறது’’ என்கிறார்கள் உளவியல் நிபுணர்கள்.

ஆண்-பெண் உறவுகளில் ஏற்படுகிற மனப்போர்களை, அன்பு என்கிற ஆயுதத்தைக்கொண்டு எப்படி இருவரும் மாறிமாறி வென்று வாழ்வைச் செம்மைப்படுத்தி வாழத் தொடங்கினார்கள் என்பதுதான் ‘ஜீரோ டாலரன்ஸ்’ நாவலின் ஒருவரி கதைச்சுருக்கம்.

கிரேக்க தத்துவமேதை ஹெரக்கிளைட்டஸ் (Heraclitus) கூறுகிறார்; “போர்தான் இவ்வுலகில் அனைத்துக்குமான தந்தை’’ (War is the father of all things). உறவுகளில் ஏற்படும் மனப்போரில் ஆரம்பித்து நாடுகளுக்கிடையில் நடக்கும் போர்கள் வரை இருதரப்பும் கூடி அமர்ந்து பேசுவதன் மூலம்தான் தீர்வைக் காண முடியும்.

அப்படியொரு தீர்வை எப்போதும் விரும்புகிற ஷபி மற்றும் ரஃபிக்கின் அன்பான வாழ்வை வைத்து உலக அரசியல், பாலியல் விடுதலை, பாலின சமத்துவம், மெல்லிய மானுட உணர்வுகள் என அனைத்தையும் இந்தப் பிரபஞ்சம் அதாவது, இயற்கையை இந்தக் கதையில் இணைத்துக்கொண்டு ஒரு நாவலாகப் படைத்திருக்கிறார், எழுத்தாளர் பானு இக்பால். ஷபியுடைய மாமா வைத்திருக்கும் மளிகைக்கடையின் மூலமாக உலகப் பொருளாதார மாற்றத்தையும் சொல்லியிருப்பது நாவலாசிரியரின் சமூகக் கண்ணோட்டத்தை நமக்கு விளக்குகிறது.

கிராமத்தின் மனிதர்களாக வரும் ஷபியின் மாமியார், தனது மகன் ரஃபிக்காக தனது மருமகளை குற்றவாளிக்கூண்டில் நிறுத்த முயற்சிக்கும் போது தனது காதல் மனைவியான ஷபியை விட்டுக்கொடுக்காமல் ரஃபிக் தனது தாயிடம் வாதாடுவது என்பது சிறப்பானதொரு உளவியல் சிந்தனையென்று மனதில் தோன்றுகிறது. அடுத்த நொடியே மாறும் கிராமத்து மனிதர்களின் யதார்த்த மனப்போக்கையும் நமக்கு வெளிச்சம் போட்டுக் காட்டுகிறார்.

‘கோபம், மகிழ்ச்சி, சந்தேகம், அச்சம், சிரிப்பு போன்ற அனைத்துமே மனித உணர்வுகள்தான். இவ்வுணர்கள் இல்லையென்றால் அவர்கள் மனிதர்களாக இல்லை என்று பொருள்’ என்கிற உளவியல் கோட்பாட்டை, நாவல் முழுவதும் ஷபியும் ரஃபிக்கும் ஒவ்வொரு சூழ்நிலையில் வெளிப்படுத்தி இருக்கிறார்கள். மானுட உறவுகளால் ஏற்படும்

சிக்கல்களை உளவியல் ரீதியாகவும் அணுகவேண்டிய அவசியத்தையும் வெளிப்படுத்துகிறது ‘ஜீரோ டாலரன்ஸ்’.

‘பெண்ணிய சிந்தனையோட்டம் என்பது, ஆணைத் தவிர்த்து வாழ்தல் அல்ல’ என்பதையும், ‘பாலியல் சுதந்திரமும், பாலியல் விடுதலையும் வெவ்வேறான சிந்தனைகள்’ என்று மெல்லியதாக புதிய சிந்தனையோட்டத்தை முயற்சி செய்திருக்கிறார் எழுத்தாளர். ஆம், பாலியல் சுதந்திரம் என்பது வேறு, பாலியல் விடுதலை என்பது வேறு (Sexual liberation and sexual freedom both are entirely different principles) ஷபி என்கிற பெண், திட்ட மேலாளரின் (Project Manager) கீழ், அனைத்து ஆண்களும் எவ்விதமான மனச்சிக்கல் இன்றி வேலைபார்த்து, கூட்டுமுயற்சியால் வெற்றிகரமாக அத்திட்டத்தை முடிப்பது என்பது பாலியல் விடுதலையாக இருந்தாலும், அந்த அலுலகத்தில் புதியதாக வந்த அலுவலக மேலாளரின் ஷபியின் மீதான பார்வை, பேச்சு என அனைத்தும், ஒரு பெண்ணாக பாலியல் சுதந்திரம் என்ன என்பதை கேள்விக்கு உட்படுத்தி இருக்கிறார்.

பிரபஞ்ச தூதராக வரும் திம்மக்கா, பிரபஞ்ச விதிகளின்படி நல்லதொரு படைப்பு என்றாலும்கூட, இப்பிரபஞ்சம் இருபாலருக்குமானதுதான். ஆனால், திம்மக்கா, ஷபியின் உணர்வின் பிரதிபலிப்பாக இருகிறாரோ என்ற சந்தேகத்தைத் தருகிறது. யதார்த்தங்களும் கற்பனைகளும் ஒரே நேர்த்தியாக கையாளப்படவேண்டிய ஒன்று. அந்த நேர்த்தி எங்கேயோ தடம் மாறி இருப்பதுபோல் தோன்றுகிறது. இன்னொன்று படைப்பின் ஊடாக எழுத்தாளரின் தேடுதல் நம்மால் உணரப்படும். இந்நாவல் தேடுதலை உணர்த்துகிறது. பானு இக்பால் என்னும் எழுத்தாளர் இதன் மூலம் உறவுச்சிக்கலுக்கான விடையைத் தேடத் தொடங்கி இருக்கிறார் என்றே தோன்றுகிறது.

நிறைவாக...

உலகப்புகழ்ப்பெற்ற எழுத்தளாரான தஸ்தாயெவ்ஸ்கியின் ‘வெண்ணிற இரவுகள்’ என்னும் கதையை அடிப்படையாகக் கொண்டு 1957இல் வெள்ளிச்சிங்கம் விருது வென்ற இயக்குநர் லூசியனோ விஸ்கான்டி இயக்கிய ‘தி வொயிட் நைட்ஸ்’ என்ற திரைப்படத்தைப் பார்த்ததுபோல ஓர் உணர்வு. மனித உணர்வுகளை, உளவியல் ரீதியாக கோர்வையாக்கியதில் வெற்றிபெறுகிறார், எழுத்தாளர் பானு இக்பால். இன்னும் நிறைய படைப்பதற்கு அவர் வழிபாடு செய்யும் அல்லாவும், இன்னொரு முறையில் சொன்னால், இயற்கையும் அவருக்குத் துணை நிற்க வேண்டும் என வாழ்த்துகிறேன்.

- தமிழ் சிலம்பரசன்

(ஊடகவியலாளர்)

என் பார்வையில்...

ஆண்-பெண் காதலில், உறவில், உரிமையில் கால மாற்றங்களுக்கு ஏற்ப எத்தனையோ மாறுபாடுகள் வந்துவிட்டன. இன்றையக் காலகட்டத்தில் இரு உயிருக்குமான இணக்கம், ஆன்ம பிணைப்பு ஒரே நாளில் ஏற்படக்கூடியதா என்ன? எத்தனை எத்தனை பகிர்வுகள், மோதல்கள், காதல் நிகழ்வுகள், மனமுடைந்த தருணங்கள்! இவையனைத்தையும் கடந்து நிற்கும் அன்பும் அணைப்பும்தானே நித்திய காதல் ஜோடிகளை ஊருக்கும் உலகுக்கும்... ஏன், அவர்களுக்குமே அடையாளம் காட்டுகிறது.

பிணைப்பில்லாத, பிடியில்லாத அல்லது உறவை மன சகிப்பின்றி பொறுமையின்றி கைவிட்ட காதலர்கள்தானே பிரிவென்னும் பெருந்துயரில் வெந்துகொண்டிருக்கிறார்கள். காதல் வாழ்வை, அதன் வழியே ஆணும் பெண்ணும் நிகழ்த்தும் வண்ணக் கோலங்களை, மன உக்கிரங்களை ஷபியின்-ரஃபிக்கின் கண்கள் வழியே இனி இக்கதை வாயிலாக அனுபவித்துப் பார்க்கப்போகிறோம்.

திம்மக்கா என்ற தேவதையின் திடீர் விஜயமும் வாழ்வின் ஆழ் பரிமாணங்களை கோணங்களை நமக்குக் காட்டத்தான் போகிறது. மலையேறும் சிறு உயிரின் மனம், தான் இலக்கை அடைவோம் எண்றெண்ணியே துவங்குகிறது. காதல் செய்யும் உயிரின் உணர்வுதான், மகிழ்ந்து செழித்து இணைந்து வாழ்ந்திருப்போம் என்றே மனதை உருவேற்றுகிறது.

‘பூமிக்கு ஆக மேலே ஆகாயம் இருப்பதுபோல், ஆகாயத்துக்கு ஆக மேலேயும் இன்னொரு ஆகாயம் இருக்குமா..? இல்லை இன்னொரு பூமி இருக்குமா?’ என்று கேட்கும் வெகுளிப் பறவையாய், ‘காதலுக்கும் நேசத்துக்கும்கூட அதைத்தாண்டிய இன்னொரு படிநிலை உண்டா?’ என்ற கேள்வியோடு ஷபி-ரஃபிக்கின் வாழ்வை வாழ்ந்து பார்ப்போம் வாருங்கள்.

- பானு இக்பால்

1

அவன் ஒரு காட்டுப்பூ

அது ஒரு மட்ட மத்தியானப் பொழுது, தலைக்குக் குளித்துவிட்டு ஈரம் போகத் துவட்டி, தலையை உலரவிட்டபடி ரஃபிக்கின் வரவுக்காகக் காத்திருந்தாள். அழகு பேரழகு போன்ற மற்றவர்களின் வரைமுறைகளை உடைத்துவிட்டு இயல்பாக மிளிர்ந்தாள். அப்போதுதான் ஒரு ப்ராஜக்டை கம்பெனியில் வெற்றிகரமாக முடித்து, நல்ல பெயரும் வாங்கி ஒளிர்ந்தாள். அவள் பெயர் ஷபீனா, சுருக்கமாக, செல்லமாக ஷபி. சரி கதைக்கு வருவோம். அன்பின் கணங்களில் தன்னைக் கரைத்துக்கொண்டு எதிராளியை அட்டாக் செய்யும் மென்மையும் வன்மையும் கலந்தவள்தான் நம் ஷபி.

சமீபத்திய பழைய நினைவுகளில் மூழ்கிப் போனாள். வழக்கமான நபர்கள் பாராட்டிய பின், கம்பெனியில் புதிதாக இணைந்த அந்தப் புது இளைஞனும் கன்னாபின்னாவென்று பாராட்டி ஷபியை உற்சாகமூட்டினான். அவன் ஒரு துறுதுறுவென டைப்படிக்கும் சுறுசுறுப்பான இளைஞன். அவன்தான் ரஃபீக். சட்டென்று வந்து விழுந்த பாராட்டுமழையில் திக்குமுக்காடிப் போனாள்.

ஷபி கேட்டாள் ரஃபிக்கிடம், “ரஃபி, இப்ப தானே கம்பெனிக்குள்ள வந்தீங்க. வந்து ரெண்டு நாள்கூட ஆகல, அதுக்குள்ள என்னைப் பத்தி எல்லாம் தெரிஞ்சுட்டா?”

அதற்கு அவன், “ஷபி, ஒரு திறமையான பெண்ணைக் கண்டுகொள்ள நாள், கிழமை எல்லாமா பாப்பாங்க?”

“அதுக்கு சொல்ல வரலப்பா, டக்குனு எப்படி என்மேல இவ்ளோ கரிசனை, பார்த்த ரெண்டாம் நாளே?”

“எனக்கும் தெர்ல ஷபி, ஆஃபிஸ்ல எல்லாரும் நல்ல விதமா பேசவும், சட்டுனு ஒரு குட் இம்ப்ரெஸ்ஸன் அவ்ளோதான்.”

“சரி, நம்பிட்டேன்.”

“நம்பிடு ப்ளீஸ், நான் ஒரு மூடி டைப், எனக்கு ரொம்ப டைம் ஆகும் புதுசா ஒருத்தங்ககிட்ட பேச, பழக, என்னவோ தெர்ல ஷபி, உன்கிட்ட உடனே நெருங்கிப் பேச ஆரம்புச்சுட்டேன்.”

“ஓஹோ...”

“என்ன ஓஹோ... நீ என் வீட்டுக்குக் கண்டிப்பா வரணும்.”

“எப்போ?”

“இப்பவே வந்தாகூட ஓகேதான்.”

“ரஃபி இதெல்லாம் ஓவர்யா.”

“ஓவர்தான் என்ன செய்ய, அப்போ நான் உன் வீட்டுக்கு வரவா?”

“இது ஓகே, என் வீடுதான் சேஃப். உனை நம்பிலாம் உன் வீட்டுக்கு வந்துட முடியாது.”

“ஏய், என்ன இப்டி பேசிட்டு, சின்னபிள்ளைத்தனமா?”

“இது ஒரு எச்சரிக்கை உணர்வு ரஃபி, உனக்குப் புரியாது.”

“எனக்குப் புரியவே வேணாம், எப்ப உன் வீட்டுக்கு வர, டேட் டைம் சொல்லு?”

“அதுக்கென்ன கம்மிங் சண்டே லஞ்ச் முடுச்சுட்டு என் வீட்டுக்கு வந்துடு.”

“ஏன்? நீ எனக்கு சமைச்சுத் தர மாட்டியா ஷபி?”

“எனக்கு மைண்ட்செட் இருந்தாதான் நல்லா சமைப்பேன், நீ வீட்ல சாப்டுட்டு மதியம் வந்துடு.”

“ஓகே ஷபி.”

ஃப்ளாஷ்பேக்கில் சுழன்றவளை காலிங் பெல் நிகழ் காலத்துக்குக் கொண்டுவந்து நிறுத்தியது.

கதவைத் திறந்தவுடன் ரஃபிக், “ஹாய்!” என்றபடி உள்ளே வந்து அமர்ந்தான்.

“அப்புறம் எப்படியிருக்க ஷபி? நான் வர மாட்டேன்னு தானே நினைச்ச?”

"இல்லையே."

"எனக்கு உன்னை ரொம்ப புடுச்சுருக்கு."

"வாட்?.."

"இல்ல, உன் ப்ராஜக்ட். நான் ரொம்ப நெருங்கிப் பேசறேன் பழகறேன்னு நினைக்காத, ஒரே அலைவரிசையில் இருப்பவர்கள் பேசிக்கொள்ளாவிட்டால் எப்படி ஷபி?"

"அது சரி, நான் உன் அலைவரிசைனு எப்படி கண்டுபிடிச்ச?"

"அது சீக்ரெட்."

கொஞ்ச நேரம்கூட உட்காராமல் எழுந்து நின்றபடி நடந்தபடி அவளிடம் பேச்சைத் தொடர்ந்தான். ஷபியின் பணிப்பெண் வேணி, அவனுக்கு என்ன வேண்டும் என்று கேட்டுவிட்டு கிச்சனில் ஐந்து நிமிட காஃபியை அரை மணி நேரமாக நிதானமாகத் தயார் செய்தாள்.

ரஃபிக் பேசினான், பேசினான், பேசிக்கொண்டே இருந்தான்.

தான் அன்பின் முன் எவ்வளவு பலவீனமானவள் என உணர்ந்திருந்தும், அவன் பேச்சில், அன்பில் அவள் கிறங்கிப் போனாள். மனிதர்களைப் பலவீனமாக்குவதுதான் அன்பின் வேலையா? மனிதர்களைச் சக்தியற்றவர்களாக்குவதுதான் நேசத்தின் நீட்சியா? அல்ல, அப்படி அல்ல, யார் மீது நாம் அன்பு கொண்டு நெகிழ்ந்து நிராயுதபாணியாக இவர் நமக்கானவர், நம் பக்கம் நிற்பவர் என்று மயங்கி நிற்கிறோமோ அந்த ஒரு பொழுதில் சம்பந்தப்பட்டவர் நம் அன்பைக் கூடுதல் சலுகையாக நினைத்துக்கொண்டு நம்மையே பலி கேட்கும் போது தான் அன்பு அங்கே பரிதாபமாய்த் தோற்றுப்போகிறது, தான் பலவீனப்படுவதைகூடத் தடுக்க இயலாமல் கையறு நிலையில் அன்பு தன்னை ஒப்புக்கொடுக்கிறது. எந்த உணர்வுகளுமே அன்றி, பாறையாக ஒரு உறவை அணுகுவதைவிட அன்பின் பலவீனம் மேல் இல்லையா?

அன்பின் சமஸ்தானத்தில் மனதை முறுக்கிக்கொண்டு நின்று வெட்டப்பட்டு வீழ்வதைவிட, தளர்வாக நின்று, நெகிழ்ந்து உருகி வருந்தி பலவீனமாகி அதே அன்பை போஷாக்காக உண்டு செழித்து வளர்தலே சாலச் சிறந்தது.

○

2

காதலியின் தரிசனம் என்பது காதலனின் உயிரியக்கம்

அந்த அதிகாலையில் பரபரப்பாக இயங்கிக் கொண்டிருந்தது ஷபியின் அலுவலகம். சென்னையில் அனைத்து அலுவலகங்களும் சோம்பல் முறித்து காலை பத்து மணிக்குப் பிறகு தான் மெல்லத் தொடங்கும். ஆனால், ஷபியின் அலுவலகம் மட்டும் காலை ஏழு மணிக்கே தொடங்கி மாலை நான்கு மணிக்கு முடிவடையும். கணினியுடன் மல்லுக்கட்டிக்கொண்டிருந்த ஷபிக்கு ரஃபிக்கின் வாட்ஸப் மெஸ்ஸேஜ் பளிச்பளிச்சென மின்னல் வெட்டியதுபோல வந்து விழுந்தது. அத்தனையும் அன்பு சொட்டும் எழுத்துகள். ஒரு கை சிஸ்டத்திலும் மறு கை போனிலுமாக ஷபி பெண்களுக்கே உரித்தான மல்ட்டி டாஸ்க்கிங்கில் விளையாடினாள்.

"என்னடா பண்ற?"

"ஏன் எனக்கு குட் மார்னிங் மெஸ்ஸேஜ்கூடப் பண்ணல?"

"என்னை மறந்துட்டியா?"

வரிசைகட்டி நின்றது ரஃபியின் ஏக்கங்கள்.

அதற்கு ஷபி, "இல்லப்பா ஆஃபிஸ் வொர்க், கொஞ்சம் பிஸி. மறக்கல... மறக்கல" என்று ரிப்ளை செய்தாள்.

"அப்புறம் ஏன் ஷபி என் மெஸ்ஸேஜ்க்கு இவ்ளோ லேட் ரிப்ளை?"

"இல்ல, உடனே ரிப்ளை பண்ணிட்டேனே."

"நான் 3 மெஸ்ஸேஜ் போடறவரை என்ன பண்ண?"

“நீ கேப் கிடைக்கும்போது கடகடனு மெஸ்ஸேஜ் பண்ற, பட், நான்னு வேலைபாத்துட்டே உனக்கு ரிப்ளை பண்றேன் ரஃபி.”

“நீ அந்த ஜொல்லு மேனேஜர்கிட்ட சிரிச்சிசிரிச்சிப் பேசறது எனக்குப் பிடிக்கல.”

“ஏன் உனக்குப் பிடிக்கல?”

“என்னவோ தெர்ல ஷபி, பொஸசிவ் ஆகுது.”

“என்னாச்சு திடீர்னு?”

“தெர்ல.”

“நாம அக்டோபர் 3, 2018தானே மீட் பண்ணோம்?”

“யெஸ்டா.”

“இன்னிக்கு அக்டோபர் 17.”

“யெஸ் ஷபி.”

“இவ்ளோ ஷார்ட் பீரியட்ல அவ்ளோ அன்பு காட்டற, அவ்ளோ பொஸசிவ் ஆகற ஏன்?”

“என்னை நம்ப மாட்டியா? நம்ப மாட்டியா?”

ரஃபிக் எமோஷனல் ஆனான்... ஏதேதோ மனம் கரைய பேசினான், மெல்லமெல்ல ஷபியைத் தன்வசப்படுத்தினான், அவன் உருகலைக் கண்ட ஷபி தன்னியல்பாகக் கரைந்து அவன் இழுக்கும் பாதையில் பயணிக்கத் தொடங்கினாள்.

“இப்ப நான் என்ன சொல்லணும்னு எதிர்பாக்கற ரஃபி?”

“எனக்கு உன்னைப் புடுச்சுருக்கு கண்ணம்மா.”

“என்னது கண்ணம்மாவா?”

“ஆமா, நீ என்னோட கண்ணம்மா.”

“இதென்ன எல்லாரும் பயன்படுத்தற அதே வார்த்தை ரஃபி?”

“எல்லாரும் பயன்படுத்தினாலும் நீ எனக்கு ஸ்பெஷல், நான் உனக்கு ஸ்பெஷல்.”

“ரைட்டு.”

“என்ன ரைட்டு, எனக்கு ஒரு முடிவு சொல்லு?”

“ஆஃபிஸ் முடுஞ்சு பேசறேன் ரஃபி.”

“உன் வயசென்ன? சின்னப் பையன் மாதிரி இருக்க?”

அவன் வெட்கப்படும் ஸ்மைலி அனுப்பினான்.

"சொல்லு ரஃபி?"

அவனின் ட்ரைவிங் லைசென்ஸ் ஐடி கார்டை போட்டோ எடுத்து அனுப்பினான். அது அவனுக்கு வயது 25 என காட்டியது.

ஷபி ரிப்ளை அனுப்பினாள்.

"எனக்கு 27 வயசு."

"அதுக்கென்ன இப்போ?"

"நத்திங் ரஃபி, சொன்னேன், நாளபின்ன சின்னப் பையன மயக்கிட்டானு நீ சொல்லக் கூடாது பாரு, அதுக்குத்தான் சொன்னேன்."

"ஏன்டி இப்டி லூசு மாதிரி பேசற?"

"நாளைக்கு நீ என்னைக் குறை சொல்ல கூடாதுடா, அதுக்குத்தான் சொன்னேன்."

"ஆஹா பெரிய முன்ஜாக்கிரதை முத்தம்மா, உன் ஃபோன ம்யூட்ல போட்டுட்டு ஒரே ஒரு முறை உன் முகத்தை வீடியோ கால்ல காட்டு."

"ஒரே ஆஃபிஸ்தானே, ஈவ்னிங் நேர்ல பாப்போம்."

அவன் கோபமானான், சிணுங்க ஆரம்பித்தான்

"எனக்கு இப்பவே பாக்கணும்டி ப்ளீஸ்..."

"சரி, சரி பாத்துக்கோ."

ஷபி வீடியோ ரெக்வெஸ்டை அக்ஸப்ட் செய்தாள், இரண்டு செகண்டில் உடனே ஆஃப் செய்தாள்.

"அடடா..! செமையா இருக்க செல்லம்! இந்த முகத்தைப் போய் மறைக்கிறியே."

"ஓகே, ஓகே, பை ரஃபி, வேலை இருக்கு."

தற்காலிகமாக அவனது கொஞ்சலுக்கு முற்றுப்புள்ளி வைத்துவிட்டு வேலையில் மூழ்கிப்போனாள். ரஃபிக் காதல் கனவில் மூழ்கிப்போனான். ஷபியை வீட்டில் வைத்து அவளுக்கு முத்தமழை பொழிந்து, தானும் அதில் நனையத் தொடங்கினான்.

அவன் கனவினை இந்தப் பிரபஞ்சமும் ரசிக்கத் தொடங்கி யிருந்தது. நீர், நிலம், காற்று, நெருப்பு, ஆகாயம் என அண்ட சராசரங்களும் அவனுக்கு வாழ்த்துமழையைப் பொழியத் தொடங்கியது, தங்கள் ஆசீர்வாதத்தை உறுதிசெய்யும் பொருட்டு

தண்ணீர் தேவதையை அவனுக்கும் ஷபிக்குமான காதலுக்காகப் பரிசளித்தது, தனது காதல் ஆசீர்வதிக்கப்பட்டது என்று தெரியாமலேயே, ரஃபிக் ஒருமனதாக, நிறைமனதாக ஷபியைக் காதலித்துக்கொண்டிருந்தான். தண்ணீர் தேவதை அவனுக்கான முதல் வாழ்த்துப்பாடலை இசைக்கத் தொடங்கினாள், அந்தத் தண்ணீர் தேவதையின் பெயர் 'திம்மக்கா'. திடமான மனமும், பூரண நல்குணமும், தண்ணீரின் கொடையை இந்தப் பெரும் நிலத்துக்குத் தரும் பசுந்தங்கமான பண்பும் திம்மக்காவுக்கு இருந்தது.

இனி திம்மக்காவின் பாடல் இவர்களின் காதலுக்காக ஆங்காங்கே பூமாரியாகி, வைரத் தாரகையாகி, நீர்த் தாரகையாகி நடனமாடி நம்மைக் களிப்பேற்றுவாள், சமயத்தில் சோக கீதம் பாடி அழவும் வைப்பாள்.

பிரபஞ்ச விதிகளுக்குக் கட்டுப்பட்டு திம்மக்கா ரஃபிக், ஷபியின் மனதை அறிய அந்த அலுவலகத்தின் ரஃபிக் மேசையில் இருந்த ஒரு கண்ணாடிக் குவளையின் மூடியைத் திறந்துகொண்டு யாரும் புறக்கண்களால் காணா வண்ணம் தண்ணீர்ப்புகைபோல் எழுந்து பால் வண்ணச் சிறகுடன், பவள வண்ண இதழுடன், தேன் போன்ற கன்னங்களுடன் பரிபூரணியாகி ரஃபிக் மனக்கண் திறந்து கொதிக்கும் காதல் நெருப்பை, மோகத்தின் ஜுவாலையை, நேசத்தின் தவிப்பை, பளிங்கு போன்ற அப்பழுக்கற்றப் பாசத்தை, ஷபி என்ற ஒற்றை மயிலிறகின் மீதான உரிமைக் குரலை, திம்மக்கா மனதாரக் கேட்டாள். குளிரக்குளிரக் கேட்டாள். வெண்மழை போன்ற ரஃபியின் அப்பாவித்தனத்தை ரசித்தாள். தான் கண்டதை, கேட்டதை, ரசித்ததை, பிரபஞ்சத்துக்குப் பாடலாக, பலாச்சுளைப் போன்ற கவிதையாக, அமுதூறும் தமிழில் படிக்கத் தொடங்கினாள். திம்மக்கா பாடினால் அது பிரபஞ்சத்தின் ஒரு படிமப் பாடல் அல்லவா.

பிரபஞ்சமே
உறுதியிட்டு சொல்கிறேன்
ரஃபியின் காதல்
என் மழைத்துளி
ரஃபியின் காதல்

என் மேகத்தின்
முழு ஒளி
ரஃபியின் காதல்
அப்பாவிகளின் முதல் மொழி
ரஃபியின் காதல்
மானிடத்தின் மகோன்னதம்
ரஃபியின் காதல்
என்னால் அரண் அமைக்கப்படும்
ரஃபியின் காதல்
ஷபியின் கைசேரும்
ரஃபியின் காதல்
பிரபஞ்சத்தின் ஒரு துளி
ரஃபி
உன்னால் என்னைப்
பார்க்க முடியாது
என் குரல்
உனக்குக் கேட்காது
ஆனாலும்
உனக்கோர் செய்தி
உன் காதல்
மழை தரும் செழிப்பாய்
இளங்கொடியாய்
சிறு தளிராய்
செடியாய் மரமாய்
ஆலமர விருட்சமாய்
வேர் கொண்டு வாழும்
வாழவும் வைக்கும்.

திம்மக்கா எதிர்கால முடிவைத்தானே குறிப்பாய் சொன்னாள், அந்த எதிர்காலத்துக்கும் நிகழ்காலத்துக்கும்

இடையே கதை நடக்கும் காலம் பற்றி சொல்லவில்லையே. ஆம், ஷபியின் போக்கைப் பற்றி அவனோ, அவனின் காதல் கொந்தளிப்பைப் பற்றி அவளோ அறிந்திருக்கவில்லை. அன்று மாலை ரஃபிக்கும் ஷபியும் என்ன பேசிக்கொண்டார்கள் என்றுதானே கேட்கிறீர்கள்? காதல் கொண்ட பித்தர்கள் ஏதோ ரகசியம் பேசுவார்கள் நமக்கென்ன வந்தது, மறைந்து ஒளிந்து இலைகளுக்கு நடுவே பூ பூத்த மரம் காயாகி, கனியாகி நம் கண்களுக்குக் காட்சி தராமலா போய்விடும்?

○

3

கண்ணாடி ஊஞ்சல்

அது ஒரு சனிக்கிழமை மாலை, காதல் பித்துப் பிடித்த மனம் காதலைத் தவிர வேறு எதையாவது நினைக்குமா என்ன? ஆயிரம் அலுவல்களுக்கு இடையே ரஃபிக் குறித்த சிந்தனைதான் ஷபிக்கு. ஆயிரம் பரபரப்புகளுக்கு இடையே அவன் அன்பின் பரபரப்பு வார்த்தைகளை அவள் ரசிக்க தவறுவதே இல்லை, அவனையும்தான். எப்போதும் பட்டு போன்ற பளபள கன்னத்துடன் காட்சியளிக்கும் அவன் தினம் இரண்டு வேளை ஷேவ் செய்வானோ என்றெல்லாம் நினைத்துக்கொண்டாள். அவன் பார்வையில் இருக்கும் குறும்பும் சிரிப்பும், கள்ளை ஊறவைத்து செய்த கருவிழிகளும், அவள் மனம் போதை ஏறஏற, கண் மூடித்தனமான காதலின் மெல்லிசை அவளை ஆட்டிவைக்க, அவன் அன்பின் சொற்களோ இதயத்தின் நான்கு அறைகளிலும் பட்டும் அவள் மூளையில் ஒலித்துக்கொண்டே இருந்தது.

ரஃபிக்கின் மீதான கிறக்கத்தில் ஷபி ஆழ்ந்திருக்கும் போது அவள் ஆஃபிஸ் மேனேஜர் ஜோஸப்பிடம் இருந்து அவளுக்கு அலைபேசியில் அழைப்பு வருகிறது.

"எஸ் ஜோஸப்."

"ஹவ் ஆர் யூ ஷபி?"

"ஃபைன்... நீங்க?"

"ஃபைன் மா... டுமாரோ ஈவ்னிங் நம்ம வீட்ல என் பொண்ணு யாழிசைக்கு பர்த்டேமா, நீங்க வந்துடுங்க."

“உங்க பொண்ணு பேரு யாழிசையா?”

“ஆமா ஷபி.”

“நல்ல அழகான தமிழ்ப்பெயர்... எப்படி இந்தப் பேர் வைக்கணும்னு தோனுச்சு?”

“தமிழ்மேல இருக்க காதல்தான் காரணம்.”

ஷபி மனதுக்குள், ‘போச்சுடா இங்கேயும் காதல் என்ற வார்த்தையே நம்மை கரண்ட் மாதிரி தாக்குதே. ரைட்டு நாம காதல் கடலில் முத்துக்குளிக்க இல்ல, மூழ்கிப்போய்விட்டோம்’ என்று நினைத்து, சிரித்துக்கொண்டாள்.

ஜோஸப் ஷபியிடம் இருந்து பதில் வராததைக் கண்டு திரும்ப அவரே பேச்சைத் தொடர்ந்தார்.

“என்ன ஷபி மௌனமாகிட்டீங்க?”

“நத்திங். உங்க தமிழ்ப்பற்று அவ்வளவு ஆழமா என்று யோசித்தேன்.”

“தாய் மேல் பற்று இருக்குனு சொன்னா யாராவது ஆச்சரியப்படறாங்களா? ஆனால், தமிழ்ப் பற்றை ஏதாவது ஒருவகையில் வெளிப்படுத்தும்போது ஆச்சரியப்படறாங்க, என்ன வினோதமான உலகம் ஷபி.”

“ஆமால்ல, இனி ஆச்சரியப்பட மாட்டேன், ஆனால், எத்தனைப் பேர் உங்களைப்போல் தன் தமிழ்ப் பற்றை வெளிப்படுத்துகிறார்கள், சதவீதம் கம்மிதானே, அதான் இப்ப ஆச்சரியப்பட்டுட்டேன், இனி படல.”

“குட் கேர்ள், சரி வந்துடுமா.”

“ஓகே ஜோஸப்.”

ஞாயிறு மாலை சிம்பிளாக ஒரு சுடியுடன் சென்னை வளசரவாக்கத்தில் பாடகர் மனோ வீட்டுக்குப் பக்கத்துத் தெருவில் இருக்கும் ஜோஸப்பின் அழகிய வீட்டினுள், ஒரு பூங்கொத்துடன் கொஞ்சம் சாக்லேட்டுடன் அழகான அளவான பூங்கொத்தாய் உள் நுழைந்தாள்.

ஏற்கனவே அங்கு கூடியிருந்த அலுவலக நண்பர்கள், ஜோஸப்பின் உறவுகள், அவர் மனைவி நிவேதா, யாழிசை அனைவரையும் பார்த்து, சிரித்துப் பேசி வாழ்த்தி கொண்டுவந்த பரிசைத் தந்து கூட்டத்துடன் கலந்தவளை “ஏய் ஷபி எப்படி

இருக்க?" என்ற குரல் ஜியோ நெட்வொர்க்காய் அருகாமையில் ஒலித்தது.

அது நம் காதல் ராஜன் ரஃபிக்தான்.

"நல்லா இருக்கேன் ரஃபி" என்று மறுமொழி பகன்ற ஷபியிடம், அவிழ்த்துவிடப்பட்ட கன்றுக்குட்டியாய் அவளைச் சுற்றிச்சுற்றி வந்து பேசினான். அவள் மனம் நேர்க்கோட்டில் இயங்கும் ஒரு கட்டமைப்பு கொண்டிருந்தபோதும் அவனிடம் வளைந்து குழைந்து சிக்கிச் சிறைப்பட்டிருந்தது.

பேசிக்கொண்டே இருந்தவன், "வா ஷபி மாடிக்குப் போகலாம், அங்கே உன்னைப்போல் ஒருத்திக்காகத்தான் ஊஞ்சல் ஆட விட்டுருக்காங்க" என்றான்.

அவளைக் கொஞ்சமேனும் தனிமையில் சந்திக்க அவன் மனம் ஏங்கியது.

"வாவ், நிஜமாவா, ஜோஸப் அவ்வளவு ரசனையானவரா? செம்ம, இரு வர்ரேன்."

"ஊஞ்சல் வைக்க ரசனை மட்டும் போதாது ஷபி, பணமும் கொஞ்சம் பெரிய வீடும் வேணும்."

"சரி, சரி, ஏன் டென்ஷன் ஆகற, உன்னைத் தவிர யாரையும் நான் பாராட்டக் கூடாதா?"

"என்னையே நீ இன்னும் முழுசாப் பாக்கல, பாராட்டலியே."

"என்ன முழுசா பாக்கலியா, ஹேய் என்ன மீன் பண்ற?"

"நீ சரியான அரைவேக்காடுன்னு தெரியும், ஆனா மக்குபிளாஸ்திரினு இப்பதான் புரிஞ்சுக்கிட்டேன்."

"டேய் என்ன சொன்ன?" என்று அவள் ரஃபிக்கை அடிக்க பாய்ந்தபோது, இருவரும் அந்த வீட்டின் முதல்தளத்தை எட்டி யிருந்தார்கள்.

அழகிய கண்ணாடி போன்ற ஊஞ்சல் அவர்களைப் பார்த்து கண் சிமிட்டி, தன் மடியில் இருத்திக்கொண்டது. கதைகளும் காவியங்களும் பெண்களை மட்டும் தேவதையாக, அதை எழுதிய பெரும்பாலான ஆண்களால் ரசித்துக் கொண்டாடப்பட்ட தாக்கத்தில் ரஃபிக்கும், ஷபியை ஒரு ஊஞ்சல் தேவதையாகப் படமெடுக்கத் திட்டமிட்டான்.

“ஷபி, ஊஞ்சல்ல உக்காந்து அழகா ஒரு போஸ் கொடு, பாப்போம்.”

“ஓகே ரஃபி, பட் போட்டோல என்னை அழகா காட்டுற வரை நீ திரும்பத்திரும்ப எடுக்கவேண்டி வரும்.”

“நீ அழகாதாண்டி இருக்க என் பால் டப்பா, உன்னை எப்படி எடுத்தாலும் நீ அழகா தெரிவ, ஆனா, உன் பேராசை என்ன தெரியுமா, உன்னோட பெஸ்ட் ஆங்கிள்ல போட்டோ எடுக்கணும்னு எதிர்பாக்கற.”

“ஆமா, அதுக்கென்ன இப்போ?”

“அடியே அமுல்பேபி நம்மோட எல்லா கோணத்தையும் நாம ரசிக்கணும்டி, நான் உன்னை உழுந்துபொரண்டு ரசிக்கற மாதிரி.”

“சரிடா ஃப்ராடு, பிலாசபி பேசித் தப்பிச்சுடலாம்னு நினைக்காத, அழகா போட்டோ எடு.”

“ஓகே... நீ முதல்ல அழகா சிரிச்சுட்டே போஸ் குடுப்பியாம் என் செல்லம்ல.”

“ம்ம்ம், இவனே திட்டுவானாம், பின்ன இவனே கொஞ்சுவானாம், நடிப்புக்காரக் கூட்டம்டா நீங்கள்லாம்.”

“ஏய், பெண்ணாதிக்கவாதி, உனக்கு அழகான போட்டோ வேணும்னா உன் பேச்ச நிறுத்திட்டு, சிரிச்சு போஸ் குடுடி.”

ஷபியின் மென் சிரிப்போடு அந்த ஊஞ்சல் படம் அவளை ரஃபிக் மனதில் வரைந்துவைத்திருந்த தேவதையாகவே காட்டியது.

அந்தக் கிண்டலும் கேலியும் அன்பும் காதலும் நிறைந்த பொழுதுக்குத் திருஷ்டிவைத்தாற்போல அடுத்தொரு சம்பவம் நடந்தேறியது.

○

4

யாழிசை என்றொரு உற்சவம்

ஷபியை ஊஞ்சலில் வைத்துப் பல கோணங்களில் ரஃபிக் போட்டோவா எடுத்து, தன் கேலரியை நிரப்பிக்கொண்டிருந்த சமயம், ஜோஸப் மகள் யாழிசையும் அவளது நண்பர்களும் 'உய்ய்' என்ற சந்தோஷக் கூச்சலோடு மாடிக்கு வந்து, ஷபி ஆடிக்கொண்டிருந்த ஊஞ்சலைக் கண் கொண்டு பார்க்கவும், அதனைப் புரிந்துகொண்ட ஷபி, குழந்தைகளுக்கு வழிவிட்டு பக்கத்திலிருந்த மொட்டை மாடிக்கு நகரத் தொடங்கினாள். எட்டு வயதே நிரம்பிய யாழிசையின் கண்கள், தன்னிடம் ஊஞ்சலுக்காக ஏங்கியதை எப்படி அழகாகப் படம் பிடித்துக் காட்டியது என்று வியந்து, பின்தொடர்ந்து வந்த ரஃபிக்கிடம் விவரித்தாள். அவனும் யாழிசை பற்றி பாசமாகப் பேசத் தொடங்கினான்.

"ஆமா ஷபி, பெண்கள் குட்டிக் குழந்தைகளாக இருந்தால்கூட எப்படி அழகாகத் தன் உணர்வுகளை வெளிப்படுத்தறாங்க, அசந்தே போய்விட்டேன்."

"ம்ம்ம், ஆமா ஆண்கள் வளர்ந்து நின்றாலும் கூட தன் மனக்கருத்தை உரியவர்களிடம் பகிர மாட்டார்கள்."

"பகிர்ந்தால் மட்டும் என்ன நடந்துவிட போகிறது, பெண்கள் சுத்தக் கட்டுப்பெட்டிகள்."

"ரஃபி, பார்த்துப் பேசு, சில விஷயங்களில் கட்டுப்பாடாக இருப்பது தவறில்லை."

"காதலிக்கும் ஆணிடம்கூட என்ன பெரிய கட்டுப்பாடு வேண்டிக் கிடக்கு, லைஃபை

அனுபவிக்கத் தெரியாத பரிதாபத்துக்குரிய ஜீவன்கள் இந்தப் பெண்கள்."

"அது சரி ரஃபி, காதலிப்பவன்தான் கைப்பிடிப்பான் என்பதில் நம்பிக்கை வைக்கலாம், ஆனால், காலச்சூழல் எப்படி மாறுமோ, ஆண்கள் கொஞ்சம் காத்திருந்தால் குறைந்தா போய் விடுவார்கள்?"

"நம்பிக்கையற்ற தன்மைக்கு உன் விளக்கம் சூப்பர் ஷபி."

"நம்பிக்கைக்கும் நடைமுறைக்கும் வித்தியாசம் தெரியல ரஃபி உனக்கு."

"உனக்கு ரொம்ப தெரியுமோ?"

"இப்ப என்ன வேணும் உனக்கு?"

"உன்னைச் சுத்திச்சுத்தி வந்து காதலிக்கிறேன், தினம் கனவில் உன்னை என்னென்னவோ பண்றேன், நிஜத்தில் ஒரு முத்தம்கூட இல்ல."

"எனக்கு முத்தம் எல்லாம் ஓகே என்றாலும் உன்னைப் பார்த்தால் அத்துடன் நிறுத்துபவன்போல தெரியவில்லை, அதனால் பேசாம இரு."

"ஷபி, ரொம்ப பேசற, ஒரு முத்தத்துக்குக்கூட என்னை நம்பாத நீ ஏன் என்னை லவ் பண்ண?"

"தெரியாமப் பண்ணிட்டேன், இனி பண்ணல, ப்ரேக்கப்."

"என்ன சொன்ன, ப்ரேக்கப்பா, எல்லாத்துக்கும் அவசரப் படாத ஷபி."

"அவசரப்பட்டது நான் இல்ல, நீ."

"இப்படி குத்திக்காட்டி பேசறதெல்லாம் வேணாம்?"

"இப்ப நான் என்ன சொல்லணும்?"

"ஒண்ணும் சொல்ல வேணாம், என்மேல நம்பிக்கை இல்ல."

ரஃபிக்கின் முகம் மாறி சோகமானான். ஷபிக்கு ரஃபிக் ஓவர் ரியாக்ட் செய்வதுபோல் இருந்தது. 'இது சரியா வராது, செட்டாகாது, விலகிடலாம்' என்ற திடீர் முடிவுக்கே அவள் வந்துவிட்டாள்.

ரஃபிக்கைப் பார்த்துச் சொன்னாள், "ஆண்களையும் பெண்களையும் சமமா வளர்க்கணும், ஒழுக்கமா இருக்கணும்னு பெண்களப் பொத்திப்பொத்தி வளர்த்துட்டு, ஓவர் நைட்ல

நாங்க எங்க மனத்தடைகளை உடைத்துவிட்டு உங்களுக்கு இசைவாக நடக்க வேண்டும் என்றால் எப்படி?"

"ஏன், எனக்கு சம்பந்தமில்லாததப் பேசிக் குழப்பற?"

"உனக்கு மட்டும் இல்ல, உன்னைப் போன்ற எல்லா ஆண்களுக்கும்தான் சொல்றேன், ஒண்ணு ஆண்களப்போல பெண்கள வளர்க்கணும், இல்லனா பெண்கள் அவர்கள் முழு மனதோடு ஒரு செயலுக்கு ஆட்படும்வரை பொறுமையா இருக்கத் தெரியணும்."

"இப்ப என்ன சொல்லவர ஷபி..? ஒரு முத்தத்துக்கு நான் அலையறவன்னு சொல்றியா..? எனக்கு வேற யாரும் கிடைக்காம உன்னை லவ் பண்றேன்னு சொல்லவர்றியா..? உன்னை டார்ச்சர் பண்றேன்னு சொல்றியா?" என்று கோபத்தில் ரஃபிக் சகட்டுமேனிக்குப் பேச ஆரம்பித்தான். பொறுமையாகக் கேட்டுக்கொண்டிருந்த ஷபி இப்படி சொன்னாள்:

"பிரேக்கப்."

"அதாவது நான் ஒரு முத்தத்துக்காக உன்கிட்ட அலையறேன், நீ ப்ரேக்கப் சொல்ற, அப்படித்தானே? ஊர் உலகத்துல பொண்ணு கிடைக்காம ஒண்ணும் நான் உன் பின்னாடி சுத்தல, நீ வேணும்னு வந்தேன், ஒரு பொண்ணுக்கிட்ட இருந்து முத்தம் எனக்குக் கிடைக்கிறது ஒண்ணும் பெரிய விஷயம் இல்ல, என்னை இவ்வளவு கேவலமா நினைச்சுட்டல்ல? இனி என்கிட்ட பேசாத."

ஷபி பிடிவாதமாகத் திரும்பச் சொன்னாள், "பிரேக்கப்ப்ப்."

ஷபி மனதில் எந்த ஆசையும் இல்லாமலா ரஃபிக்கை இஞ்ச்இஞ்சாக ரசித்தாள், இல்லை. அவளுக்கும் அவன்மீது பெருங்காதல் உண்டு, அவள் வளர்ந்த விதம், அவளை ரஃபிக்கின் ஆட்டத்துக்கு முன்னும் போகவிடாமல் பின்னும் போக விடாமல் அவளைத் தத்தளிக்க வைக்கிறது. ஆசை ஒருபுறம் இழுக்க, மனக்கட்டமைப்பு அவளை அதுவரை அவளுக்குள் இருந்த விதிகளை மீறவிடாமல் சண்டித்தனம் செய்ய மனச் சிக்கலுக்கு ஆளாகி, காதலும் கைவிட்டு போகப்போகும் சூழலில் உறைபனியாய் பெண்ணுலக உள்மடிப்புகளின் பல்வேறு சிக்கலுக்குச் சாட்சியாய் நின்றாள்.

ஒரு ஆணைப்போல் சட்டென்று ஏன் பெண்ணால் காதல் பாதைகளில் நிமிர்ந்து நடக்க முடிவதில்லை? திமிர்ந்து திரிய

முடிவதில்லை? ஆண்களை வளர்ப்பதுபோல் பெண்களை இந்தச் சமூகமும் குடும்பமும் வளர்த்து எடுப்பதில்லை. எனவேதான் ஒரு காதலில் ஒரு காதலை நிகழ்த்துவதில் ஆண்களைப்போல் பெண்களால் மூழ்கி முத்தெடுக்க முடிவதில்லை அவளுக்குள் ஏற்படும் ஆயிரத்தெட்டுக் கேள்விகளுக்கு விடை தேடி தனக்குள் விடைகொடுத்து, பின்பு சமூகத்தை, குடும்பத்தை நினைத்து அதன் பிறகுதான் தன் வாழ்வை, தன் காதலை நினைத்து, அந்த இன்பத்தில் மூழ்கத் தலைப்படுகிறாள். பெண்ணுக்கு மட்டும் ஏன் இப்படி நடக்கிறது? பெண்மனம் விரும்பி மயங்கி தளும்பி தளும்பிதானே காதலிக்கிறது?

அப்படி இருக்கும்போது பெண் மனம் ஒரு கட்டத்துக்கு மேல் எச்சரிக்கை உணர்வு என்னும் வலைக்குள் சிக்கித் தவித்துக் காதலில் ஒரு கட்டத்துக்கு மேல் முன்னேற முடியாமல், காதலின் சின்னச்சின்ன இன்பங்களை நுகர முடியாமல், தன்னைத்தானே குறுகிய வட்டத்துக்குள் அடைத்துக்கொள்வது ஏன்? எதற்காக? காதலிக்கும் முன்பு ஒரே மனமாக இருக்கும் பெண்களில் பலர் காதலில் விழுந்த பின்பு இரண்டு மனமாகப் பிளவுபடுவது ஏன்? தான் மனதாரக் காதலிக்கும் ஒரு ஆணின் தொடுதலை முத்தத்தை ஒருமனம் விரும்பவும், ஒருமனம் விலக்கவும் என்று இரண்டு மனமாகக் கூறுபட்டுக் கிடப்பது ஏன்? பால் வேற்றுமை என்பது வளர்ப்பிலும் ஊறிக்கிடப்பதால்தான் ஒன்றுபட்ட காதல் மனங்களில் பல பெண் மனங்கள் தனது மனவார்ப்பையே கேள்விக்கு உட்படுத்துகிறது.

இதுபோன்ற பெண்ணின் மனச்சிக்கல் சமூகக் கட்டமைப்பின் காரணமாக வந்ததா? அல்லது குடும்ப கட்டமைப்பின் காரணமாக வந்ததா? பெண் காதலிக்கக் கூடாது என்று ஏதாவது சட்டம் இருக்கிறதா? இல்லை, பின்பு ஏன் ஒரு பெண் காதலின் கையில் தன்னை ஒப்புக்கொடுக்க முடிவதில்லை? பெண்ணுக்குத் தனது மனதைக் காதலுக்குச் சரணாகதி ஆக்க முடிகிறது. ஆனால், தனது உடலையோ உடலின் மீதான சிறுச்சிறு தொடுதலையோ கொஞ்சலையோ அனுமதிக்க முடிவதில்லை, அவள் மனதின் சட்டங்கள் அதை அனுமதிப்பதில்லை, அந்தச் சட்டங்கள் காலம்காலமாகப் பெண்ணின் மனதில் மட்டுமல்ல, அவள் மரபணுவிலும் எழுதப்பட்ட சட்டங்களாக சமூகக் குடும்பக் கட்டமைப்பில் ஆழப்பதிந்துவிட்டது.

இனி அதை அழிப்பதோ மாற்றுவதோ சின்னத் திட்டமல்ல. ஆனால், ஆணின் மனதுக்கோ உடலுக்கோ இப்படி ஒரு வரைமுறை இருக்கிறதா? இருந்தால் அதை பின்பற்றும்படி ஆண்கள் பணிக்கப்படுகிறார்களா? ஒருவேளை அப்படிப் பணிக்கப்பட்டால் அதை ஆண்கள் ஏற்று, அதை தனது வாழ்வில் பின்பற்ற முனைகிறார்களா? அல்லது ஆண் என்பவனுக்கு ஆண் என்பதாலேயே பிரத்தியேகமான சலுகைகள் வழங்கப்படுகிறதா? அப்படி குடும்பச் சமூக அமைப்பால் சலுகை உணர்வு கொள்ளும் ஆணால், பெண் துன்புறுத்தலுக்கு ஆளாகிறாளா? அல்லது அப்படி சலுகை உணர்வு பெற்ற ஆணால் காதலிக்கப்படும் பெண் அவனின் காதல் சாட்டைக்கு வளைந்து நெளிந்து ஆட முடியாமல் மனபாதிப்புக்கு உள்ளாகிறாளா?

வாருங்கள் நடப்பது என்னவென்று தெரிந்துகொள்ள கதைக்குள் ஊடுருவிச் செல்வோம்.

◯

5

ஊடல் என்பது காதலின் மைய நீரோட்டம்

'பிரேக்கப்னு வீம்பா சொல்லியாச்சு... இனி ரஃபிக்கிட்ட பேச முடியாதே... எப்படி பேசாமல் இருக்கப்போகிறோம்..?' என்ற குழப்பத்திலும் சிந்தனையிலும் இருந்தவளை, "ஏய் அங்கிள்கிட்ட அந்த பால தள்ளிவிடு" என்ற சத்தம் வந்த திசையை நோக்கி நடந்தாள். ரஃபிக்தான் அது. ஊஞ்சல் போரடித்ததால் யாழிசையும் அவளோடு வந்த வாண்டுளும் சிறிய பந்தை வைத்து ரஃபிக்கோடு விளையாடிக்கொண்டிருந்தார்கள். ஷபிக்கு ஒரே ஆச்சரியம், கொஞ்ச நேரத்துக்கு முன்ன அவ்வளவு முறைச்சுக்கிட்டவன், சோகப்பட்டவன், கோபப்பட்டவன் இவ்வளவு சீக்கிரம் எப்படி குழந்தைகளோடு சகஜமாக விளையாடுகிறான் என்று அவனைப் பார்த்தவாறு நடந்து, அந்த இடத்தைக் கடக்க முயற்சித்தாள்.

அப்போது ரஃபிக், "தனியா குழந்தைகள சமாளிக்கறது தெர்ல உனக்கு, வா ஷபி வந்து ஆட்டத்துல சேர்ந்துக்க."

"இல்ல, அது வந்து..."

"அதெல்லாம் நான் மறந்துட்டேன், நான் எப்போதும்போலதான் பேசுவேன், விளையாட வா?"

"இல்ல, நான் கீழப் போறேன், ஜோஸப் வைஃப்கிட்ட சொல்லிட்டு கிளம்பறேன்."

"எங்கே கிளம்பற?"

"தலை வலிக்குது, எங்காவது ரெஸ்ட்டாரண்ட் போய் காஃபி குடிக்கப் போறேன்."

“இரு, நானும் வர்ரேன்.”

“பரவாயில்லை.”

“ஹலோ, அப்டிலாம் உன்னை விட முடியாது, வா போகலாம்.”

“பை செல்லம்ஸ்” என்று குட்டீஸ்க்கு டாட்டா காட்டி விட்டு, ஷபிவுடன் கிளம்பத் தயாரானான். ஷபி மனதுக்குள், ‘இவன் என்ன நம்மை, நம் கோபத்தை, பிரேக்கப்பை ஒரு பொருட்டாவே மதிக்காம திரும்பப் பேசறான், ஒரு வேளை கொஞ்சம் விட்டுபிடிப்போம்னு நினைக்கிறானோ’ என்றெல்லாம் யோசித்துக்கொண்டே கீழ்த்தளம் சென்று சேர்ந்தாள் ரஃபிக்குடன்.

பர்த்டே பார்ட்டி கூட்டத்தில் ஜோஸப்பையும் நிவேதாவையும் தேடி அவர்களிடம் இருவரும் சென்றார்கள். ரஃபிக்தான் முதலில் இருவரையும் அழைத்தான்.

“நிவி மேடம், ஜோஸப்” என்ற குரல் கேட்டு அவர்கள் திரும்பிப் பார்க்க, “நானும் ஷபியும் கிளம்பறோம், சொல்லிட்டு போகலாம்னு வந்தோம்.”

உடனே நிவேதா, “இன்னும் கொஞ்ச நேரம் இருந்துட்டு போகலாமே, டின்னர் முடுச்சுட்டுப் போங்க, கேக், ஸ்னாக்ஸ்கூட சரியா சாப்டலியேப்பா” என்று சொன்னாள்.

ஷபி குறுக்கிட்டு, “இன்னொரு நாள் சாப்பிடறோம்” என்றாள்.

அதற்கு ஜோஸப், “ஃபைவ் மினிட்ஸ் ஷபி, ரெண்டு பேரும் அப்படி வெய்ட் பண்ணுங்க, இதோ வர்றேன்” என்றார்.

ஒருவேளை நாளைக்கு எவ்வளவு சீக்கிரம் ஆஃபிஸ் வரணும் என்ன வேலைனு சொல்லுவாரோ என்றெல்லாம் ஷபியும் ரஃபிக்கும் பதற்றத்தில் அது பற்றிப் பேசத் தொடங்கி இருந்தார்கள். சாப்பிடாமல் செல்வதால் கோபப்படுவாரோ என்று நினைத்துக்கொண்டார்கள்.

உள்ளே சென்ற ஜோஸப் இரண்டு, இரண்டு அலுமினிய பாய்ல் பேப்பரில் செய்த கண்டெய்னர் பாக்ஸ் போட்ட ரெண்டு கேரி பேக்கை இருவரிடமும் கொடுத்துவிட்டு, “ரெண்டு பேரும் வீட்ல போய் சாப்டணும் சரியா?” என்று கண்டிப்புடன் கேட்டுக்கொண்டார்.

யாழிசை அப்போது ஓடிவந்து நிவியிடம் கம்ப்ளய்ன்ட் செய்தாள்.

"இந்த ஷபி அக்கா எங்ககூட விளையாட வரல, அதாவது பரவாயில்லை, எனக்கு பைகூட சொல்லாம கிளம்பறாங்க."

அதற்கு நிவேதா சிரித்துக்கொண்டே, "ஏம்மா ஷபி, பை சொல்லிட்டு போய்டுங்க, இல்லனா இவ அடுத்த முறை உங்களப் பாக்கறவரை என்கிட்ட அனத்துவா" என்றாள்.

"ஸாரிங்க" என்று நிவியிடம் சொல்லிவிட்டு, யாழிசையிடம் திரும்பி, "போய்ட்டு வர்றேன்டா செல்லம், நெக்ஸ்ட் டைம் நிறைய நேரம் உன்கூட விளையாடறேன் ஓகே வா?" என்றாள்.

"ஓகேக்கா, பை" என்று யாழிசையும் சிறிது சமாதானமாகிக் கையசைத்தாள்.

பக்கத்தில் சென்று யாழிசையின் கன்னம் திருகி நெற்றியில் ஒரு முத்தம் வைத்து அவளைக் கொஞ்சிவிட்டு ஷபி விடைபெற, கூடவே ரஃபிக்கும் எல்லாரிடமும் சொல்லிவிட்டு கிளம்பினான்.

ஜோஸப் வீட்டின் அருகில் இருக்கும் ஒரு சின்ன ரெஸ்ட்டாரண்டில் இருவரும் புகுந்தார்கள், ரெண்டு காஃபி என்று ஆர்டர் கொடுத்த ரஃபிக், ஷபியின் முகத்தையே பார்த்துக்கொண்டிருந்தான். என்ன இவன் விடாக்கண்டனாக இருக்கிறானே என்று நினைத்தவாறு அமர்ந்திருந்தாள் ஷபி.

"ஷபி, நீ சின்னக் குழந்தை இல்ல."

"ஆமா, தெரியும், இப்ப என்ன ஆச்சு?"

"அதனால குழந்தை மாதிரி பிஹேவ் பண்ணாதே."

"இப்ப யாரு பிஹேவ் பண்ணாங்களாம் குழந்தை மாதிரி."

"ஒரு வீட்டுக்கு ஃபங்சன்க்குப் போனா, இப்படித்தான் பாதில கிளம்பி வருவியா?"

"எனக்கு மனசு சரியில்ல, தலைவலி வேற."

"நமக்கு எப்படி இருந்தாலும், நம்மை மதிச்சிக் கூப்பிட்டாங்கள்ல, அவங்க மனச நீ கொஞ்சமாச்சும் யோசிச்சுப் பாத்தியா..? ஜோஸப் ஒருவகையில் மேனேஜர் மாதிரி நடந்து கிட்டாலும் என்னிக்காவது நம்மை 'ஸார்'ன்னு கூப்பிட அனுமதிச்சிருப்பாரா..? ஏன் அப்படி செய்யல? ஏன்னா ஆஃபிஸ்ல எல்லாரும் ஒவ்வொரு பொறுப்புல இருக்கோம்,

வேலைய பர்ஃபெக்டா செஞ்சா போதும் இந்த ஸார் மோர்லாம் வேணாம்னு எவ்வளவு இயல்பா, ஈகோவெல்லாம் இல்லாம, நல்ல மனுசன் மாதிரி நடந்துகறார், அவர் வீட்டு ஃபங்சன்க்குப் போய்ட்டு இப்படி பாதில வரலாமா, உனக்காக நானும் வந்துட்டேன்."

"நான் வரச் சொல்லலியே."

"அடடா கோபத்துல உன் மூக்கு எப்படிக் கோவைப்பழ மாட்டம் சிவக்குது பாரு."

"எதுக்கு இந்த ஐஸ்?"

"ஐஸ் இல்லடி, வேணும்னா போட்டோ எடுத்துக் காட்டறேன்."

"என்னது 'டி' யா?"

"ஆமாடி என் பால்டப்பா, உன் ப்ரேக்கப்ப நான் அக்சப்ட் பண்ணல, இந்த ஜென்மத்துக்கு நீதான் என் காதலி."

"ஆனா..."

"என்ன ஆன்னா ஆவன்னா படிக்கிறியா, கொன்றுவேன் ராஸ்கல், உன்னை எனக்கே எனக்குனு ரசிச்சிரசிச்சிப் பாத்துட்டு அப்படியே இன்னொருத்தன்கிட்ட தூக்கிக்கொடுத்துருவேன்னு நினைச்சியா? மாட்டேன்."

"ஏன் இப்படி பேசற?"

"உன்னை மாதிரி சண்டிக்குதிரை கிட்டலாம் இப்படித்தான் பேசணும், பேசாம காஃபியக் குடி, ஆளப்பாரு வெண்ணெய்ல செஞ்ச சிலையாட்டம் இருந்துட்டு கடுகு சைஸ்லகூட மூளை இல்ல."

"யாருக்கு மூளை இல்ல?"

"உனக்குதாண்டி என் லூஸுப் பொண்ணே."

"இங்க பாரு நீ என்ன, என்னை ரொம்ப வெறுப்பேத்தற, உனக்குத்தான் மூளை இல்ல, ப்ரேக்கப் சொன்னப்பறமும் என்னைக் கூப்புட்டுப் பேசற."

"இவ ரொம்ப ஒழுங்கு, என்கிட்ட பிரேக்கப் சொல்லிட்டு அங்கனயே நின்னு எனக்காக நீ ஃபீல் பண்ணல, நான்தான் உன் முகத்தை வாட்ச் பண்ணேனே."

“அட, திருட்டு ராஸ்கல், ஒளிஞ்சிருந்து வேவு பாத்தியாடா?”

“ஆமா வேவு பாக்கறாக, நான் யாழிசையோட விளையாடும் போது பால் உனக்குப் பக்கத்தில விழுந்துச்சு, எடுக்க வந்தேன், நான் வந்ததகூடக் கவனிக்காம அப்படி ஒரு ஃபீலிங்ல நின்னுட்டு இருந்த.”

“நான் ஒண்ணும் ஃபீல் பண்ணல.”

“அப்புறம் ஏன் உனக்குத் தலைவலி வந்துச்சு?”

“அது, அது ஏதோ வந்துட்டு.”

“நடிக்காதடி ஒத்துக்க, எனக்காக ஏங்கித்தான் தலைவலி வந்துச்சுனு.”

“உனக்காகவா, அதெல்லாம் ஒண்ணும் இல்ல.”

“உன்கிட்ட அந்த கிஸ்ஸ வாங்காம நான் விட மாட்டேன்.”

“என்ன மறுபடியும் அங்கயே வந்து நிக்கற?”

“முதல்ல இருந்தே அங்கதான் நிக்கறேன் செல்லம், குடுத்துடு மாமன் பாவம்ல.”

“போடா.”

“சர்தான் வாடி” என்றவாறு சிரித்த ரஃபிக்கைப் பார்த்துக் கொண்டே மென்மையாக சிரித்தபடி காஃபியைப் பருகத் தொடங்கினாள், அவன் கண்களால் அவளைப் பருகத் தொடங்கியிருந்தான்.

ஷபியின் மனதுக்குள் மகிழ்ச்சியும் கேள்விகளும் வந்துவந்து போயின, ரஃபிக் தன்னைவிட்டு போகவில்லை என்பது அவளுக்கு நிம்மதியைத் தந்தாலும், எதையும் சீரியஸாக எடுத்துக்கொள்ளாத அவன் போக்கு, அவன் தேவையில் மட்டும் ஃபோகஸ் செய்யும் அவன் ஆட்டிடியூட் எல்லாம் அவளை இது எதில் போய் முடியுமோ? என்று எண்ண வைத்தது. ஏதோ காதல் சதுரங்கம் நடப்பதுபோல் இருந்தது அவளுக்கு. ரஃபிக்கின் பொறுமையும் ஷபியின் பிடிவாதமும் தலைகீழாய் மாறும் ஒரு திருநாளும் வரத்தான் போகிறது.

6

மயக்கும் மயில்தோகை

ஷபி எவ்வளவோ தடுத்தும்கூட ரஃபிக் அவளை அவள் வீடுவரை கொண்டுவந்து விட்டதோடு நில்லாமல் “இஞ்சி டீ கொடு” என்று சட்டமாக ஹாலில் அமர்ந்துகொண்டான். ஷபி வேணியை அழைத்து, “அவனுக்கு இஞ்சி டீ” என்று சொல்லிவிட்டு உடை மாற்ற தன் அறைக்குள் புக எத்தனித்தாள். உடனே ரஃபிக், “ஷபி நில்லு, எப்பப் பாரு பேண்ட் ஷர்ட், சுடினு நீ போரடிக்கற, அன்னிக்கு நீ ரெட் ஹாஃப் சாரி போட்ட போட்டோ ஒண்ண எனக்கு வாட்ஸப்ல அனுப்பிவச்சல்ல, அந்த ஹாஃப் சாரியக் கட்டிட்டு வந்து என்கிட்ட இப்போ காட்டற.”

“எத?”

“அட ஹாஃப் சாரியதான்மா காட்டச் சொன்னேன், நானா உன் ரூமுக்குள்ள வர்றேன்னா சொன்னேன்.”

“ஓஹோ, அப்டி வேற சொல்லுவியா? நான் வெளியூர்ல ப்ளாட் எடுத்துத் தங்கி வேலைபாக்கறது உனக்குத்தான்டா இப்ப ரொம்ப வசதியா இருக்கு, எங்கம்மாவெல்லாம் இருந்தா நீ இப்டி என்னை மிரட்டுவியா?”

‘உங்கம்மா இருந்தா நான் ஏன் உன்கிட்ட பேசிட்டு இருக்கப் போறேன்.”

“என்னடா சொல்ற?”

“அட, சும்மா எல்லாத்துக்கும் ஷாக் ரியாக்ஷன் கொடுக்காதம்மா, அவங்கக் கிட்டப் பழகி, குடும்பத்துல ஒருத்தனாகி உன்னை ஈசியா மேரேஜ் பண்ணிட்டுப் போய்டுவேன்.”

“ஓஹோ.”

“என்ன ஓஹோ, நீ எந்நேரமும் ப்ளாட்ல வேணிகூட தானே இருக்க? அந்தப் பொண்ணு உங்க ஊர்தானே, உனக்கு ஷேஃப்டிதானே அப்புறம் ஏன் அம்மா இல்ல, ஆட்டுக்குட்டி இல்லனு சோகப்பட்டுக்கற?”

“ம்க்கும், இந்த நியாயம் பேசறதுல ஒண்ணும் குறைச்சல் இல்ல.”

“இங்க பாரு செல்லம், எனக்கு எதுவுமே குறைச்சல் இல்ல, இதெல்லாம் உன்னை மாதிரி ரெண்டுங்கெட்டானுக்கு எங்க புரியப்போகுது, என் தலையெழுத்து உன்கூட அல்லாடறேன்.”

“என்கூட யாரும் அல்லாட வேண்டாம், எல்லாம் அவங்கவங்க வழியப் பாத்துட்டுப் போகலாம்.”

“ப்ச் பேச்ச மாத்தாத, போய் தாவணியக் கட்டிட்டு வா.”

“எனக்குத் தாவணி போடற வயசு இல்ல.”

“வயசு இல்லல, அப்புறம் ஏன் தாவணி போட்டுப் போட்டோ எடுத்து அத எனக்கு அனுப்பி என்னை டெம்ப்ட் பண்ண, போடி தங்கம் போயி கட்டு.”

“இல்ல, டயர்டா இருக்குடா.”

“இப்போ நீ கட்டறியா, இல்ல நானே கட்டிவிட்டு பாத்துட்டுப் போகவா?”

“இல்ல, நானே கட்டிக்கறேன்.”

‘இவன் அடங்க மாட்டான்’ என்று முனகியவாறே அறைக் கதவைத் தாழிட்டாள்.

கலைந்திருந்த ஐப்ரோவை மறுபடியும் தீட்டி ரோஸ் பவுடரை அடித்து, லிப்ஸ் கேர் போட்டு அந்தச் சிவப்பு தாவணியைத் தன்மேல் படரவிட்டபடி ஹாலில் ரஃபிக்கு எதிரே கிடந்த ஷோஃபாவில் வந்தமர்ந்தாள்.

அதற்குள் இஞ்சி டீயும் வந்துவிட, ரஃபிக் இன்னொரு எம்டி கிளாஸ் வாங்கி ஷபிக்குப் பாதி தந்துவிட்டு அவளைத் தாவணியில் ரசித்தவாறே டீயை சிப் செய்தான்.

“எப்டி இருக்குனு சொல்லவே இல்ல?” என்று மிடறுமிடறாய் தேநீரை விழுங்கியபடி அவனை ஓரக் கண்ணால் பார்த்தபடி கேட்டாள்.

“அணுஅணுவா ரசிச்சுட்டு இருக்கும்போது டிஸ்டர்ப் பண்ணாத கண்ணம்மா.”

“அப்புறம் இந்த ட்ரஸ்ல நான் எப்படி இருக்கேன்னு எப்படித் தெரிஞ்சுக்கறதாம்?”

“கொஞ்சம் என்னை டிஸ்டர்ப் பண்ணாம இரேன், நான் உன் குரலுக்கு மயங்கறதா இல்ல, உன் தாவணிக்கு மயங்கறதா?”

‘இவன் திமிர்பிடிச்சவன் நமக்குப் பதில் சொல்ல மாட்டான்’ என்று நினைத்தவாறு ஷபி சூடான இஞ்சி டீயை உள்ளிறக்குவதில் கவனமானாள்.

டீயைக் குடித்து முடித்தவன் வேணியைக் கூப்பிட்டு, “டீ நல்லாருக்குமா” என்று சொல்லிவிட்டு, “பை ஷபி” என்றவாறு கிளம்பினான்.

“என்ன ரஃபி, எப்படி இருக்குனு சொல்லாமலே...”

“நேரமாச்சுடா... வாட்ஸப்ல வரேன், போய் சமத்தா ரெஸ்ட் எடு என்ன” என்று சொல்லியவன் காற்றுபோல் பறந்து போனான்.

ஷபிக்குச் சரியான கோபம், ‘நான் பாட்டுக்கு இருந்தேன் அவனா வந்தான், அவனா ட்ரெஸ் பண்ண சொன்னான், ஒண்ணுமே சொல்லாம போய்ட்டான், இவன் இழுத்த இழுப்புக்கெல்லாம் நான் போகணுமா? இனி ரஃபி என்ன சொன்னாலும் நான் கேட்கப்போறதில்ல’ என்று நினைத்துக் கொண்டு தாவணியைக் களைந்து இரவு உடைக்கு மாறினாள்.

அவள் ஃபோன் ‘என்னைப் பார்’ என்று கண் சிமிட்டியது.

ரஃபிதான் குறுஞ்செய்தி அனுப்பி இருந்தான்.

“ரெட் தாவணியோடு உன்னை ரூம்குள்ளத் தள்ளி கிஸ் அடுச்சிருப்பேன், வேணி இருந்தா, அதாவது பரவாயில்லை, அதுக்கப்புறம் நீ வீட்டுக்குள்ள விட மாட்ட, பிரேக்கப் சொல்லுவ, எதுக்கு வம்புனு பேசாம வந்துட்டேன், மனசுக்குப் புடுச்சவளக் கைல வச்சுக்கிட்டு ஒண்ணுமே பண்ணாம இருக்கறதுக்கு நான் தனிக்கட்டையாவே இருந்துருக்கலாம், எதுக்கு லவ் பண்ணணும்?”

ஷபி வழக்கம்போல பழைய புராணத்தையே பாடினாள்.

“இல்லடா, நாம சேர முடியாம போய்ட்டா, நம்மை பிரிச்சிட்டா என்ன பண்றது?”

"நாம நல்லா இருப்போம்டி, ஏன் இப்படி நெகட்டிவ்வா பேசற, முத்தம்தான் இப்போதைக்கு இல்லனு வெக்ஸானா நீ மொத்தமாவே போறதுக்கு ரெடியாகிடுவபோல."

"அப்டிலாம் இல்லடா."

"சரி போய் தூங்கு, என் நேரம் நான் தனியா தூங்கறேன், கிளுகிளுப்பா ஏதாவது நடக்குதா பாரேன் நினைச்சுக்கிட்டு தூங்க, ஆனா ஒண்ணு ஒரு வாலிபனை அலைக்கழிச்சப் பாவம் உன்னைச் சும்மா விடாதுடி."

"என்ன பண்ணும்?"

"என்ன வேணா பண்ணும், உன்னைச் சுவத்தோட புடுச்சு நிக்கவச்சு லிப்லாக்கூடப் பண்ணும்."

"ஏய், நீ ரொம்ப ஓவரா போற."

"ஆமா, நீ மட்டும் சீன போடலிய்யா."

"அய்யோ, இப்ப என்ன வேணும் உனக்கு?"

"கேட்டா தரப்போறியா, பேசாம தூங்கு, குட் நைட்."

கோபத்தில் ரிப்ளை எதுவும் பண்ணாமல், லேசான அச்சத்தோடு உறங்கிப்போனாள்.

மறுநாள் அலுவலகத்தில் அப்படி ஒரு சம்பவம் நடக்கும் என்று அவளும் எதிர்பார்க்கவில்லை, அவனும் எதிர்பார்க்கவில்லை, தான் என்ன மாதிரியான சுழலில் சிக்கி இருக்கிறோம் என்பதை ஷபி இனிதான் உணர்ந்துகொள்ளப் போகிறாள்.

◯

7

பனித்துளியின் மீது பாறாங்கல்

சென்னை நகரின் அழகிய கட்டமைப்பான அண்ணாநகரில்தான் ஷபியின் அலுவலகம், மினி அண்ணாநகர்போல் அத்தனை அழகியலுடன் கட்டப்பட்டிருந்தது. நான்கு தளங்கள் கொண்ட பிரமாண்டமாய் ஒவ்வொரு தளத்தின் குட்டி பால்கனியிலும் இருக்கும் வெளிப்புற குட்டி ஸ்லாப்பில் பூந்தொட்டிகளும் அழகுச் செடிகளும் வைக்கப்பட்டு, அதன் வெளிப்புறம் கம்பிகளால் பாதுகாப்பு செய்யப்பட்டு, குட்டி கார்டன்போல் காட்சியளித்தது. அலுவலகத்தின் வாசல் சிவப்பு க்ரானைட் கற்களால் பதிக்கப்பட்டு அதன் இரு மருங்கிலும் புல்வெளிக்கும் அதனைச் சுற்றி இருக்கும் கார்டனுக்கும் நடுநடுவே சிறிய நீரூற்றுகளுக்கும் இடம் அமைத்து அற்புதமாய் அமைத்திருந்தார்கள்.

வழக்கம்போல் ஏழு மணிக்குத் தொடங்கப் போகும் அலுவலகத்துக்கு அதிகாலை ஆறு மணிக்கெல்லாம் ஆஜரானாள் ஷபி. டேபிள் துடைக்கும் ராஜா, “டீ, காஃபி வேணுமாம்மா?” என்று கேட்க, “வேண்டாம்” என்று சொல்லி விட்டு கணினியை உயிர்ப்பித்தாள். வழக்கத்துக்கு மாறாக வித்தியாசமாகத் தன்னை உணரவும், ஹேண்ட் பேக் திறந்து நாப்கினை எடுத்து அதை மறைத்தபடி ரெஸ்ட் ரூம் நோக்கி நடக்கலானாள். அதே இரண்டாம் தளத்தில் இருக்கும் ரெஸ்ட் ரூம் க்ளீனிங் ப்ராசஸில் இருக்க, மூன்றாம் தளம் நோக்கி லிஃப்டில் சென்றாள். அவள் தன் வேலையை

முடித்துக்கொண்டு திரும்ப லிஃப்டில் ஏறித் தவறுதலாக முதலாம் தளத்தை ஆன் செய்துவிட்டாள். சரி பரவாயில்லை என்று காத்திருந்தாள். முதல் தளம் திறந்தது, அங்கே வழக்கத்துக்கு மாறாக ரஃபிக் சீக்கிரம் வந்திருந்தான். ஷபியைப் பார்த்தான்.

"ஹாய் டா, குட் மார்னிங்" என்றான்.

"குட்மார்னிங் ரஃபி."

"இந்த ப்ளூ ஜீன்ஸ், வொய்ட் ஷர்ட்ல நீ அசத்தற டார்லிங்."

"ம்ம்ம் தேங்க்ஸ்."

முந்தைய நாளின் கோபம் அவளுக்குள் மிச்சமிருந்தது, முந்தைய நாளின் தாபம் அவனுக்குள் மிச்சம் இருந்தது. அவளை அந்த ட்ரெஸ்ஸில் பார்க்கவும் அவனுக்குள் எரிந்துகொண்டிருந்த மோகம் கொழுந்துவிட்டு எரியத் தொடங்கியது. அவள் எதிர்பாரா வண்ணம் அவளை இழுத்து முத்தமிட எத்தனிக்க, அவன் பலத்தையும் மீறி ஷபி திமிறி விடுபட்டாள். லேசாக இருந்த அவள் கோபம் பீரியட்ஸ் டைமின் மூட் ஸ்விங்கில் காட்டுத்தீயாகப் பற்றிக்கொண்டது.

"ஏன் இப்படிக் காட்டான் மாதிரி நடந்துக்கற?"

அவளுக்குள் கோபம் எல்லை மீறி இருந்தாலும் வார்த்தையில் காட்டிய கோபத்தை அவள் உணர்ச்சியில் காட்டாமல் மென் கோபத்துடன் சொன்னாள். ஆனால், அதுவே ரஃபிக்கின் ஏமாற்றத்துக்கு இன்னுமொரு அடியாக விழுந்தது.

"என்ன சொன்ன?"

"..."

"சொல்லுடி?"

"ஏன் இப்படி முரட்டுத்தனமா நடந்துக்கற?"

"உன்னை லவ் பண்ணிட்டு ரோட்ல போறவளையா கிஸ் பண்ண முடியும்?"

"அதுக்காக, இப்படியா?"

"சரி, வேற எப்பதான் நீ திருந்துவ?"

"நான் ஒழுங்காதான் இருக்கேன்."

"அப்ப நான் சரியில்லங்கறியா, நான் உன்னை மாத்தறேங்கறியா?"

“அப்படி சொல்லல, ஏன் இப்படில்லாம் நடந்துக்கறனு கேட்கறேன்?”

“வேற எப்படி நடந்துக்கணும்னு எதிர்பார்க்கற?”

“...”

“நீ சொல்ல மாட்ட, உன்னைப்போல் ரெண்டுங்கெட்டான லவ் பண்ணதுக்கு நான் சுவத்துலயே முட்டிக்கணும்.”

“திரும்பத்திரும்ப ரெண்டுங்கெட்டானு சொல்லாத.”

“வளர்ந்தும் அந்த வயசுக்கே உரிய உணர்ச்சிகளுக்கு இடம் தராம இருக்கவ ரெண்டுங்கெட்டான்தான், அப்படித்தான் சொல்லுவேன்.”

“சொல்லிக்க, இனி என்கிட்ட பேசாத.”

“இந்த வார்த்தைய நான் சொல்லணும், நீ இனி என்கிட்ட பேசாத, மெஸ்ஸேஜ் பண்ணாத, முகத்துலயே முழிக்காத.”

“நீயும்தான்” என்று சொல்லிவிட்டு ஷபி கோபமாய் அவள் சீட்டுக்குச் செல்ல, மற்ற டேபிளைத் துடைத்துக்கொண்டிருந்த ராஜா அவள் நடையின், முகத்தின் மாற்றத்தைக் கவனித்து ‘என்ன?’ என்று கேட்கலாமா என்று யோசித்துவிட்டு, ‘நமக்கு எதுக்கு வம்பு?’ என்று அமைதியானான். ஆனால், அவளே ராஜாவை அழைத்து “ஒரு காஃபி தாங்கண்ணா” என்று சொல்லிவிட்டு தலையைப் பிடித்துக்கொண்டு அமர்ந்தாள்.

ரஃபிக் கோபமாய் அவன் சேரை உதைத்துத் தள்ளிவிட்டு, ஸ்க்ரீனை விலக்கி, கண்ணாடி சுவரின் அந்தப் பக்கம் இருக்கும் தெருவை வெறுமையுடன் வெறிக்கலானான்.

அவன் தொட்ட இடமெல்லாம் அவளுள் மாறுபட்ட உணர்வுகளைத் தூண்டிவிட்டிருந்தது. மனதின் ஒருபுறம் அதை ரசிக்க, மற்றொரு பாகமோ கோபத்தில் அவளை இம்சித்துக்கொண்டிருந்தது. இரண்டுக்கும் நடுவே அவள் தவித்துக்கொண்டிருந்தாள். ரஃபிக் மீது தனக்கிருக்கும் அளவு கடந்த நேசத்தை அவளே உணர்ந்திருந்தாள், அப்படிப்பட்டவன் தன்னை நெருங்கி முத்தமிட நினைக்கும்போது தான் ஏன் அவனை இத்தனைத் தூரம் காயப்படுத்த வேண்டும்? தவிர தன் மனம் ஏன் இத்தனைத் தூரம் அதனை எதிர்க்க வேண்டும்? என்பதை அறியாமல் புதிர்க்காட்டினுள் நிற்கும் வழிதவறிய சிறு முயலானாள். ஆனால், அவள் உள்ளமோ ஒருபுறம் ரஃபிக்கின்

மீது கோபம் கொண்டு பாயும் வேங்கையாய் கர்ஜித்துக் கொண்டிருந்தது. இந்த மனப்போராட்டத்தை அவளால் சகிக்க இயலவில்லை. 'அவன் வேண்டுமா? வேண்டாமா?' என்று தன்னிடமே கேட்டுக்கொண்டாள், அது 'வேண்டும்' என்றே பதிலுரைத்தது. 'அவனைப் பிடித்திருக்கிறதா? பிடிக்கவில்லையா?' என்று தன் உணர்வுகளையே ஆராய்ந்தாள், 'அவனைப் பிடித்திருக்கிறது' என்றுதான் அவள் உணர்வுகள் அவளிடம் சாட்சி பகன்றது. எங்கே தான் குழம்புகிறோம், எங்கே தான் முரண்படுகிறோம் என்று சிக்கலின் நுனியைத் தேடும் சிறு புல்லின் பனிச்சிற்பமாய் அவள் உள்ளம் உறைந்து நின்றாள்.

◯

8

உடைந்த மனதின் கோணங்கள் ஆயிரம்

ஷபியும் ரஃபிக்கும் ஆளுக்கொரு பக்கம் முறுக்கிக்கொண்டு திரிய, நாட்கள் சுழன்றது. ஒரு சில நாட்களுக்குப் பின்... ஷபியோட மனசு, ‘நீ அப்னார்மலா இருக்க’ என்று அவளுக்கு அலாரம் கொடுத்தது. ஏனெனில் அவளால் வேலையில் கவனம் செலுத்த முடியவில்லை. ரஃபிக்கைப் பொறுத்தவரை அந்த பிரேக்கிங் பீரியடை இயல்பாகக் கடந்துகொண்டிருந்தான். அலுவலகத்தில் அவளைக் கண்டாலும் காணாததுபோல் தன் வழியில் சென்று கொண்டிருந்தான். ஷபியின் மனம் மெல்லமெல்ல அவள் சொற்படி நடப்பதை நிறுத்திக்கொண்டே வந்தது. தன்னை மீட்கும் வழி தெரியாது திகைத்து போனாள். ஈகோவெல்லாம் ஒரு ஓரமாகத் தூக்கி கடாசிவிட்டு ரஃபிக்கு மெஸ்ஸேஜ் செய்தாள்.

“ஐ யாம் அப்னார்மல்.”

அவனிடமிருந்து பதில் வரவில்லை. உடனே ஃபோன் செய்தாள். “அப்புறம் பேசறேன்” என கட் செய்தான்... கிட்டத்தட்ட நான்கைந்து மணி நேரங்கள் கழித்து அவனிடமிருந்து கால் வந்தது. ஷபி ஃபோன் எடுத்ததும் அவனே பேச ஆரம்பிததான், முன் எப்போதும் அவள் கேட்டிராத குரலில், முன் எப்போதும் அவள் கண்டிராத கோபத்தில் பேசினான் என்பதைவிட கத்தினான் என்பதே சரியாக இருக்கும்.

“எதுக்கு என்னை டிஸ்டர்ப் பண்ணிட்டே இருக்க?”

“ஏன் எங்கிட்ட பேச மாட்டேன்கிற ரஃபி? உங்கூட பேசாம என்னால இருக்க முடியல, ஆஃபிஸ்ல ஒரு வேலையும் ஓட மாட்டேங்குது, பேசு?”

“...”

“பேசுடா..? ஏன் இப்படி கல்லு மாதிரி இருக்க?”

“என்னைதான் உனக்குப் பிடிக்கலியே” கோபம் குறையாமல் பதிலுக்குக் கத்தினான்.

“நான் எப்ப அப்டிச் சொன்னேன்?”

“அப்படி சொல்லல, ஆனா அப்டித்தானே நடந்துக்கற” அவன் பேச்சின் உஷ்ணம் அவள் பேசபேசக் கூடிக்கொண்டே போனது.

அவன் கோபத்தின் கனலில் அவள் மனம் வேக ஆரம்பித்தது. ஷபிக்கு என்ன சொல்லி அவனைச் சமாதானப்படுத்துவது என்றே தெரியவில்லை. என்ன சொல்லுவது என்பதைச் சிந்தித்து முடிக்காமலேயே, “இல்ல, நான்...”

“என்னை டிஸ்டர்ப் பண்ணாதடி.”

“ரஃபி...”

“உன் குரல் கேட்டதும் எனக்கு என்னென்னவோ பண்ணுது, உன்கிட்ட வரணும்போல இருக்கு, பாக்கணும்போல இருக்கு, பேசணும்போல இருக்கு, ஆனா நான் வர மாட்டேன்” அவன் அழுத்தமான குரலில் சொன்னான்.

“இப்ப என்ன செய்யணும் நான்?”

கண்கள் கலங்க நெஞ்சம் விம்ம அவள் ரஃபிக்கிடம் கேட்ட போது கண்ணீரின் கோடுகளை அவள் கன்னம் தங்குவதற்குத் தயாராக இருந்தது.

“முத்தம் கொடு.”

அவன் குரல் முழுமையான கோபத்துடன் ஆங்காரமாய் வெளிப்பட்டது.

கண்ணீர் கோடுகள் இப்போது அவள் கன்னத்தில் ஓட ஆரம்பித்திருந்தது. அதன் நடுவே முத்தங்களைக் கொடுக்க ஆரம்பித்தாள்.

சில நொடிகள் அவனிடமிருந்து எந்தப் பதிலும் வராமல் போகவே, “ரஃபி...” என்று அழைத்தாள்.

"ம்ம்ம் இத ஒழுங்கா அன்னிக்கு லிஃப்ட்லயே கொடுத்துருக்கலாம்ல."

அவன் கோபத்தின் வீரியம் கொஞ்சம்போல் மட்டுப் பட்டிருந்தது. ஷபி மெல்லிய குரலில் சொன்னாள்:

"என்னால முடியல..."

"என்னாலயும்தான் முடியல, உன்னைப் பாத்துட்டே எப்டி நான் சும்மா இருக்க முடியும்னு நினைக்கிற?"

"என்னால உன்கிட்ட பேசாம இருக்க முடியல."

"அவ்வளவு லவ் இருக்கவ கொஞ்சமாவது அத பிராக்டிகல் லைஃப்ல காட்டணும்."

"ம்ம்ம்."

"என்ன ம்ம்ம், போய் கண்ணத் தொடச்சுட்டு ஃபேஸ்வாஷ் பண்ணு, நான் அப்பறம் பேசறேன்."

"ம்ம்ம்."

"ஆனா, அடிக்கடி பேச மாட்டேன்."

"ஏன்..?"

"அதான் உனக்கு நல்லது, சொன்னா புரிஞ்சுக்க."

"என்ன புரிஞ்சுக்கணும்..?"

"என் மனசுல என்ன இருக்குனு புரிஞ்சுக்கணும்."

"ம்ம்ம்."

"ஒண்ணு சொல்லாம புரிஞ்சுக்கணும், அதுக்கு உன் மூளை இடம் தராட்டி, நான் சொல்றதயாவது புரிஞ்சுட்டுக் கேட்கணும்."

"கேட்டே ஆகணுமா..?"

"ஆமா."

"..."

"கேக்காட்டி நான் என்ன பண்ணுவேன்னு எனக்கே தெரியாது."

"..."

"டோண்ட் வொர்ரி, உன்னை டிஸ்டர்ப் பண்ண மாட்டேன்... ஆனா பேசறத ஸ்டாப் பண்ணிடுவேன்."

“உன்கிட்ட பேசாம என்னால இருக்க முடியாதுனு உனக்குத் தெரியாதா?”

“என்னால பேசிட்டு மட்டும் உன்கூட இருக்க முடியாதுனு உனக்குத் தெரியாதா?”

“...”

“சொல்லுடி என் பால்டப்பா.”

“ம்ம்ம்.”

“இந்த ம்ம்ம் தவிர வேற ஏதாவது பேசேன்.”

“என்ன பேசறதுனு தெர்ல...” திணறித்திணறி மெதுவாக சொல்லி முடித்தாள்.

“என்னஎன்ன யோசிக்கற, அந்த யோசனை ஏன் வந்துருக்குனு எனக்குத் தெரியும், போ... போய் ரெஸ்ட் எடு, போ, நான் அப்புறம் பேசறேன், சரியா.”

“ம்ம்ம்.”

ஃபோனை கட் செய்துவிட்டு... ‘இது என்ன புது பஞ்சாயத்தா இருக்கு? இவங்கிட்ட பேசாம நம்மால இருக்க முடியாது, நம்மகிட்ட பேசிட்டு மட்டும் அவனால இருக்க முடியாது, இதுல யார் என்ன செய்யணும்..? ஒண்ணும் புரியலையே. எதுவானாலும் ரஃபியை இழக்க என் மனம் ஒப்பாதே, என்ன செய்வது?’

ஷபி தனக்குள் பேசிப்பேசிக் களைத்து உறங்கிப்போனாள், ரஃபிக் அதன் பிறகு இன்னொரு பூகம்பத்தை நிகழ்த்துவான் என்பதை அறியாமலேயே.

❍

9

ப்ளூ ஜீன்ஸ் வித் வொய்ட் ஷர்ட்

அடுத்த நாள் பொழுது புலர்ந்தது. என்றைக்கும் இல்லாமல் ஷபிக்கு அவள் தங்கி இருந்த ப்ளாட் புது அழகாகத் தெரிந்தது. ஹால், ரூம் என எல்லாமே வேணியின் பராமரிப்பிலும் ஷபியின் மேற்பார்வையிலும் பளிச் என்ற தோற்றம் தந்தது. வாரந் தோறும் மாற்றும் திரைச்சீலையும், தினமும் மாற்றும் படுக்கை விரிப்பும், ஈரமின்றி உலர வைத்து, அடுக்கப்பட்டிருக்கும் பாத்திரங்களும், எண்ணெய் பிசுக்கு இல்லாத கேஸ் ஸ்டவ்வும் இண்டக்ஸனும் என வீடு அதிகம் புழங்காத அதிகப் பராமரிப்பு செய்த வீடாகக் காட்சியளித்தது. ‘இதையெல்லாம் கலைக்க யார் வருவா?’ என்று சிந்தித்த உள்ளம் சட்டென்று ‘குழந்தை’ என சொல்லி, சிரித்துக்கொண்டது.

வேணியைக் கூப்பிட்டு நான்கைந்து நாட்களாகப் பழங்கள் சரிவர சாப்பிடாததால் அப்படியே கிடக்கிறது. எனவே இன்று காலை ஃப்ரூட்ஸ் சாலட் மட்டும் செஞ்சுடு என்று சொல்லிவிட்டு அலுவலகத்துக்குத் தயாரானாள். ரஃபிக்குப் பிடித்த ப்ளூ ஜீன்ஸும் வொய்ட் ஷர்ட்டும் அதற்குப் பொருத்தமாகத் தலைக்கு வொய்ட் ஸ்கார்ஃபும் அணிந்துகொண்டாள்.

இன்று அலுவலகத்தில் ரஃபிக்குடன் பேசலாம் என்பதே அவளுக்கு எல்லையற்ற மகிழ்ச்சியைத் தந்தது. அவள் ஆனந்தத்தில் திளைத்துக்கொண்டிருந்த வேளையில் ஃபோன் அவளை அழைக்க... அவள் அம்மாதான்.

"அஸ்ஸலாமு அலைக்கும் அம்மா."

"வஅலைக்கும்ஸலாம் ஷபி."

"சொல்லுங்கம்மா, எப்படி இருக்கீங்க?"

"அல்ஹம்துலில்லாஹ், நான் நல்லா இருக்கேன்மா, உனக்கு அம்மா நினைவெல்லாம் வருமா இல்லையா, ஒவ்வொரு தடவையும் நான்தான் கால் பண்றேன்."

"இல்லம்மா இங்க கொஞ்சம் வேலை, உடம்புக்குப் பரவாயில்லையா?"

"பரவாயில்லை மா, முழங்கால் வலிதான் அப்பப்ப வந்துட்டுப் போகுது, மத்தபடி நல்லா இருக்கேன், நீ உடம்பப் பாத்துக்க, வெய்ட் மெய்ண்டய்ன் பண்றேனு சாப்டாம இருக்காத, சத்தில்லாம போய்டும் என்ன சரியா?"

"சரிம்மா."

"அடிக்கடி ஃபோன் பண்ணுமா, வச்சுடறேன்."

"ஓகேம்மா, பை."

எப்போதும் அம்மாக்களுக்குப் பிள்ளைகளின் ஹெல்த் பற்றிய நினைப்புதான் என்றெண்ணியவாறு அலுவலகத்தை அடைந்தாள்.

அலுவலகம் தொடங்கி அரை மணி நேரத்துக்குப் பின் அன்று ரஃபிக் தாமதமாக வந்துசேர்ந்தான். ஷபி இருக்கும் சீட்டைப் பார்த்து மெலிதாய் புன்னகைத்தபடி அவன் சீட்டுக்கு சென்று அமர்ந்தான்.

ஷபியின் ஃபோன் ஒளிர்ந்தது. ரஃபிக்தான் செய்தி அனுப்பி இருந்தான்.

"ஷபி, எனக்கு பிடிக்கும்னுதானே இந்த ட்ரெஸ் போட்டுட்டு வந்த?"

"ம்ம்ம்..."

"குட் கேர்ள், இப்பதான் நீ என்னோட ஷபி."

"அப்ப, இதுக்கு முன்ன?"

"இதுக்கு முன்னாடியும் என் ஷபிதான், பட் அது வேற, இது வேற."

"ஓஹ், அப்படி சொல்ற."

"கண்ணம்ம்மா... ♥ ♥ ♥"

“ம்ம்ம், அதென்ன கண்ணம்மா பக்கத்துல அத்தனை ஹார்ட்டின் போட்ருக்க.”

‘ம்ம்ம், என் ஹார்ட்ட அள்ளிஅள்ளி உனக்குக் குடுக்கறேன் டார்லிங்.”

“♥”

‘அடடா சிங்கிள் ஹார்ட் அனுப்பி அதத் துடிக்க வைக்கிறியா, அது எப்படித் துடிக்குது பார், நீ அனுப்பின ஹார்ட்ல துடிக்கறது நான்... நல்லா பாரு...”

“அதெல்லாம் இல்ல, நான் அனுப்பின ஹார்ட்ல துடிக்கறது நான்தான்.”

“சரியான ரெண்டுங்கெட்டான்டி நீ, ரொமான்ஸா பேசிட்டு இருக்கும்போது சின்னப் புள்ள மாதிரி பேசற, உன்னையெல்லாம் வச்சு நான் குடும்பம் நடத்தி... என்னவோ போ.”

“அப்ப யார்கூட குடும்பம் நடத்தத் திட்டம் போட்டுருக்க?”

“ஏய், எப்பவும் நீதான், நீ மட்டும்தான்.”

“நம்பலாமா?”

“நம்பிதான் ஆகணும் வேற வழியில்லை கண்ணு.”

“ம்ம்ம்”

“சரி, லஞ்ச் முடுஞ்சதுக்கப்புறம் ரொம்ப வேலை இருக்காது, நீ லிஃப்ட் வேலை செய்யாட்டி நாம ஸ்டெப்ஸ்ல போவோம் நினைவிருக்கா, நம்ம ஃப்ளோர்ல இருக்க ஸ்டெப்ஸ் கிட்ட வந்துடு.”

“ஏன்..?”

“இதுக்கு இவ்வளவு பெரிய ஏன்..? ஆமா ஏன்னு தெரியாம தான் இன்னிக்கு ப்ளூ ஜீன்ஸ், வொய்ட் ஷர்ட் போட்டு வந்தியா?”

“...”

“என்ன..? வருவியா மாட்டியா?”

“வர்றேன்...”

“தட்ஸ் மை ஷபி.”

லஞ்ச் முடிந்து ஷபி மாடிப்படி அருகே வந்துவிட சில நிமிடங்களில் ரஃபிக்கும் வந்துசேர்ந்தான். அவளைப் பார்த்ததும்

கண்ணடித்து சிரித்து அருகில் வந்தான். சற்றும் தாமதிக்காமல் அவளைத் தன்னுடலுடன் இறுக்கிக்கொண்டு, அவளது நெற்றியிலும் கன்னத்திலும் முத்தம்வைக்க நினைத்தவன், ஒரு கணம் நிதானித்து அவளை விடுவித்து, "ஷபி நீ கிஸ் பண்ணு" என்று சொல்ல... அவன் அதிரடியில் ஆடிப்போயிருந்த ஷபி மெல்ல அவனிடமிருந்து விடுபட்டு, அவன் கன்னங்களை நோக்கி முன்னேறினாள்.

ஷபியின் முகபாவனைகளைக் கவனித்துக்கொண்டே இருந்தவன், அவன் கன்னங்களின் அருகாமையில் தன் முகத்தைக் கொண்டுசென்று முத்தமிட அவள் இதழால் மிக நெருங்கிவிட்ட சமயம், அவள் தாவாயைப் பிடித்துத் தடுத்து நிறுத்தினான். 'என்ன?' என்பதுபோல் அவள் பார்க்க, "உன் முகத்துல உண்மையான காதல் இல்லை."

அந்தத் தருணத்தில் அவன் அப்படி நடந்துகொள்வான் என்று அவள் சற்றும் எதிர்பார்க்கவில்லை. அவன் விஷமாய்க் கொட்டிய வார்த்தைகளில் துடிதுடித்து, திகைத்து நின்றாள்.

மேலும் தொடர்ந்த ரஃபிக், "நீ எனக்காக அட்ஜஸ் பண்ற, உண்மையிலேயே என்னை கிஸ் பண்ணணும்னு உனக்குத் தோணல."

"அப்டிலாம் இல்ல ரஃபி."

"அப்ப நான் கேட்கறதுக்கு உண்மைய சொல்லு, இப்ப நான் கேட்டதுனாலதானே நீ கிஸ் பண்ண ஒத்துக்கிட்ட?"

"ஆமா..."

"அததான் சொல்றேன், உனக்கா உள்ள இருந்து ஒரு நினைப்பு வரல, இது போலியான உணர்வு."

"இப்ப முத்தம் தரக் கூடாதுனு நான் நினைச்சேன்தான் பட் எனக்கு உன்னை கிஸ் பண்ணணும்கற உணர்வு இல்லாம இல்ல, அது போலி இல்ல."

"பாத்தியா நீயே ஒத்துக்கிட்ட, இப்ப நான் உன்னை கிஸ் பண்றத விரும்பலனு, நான்தான் உன் முகத்தை வச்சே கண்டுபுடிச்சுடுவேனே."

"பெரிய கண்டுபிடிப்பு, அப்ப என் மனசுல இருக்கறத கண்டுபிடி பாப்போம்."

ஷபி கோபமானாள். ஆனால், அவனை சமாதானப் படுத்தும் நோக்கத்தில்தான் பேசினாள், ஆனாலும், ரஃபிக்

அவளைக் குறுக்கு விசாரணை செய்வதை நிறுத்தவில்லை. திரும்பத்திரும்ப 'அவள் காதலே போலி' என்ற அர்த்தத்தில் பேச ஆரம்பித்தான்.

ஒரு கட்டத்தில் ஷபி சொன்னாள், "பிரேக்கப்..."

"உனக்கு இத தவிர வேற என்ன தெரியும்...? ஒரு முத்தம் கூட உண்மையான உணர்வோட கொடுக்கத் தெரியாது?"

"ஆமா, உனக்குதான் எல்லாம் தெரியும்... போ... உனக்குப் புடுச்சவள லவ் பண்ணு, என்னை, என்னை விட்ரு."

"ஷபி..."

"போடா, சாவு!"

அவள் கொதிக்க ஆரம்பித்திருந்தாள்.

ரஃபிக் அங்கிருந்து விருட்டென்று கிளம்பி போனான். ஷபி அப்படியே மாடிப்படியில் சரிந்து அமர்ந்தாள். 'இவன என்னதான் பண்றது..? மனசார கிஸ் பண்ண வர்லங்கறத புரிஞ்சுக்கிட்டவன், மனசார லவ் பண்றேங்கறதப் புரிஞ்சுக்கவே இல்லையே..? இப்படி நுணுக்கிநுணுக்கி ஆராய்ந்து குறை கண்டுபிடிப்பவனோடு எப்படி காலத்தை ஓட்டுவது?' என்று நினைத்துநினைத்து மருகிப்போனாள். ரஃபிக் புத்திசாலிதான், ஷபியின் முகம் சொல்லும் குறிப்புகளைக் கொண்டு அவளுக்கு முத்தமிட விருப்பமில்லை என்றுணர்ந்து அதைத் தடுத்துவிட்டான். ஆனால், அவள் மனமறிந்து நடக்கத் தவறிவிட்டான் அல்லது அவனுக்கு அது முக்கியமாகப் படவில்லை, அந்த நொடியில் ஷபி தன்னிடம் உண்மையாக இல்லை என்பதே அவனுக்கு மனமுடைய செய்யும் காரியமாக இருந்தது. முழுமனமின்றித் தரப்படும் ஒன்றை அவன் பெற்றுக்கொள்ள விரும்பவில்லை, அந்த வகையில் அவன் ஜென்டில்மேன் என்றாலும்கூட ஷபியை சதா நுட்பமாக ஆராய்ந்து கடிந்து கொண்டே இருக்கும் அவனின் அந்தப் பண்புக்கு என்ன பெயர் வைப்பது?

ஷபி... மறுபடியும் ஒரு மனஅயற்சிக்கு உள்ளானாள். ரஃபிக்கும்தான்... ஆனால், அவன் அடுத்து என்ன என்று எளிதில் உணர்வுகளை உடனே கொட்டி உடனே கடக்கத் தெரிந்தவன்.

ஷபி அப்படி அல்ல!

அவள், தண்ணீர்ச்சுழலில் சிக்கிய சிறு படகாகத் தன் மனதை ஒரு நிலையில் நிறுத்த முடியாமல் தள்ளாடினாள். நிலையின்றித் தவித்தாள், உள்ளம் கெட்டு உடல் வாடி முகம் அரண்டு தனக்குத் தானே சுமக்க முடியாத பாரமானாள், 'ரஃபி நீ எனக்கு வேணும், வேணும்' என்று அவளின் ஆழ்மனம் அவளிடம் இறைஞ்சியது, 'இந்தச் சூழலை மாற்றிவிடு' என்று மன்றாடியது. 'ரஃபியிடம் போ, போய்விடு' என்று மிரட்டிய மனக்குரலைச் சுயமரியாதைதான் கடிவாளமிட்டுத் தடுத்து நிறுத்தியது. மேல்மனம் கடிவாளத்துக்கு அடங்கி, 'ரஃபியிடம் இந்த நிமிடம் போய் நிற்பது கூடாது' என்ற முடிவில் நிலைக்கொண்டாலும் ஆழ்மனம், அவளின் கண்ணீரை மனதுக்குள்ளேயே தங்குதடையின்றிக் கொட்டியது, தனக்குள்ளே அவள் கேள்விகளுடன் விசும்பலுடன் மனக்கேவலுடன் ஒடுங்கிப்போனாள், ஓய்ந்துபோனாள், மனம் என்ற உடலை உருமாற்றி உருக்குலையவிட்டிருந்தாள் அல்லது அப்படி ஆனதைத் தடுக்க முடியாத பரிதாபத்துக்குரிய நிலைக்குத் தள்ளப்பட்டாள்... மனதின் ஆழமான காயம் ஷபியின் உடலைக் காயத்துக்குண்டான தொய்வுடன் கசக்கி, நொடிந்த கிளையாய், வேரறுத்த மரமாய் ஆக்கி, அவளின் தோற்றப்பொலிவையே மாற்றியது. சாய்மானம் இன்றிப்போன தனிமனம்போல் நைந்து போன தோற்றத்தைச் சில நிமிடங்களிலேயே அடைந்தது. மனதின் தாக்கம் உடலிலே தெரியவும் களைப்பாய் உணர்ந்தவள் தன்னுள்ளே நடந்த பேரதிர்ச்சியின் விளைவைக் காதலின் வலி தந்த மனதின் கோரத்தை உணரத் தவறி இருந்தாள்.

அந்தப் பக்கம் ரஃபிக் தனது டேபிளுக்குச் சென்று அமரவும் முடியாமல், நிற்கவும் முடியாமல் தவித்துக்கொண்டிருந்தான், ராஜாவை அழைத்து "ஃப்ரிட்ஜ் வாட்டர் கொடுங்கண்ணா" என்று சொல்லிவிட்டு சிஸ்டத்தை வெறித்தபடி மவுஸை உருட்டிக்கொண்டிருந்தான். தண்ணீர் வந்ததும் "தேங்க்ஸ்ணா" என்றபடி வாய்க்குள் குளிர்ந்த தண்ணீரை அப்படியே சரித்தான், அவன் இதயத்தின் கனலை அணைக்க, அந்தத் தண்ணீர் போதுமா? ஆனால், அவன் தண்ணீர் கிளாசைச் சரித்த வேகத்தில் அவனுடைய நீலச்சட்டையெல்லாம் தண்ணீர் பட்டு தெறித்து, ஆங்காங்கே சட்டை நனைந்தது. நனைந்த

சட்டையின் நீர்த்துளிகள், மெல்லிய நீல நிறம் கலந்த ஆகாய வண்ணச் சிறகுகளாய்ப் பரிணாமம் அடைந்தது, அதனைத் தொடர்ந்து வைரம் போன்ற வெண்ணிற ஆடையின் மினுமினுக்கும் ஒளியுடன், உண்மையின் தகதகப்பின் ஜொலி ஜொலிப்பில், சொல்லவொண்ணா அழகுடன் காற்றிலே அமானுஷ்ய சக்தியாய் திம்மக்கா தோன்றினாள், இந்த முறையும் அவன் புறக்கண்கள் காண முடியா வண்ணம் பிரபஞ்ச செய்தியை அவனுக்குள் அனுப்பினாள், புற சக்திகள் தன்னுள் தாக்கத்தை ஏற்படுத்தும் என்பதை பாவம் அவன் காதல் மனம் அறிந்திருக்கவில்லை, தனக்காக ஒரு பாடல் ஒரு நீர் தேவதையால் பாடப்படும் என்பதை அவன் அறியவில்லை, தனக்கும் உதவி செய்ய இந்தப் பிரபஞ்சம் முயற்சிசெய்யும் என்பதை அவன் நெஞ்சம் அறிந்திருக்கவில்லை. எண்ணங்களுக்கு ஒரு வலிமை உண்டென்பதை அவன் மறந்திருந்தான், அவைதான் பிரபஞ்ச ஆற்றலாக உள்ளுணர்வாக நமக்குள் பல நேரங்களில் வழிகாட்டுகிறது என்பதை அவன் நினைத்துப்பார்த்ததில்லை. ஆனாலும், திம்மக்கா மெல்லிய இனிமை நிறைந்த கருணையுடன் பாடினாள்:

தாயைத் தேடித் தவிக்கும்
இளங்கன்று போல்
உனக்குள் ஓர் ஏக்கம்
நீ கொள்கிறாய்

என்னைப் பார் என்ற
மன மந்திரம் அவளுக்காய்
தினம் நீ ஜெபிக்கிறாய்

உயிர்த்தண்ணீருக்கு தவிக்கும்
சிட்டுக் குருவியாய்
ஏதோ ஓர் அன்பைக்
கண்ணீருக்கப்பால் துழாவுகிறாய்

மௌனம் எனும் கேடயம்
எப்போதும் உன்னைக்
காத்து நில்லாது
என் அன்பே
உதவியோ உத்தரவோ
திருவாய் மலராமல்
அதிசயம் நிகழாது
என் கண்ணே!

திம்மக்கா பாடி முடித்து சிட்டாகப் பறந்துவிட்டாள். பிரபஞ்சத்தின் வேலை அவன் மனதை அவனுக்கு உணர்த்தி வழிகாட்டுவதுதானே தவிர, கைப்பிடித்து அழைத்து செல்வ தல்ல, தனக்குள் ஏற்படும் உணர்வுகளை அலசி ஆராய்ந்து அதற்கான தீர்வுகளை நோக்கி செயலாகவோ வார்த்தையாகவோ நகர வேண்டியதுதானே நம் ரஃபிக்கின் வேலை, திம்மக்கா என்பவள் யார்? அவனுக்குள் இருக்கும் ஷபி மீதான காதல் உணர்வுகளின் ஒரு வடிவம்தானே? ஷபி மீதான அவன் உணர்வுகள் இந்தப் பிரபஞ்சத்தோடு தொடர்புடையதுதானே? ரஃபிக்குக்கு ஏதோ ஒன்று புரிந்தது. உணர்வின் வழி செயல் படத் தொடங்கினான், கில்லாடிப் பையன், எடுத்த காரியத்தை முடிக்காமல் விட மாட்டான்.

10

துயர் என்னும் நெடிய கோபுரம்

ஒவ்வொரு நொடியும் ஒரு யுகமாய்க் கடந்தது ஷபிக்கு, மெல்ல நினைவுகளை அள்ளி சேர்த்து கட்டி, தான் அலுவலகத்தில் இருக்கிறோம் என்பதை தனக்குத்தானே உணர்த்தி மாடிப்படியில் இருந்து கைப்பிடியைப் பிடித்தவாறு எழுந்து நின்றாள். அவளுக்குள் இருந்த ஏதோ ஒன்று அவளது மெல்லிய உணர்வுகளை மனதின் ஆழத்தில் சென்று புதைத்து விட்டிருந்தது. தனக்குள் ஆயிரம் மனத்தடைகளைக் கொண்டவளுக்கு இது இன்னொரு மீள முடியாத பாதாளக் கிணறாக இருக்கப் போகிறது என்பதை அறியாதவளாய் தனது இருக்கைக்கு ஒவ்வொரு அடியாய் எடுத்துவைத்துக்கொண்டிருந்தாள். மனதின் அயற்சியை முகமும் உடலின் தளர்வும் நடையும் அப்பட்டமாய் காட்டிக் கொடுத்தது. 'இனி ரஃபியுடன் பேசப்போவதே இல்லை' என்ற மனதின் கட்டளையைச் செவியுற்றவளாய் அவள் வாழ்வின் முக்கிய தருணமொன்றைக் கடந்துகொண்டிருந்தாள். அவள் மனதில் விழுந்த அடியின் பாதிப்பை அவள் உணர்ந்தவளாய்த் தெரியவில்லை. காயம் கண்ட இதயம், காதலில் ஊடல் என்ற அளவில் தன்னைப் பற்றிய புரிதலில் இருந்தாளே ஒழிய அந்தக் காயம் நாட்படநாட்பட எந்த விதமான பாதிப்பைத் தரப்போகிறது என்பதை அறியாதப் பேதையாய் இருந்தாள். சுற்றி நடப்பவைகளுக்கு இயந்திரம் போல் கட்டுப்பட்டு அன்றைய அலுவலக நேரத்தை முடித்துவிட்டு ஓலா புக்செய்து ஆட்டோவில் வளசரவாக்கம் பிளாட்டுக்கு வந்துசேர்ந்தாள்.

எல்லாம் முடிந்தது என்று முடிவுசெய்து டவலுடன் குளியலறை நோக்கி நகர்ந்தாள். எவ்வளவு குளித்தாலும் எவ்வளவு அழுதாலும் அது தீராதக் கடலின் உப்பின் கரிப்பைபோல் நெஞ்சுக்குள் வலி நின்று கரித்துக்கொண்டே இருந்தது. குளியலறையை விட்டு வெளியே வந்த போது வேணி வாசற் கதவை திறந்துகொண்டு உள்ளே நுழைந்தாள். அவளிடம் ப்ளாக் காஃபி சொல்லிவிட்டு தனியறையின் மெத்தையில் போய் விழுந்தாள். அவள் போனில் வாட்சப் திரை மின்னி மறைந்தது. எடுத்துப் பார்த்தாள், அது ரஃபிக்தான் ஷெல்ஃபி அனுப்பி இருந்தான். எப்போதும் அவனுக்கு ஷெல்ஃபி மட்டும் ஒழுங்காகவே வராது, ஏதாவது சொதப்பி வைத்திருப்பான், ஆனால் இந்த ஷெல்ஃபி ஷபியின் இதயத்தைச் சுக்கல் சுக்கலாக்கியது. ஏற்கனவே மனம் நொந்து போயிருப்பவளுக்கு ரஃபிக் அனுப்பிய அந்த ஷெல்ஃபி ஒரு ஜென்மத்துக்குமான துக்கத்தைக் கொடுக்க வல்லது, இன்னொரு ஜென்மத்துக்குமான தூக்கத்தையும் கெடுக்க வல்லது. ரஃபிக்கின் முகம் சோகம் காட்டியது என்று சொல்வதைவிட அவன் நிலைகுலைந்து போயிருப்பதைப் படம்பிடித்துக் காட்டியது. இதுவரை ரஃபிக்கை அவள் அப்படி ஒரு கோலத்தில் பார்த்ததில்லை. அவளுக்கு இதயத்தின் நாலா பக்கமிருந்தும் யாரோ குண்டூசியால் மெல்லக் கீறி அவளது குருதியை உடலுக்குள்ளேயே வழியவிடுவதைப் போன்ற துயரை உணர்ந்தாள். அவளது மனம் அனுபவிக்கும் துன்பத்தைக் காண சகியாதவளாய் ரஃபிக்கு போன்செய்தாள். அதற்காகக் காத்திருந்தவன்போல் உடனே லைனுக்கு வந்தான்.

“ஷபி...” என்றழைத்தவனின் குரலில் அவலச்சுவை நிறைந்திருந்தது.

“என்னதான்டா நினச்சுட்டு இருக்க உன் மனசுல..? ஏன் இப்படி ஒரு போட்டோவ எனக்கு அனுப்பி வச்ச..? உன் முகத்தை என்னால பாக்க முடியல, ரொம்ப பெய்ன் ஃபுல்லா இருந்துச்சு, என்னைச் சாகடிக்கணும்தானே அப்படி ஒரு போட்டோ அனுப்பின..? என்னால உன்னை அப்படி பாக்க முடியாதுன்னு உனக்கு நல்லா தெரியும்ல..? அப்புறம் ஏன்டா இப்படி அனுப்பின? என்னால தாங்க முடியல” ஷபி கோபத்திலும் அவன் மீதிருந்த அளவற்ற நேசத்தாலும் ரஃபிக்கைக் கண்டபடி திட்டிக் கொட்டினாள். ஒன்றுமே சொல்லாமல் அமைதியாகக் கேட்டுக்கொண்டிருந்தவன் பேச ஆரம்பித்தான்.

“என்னால நீ இல்லாம இருக்க முடியல, நீ பேசினதத் தாங்க முடியல. ஆனா, உன்னை டிஸ்டர்ப் பண்ண விரும்பல, நான் எப்படியோ போறேன், இனி என்கிட்டே பேசாத.”

“ரஃபி, ஒரு நிமிஷம்...” என்று பதற்றத்துடன் கெஞ்சும் ஷபியின் குரலைக் கேட்க, எதிர்முனையில் அவன் இல்லை. திரும்பத்திரும்ப அழைத்து அவள் சோர்ந்துபோனாள், அவன் அவளின் அழைப்பை எடுக்கவே இல்லை. அவள்மீது ஒரு காதல் போரே தொடுத்திருந்தான். தன் இஷ்டப்படி ஷபி இல்லை என்பதைவிட அவளுக்குள் ஊறி, திளைத்து முளைத்தக் காதல் உணர்வை அவள் தன்னிடம் வெளிப்படுத்தவில்லை என்பதே அவளின் பெருங்குறையாக, குற்றமாகத் தெரிந்தது ரஃபிக்கு.

ஆனாலும், அவளை அப்படியே கோபத்தோடு விட்டுவைக்க அவன் மனம் விரும்பவில்லை, எனவேதான் தனது அழுத்தமான காதலை, தனது உருவத்தை, முகத்தை, உணர்வைப் படமாக்கி அவளுக்குத் தந்துவிட்டு அவன் மௌனம் என்னும் ஆடையை உடுத்திக்கொண்டு மனதைப் பாறாங்கல்லாக்கிக் கொண்டான். ஷபியைக் காதலுக்காகத் தொடர்ந்து காயப்படுத்துவதை அவன் மனமே விரும்பவில்லை.

ஆனால், ஷபியின் நிலைமையோ வேறாக இருந்தது, எல்லாம் முடிந்தது, இனி தனது வலிகள் மட்டும்தான் என்று நினைத்தவள், ரஃபிக்கின் வலியையும் சேர்த்து சுமக்க ஆரம்பித்து இருந்தாள்.

வேணி கொண்டுவந்து வைத்துவிட்டுப்போன ப்ளாக் காபி ஆறிக்கொண்டிருந்தது, அவள் காதலைப்போல.

இரவு எது? பகல் எது? என்று தெரியாமலேயே நாட்கள் வாரங்களாகி, மாதங்களானது. ஷபியின் குறுஞ்செய்திகளைப் படித்தாலும் அதற்கு ரஃபிக் பதில் உரைப்பதே இல்லை. அண்ணாநகர் அலுவலகத்திலிருந்து மாற்றல் வாங்கிக்கொண்டு வடபழனி கிளைக்குச் சென்றுவிட்டான். ஐந்து மாதங்கள் ஓடிய நிலையில் ஒருநாள் ஷபி கடுமையான முறையில் திட்டி அவனுக்குக் குறுஞ்செய்தி அனுப்பி இருந்தாள். அது என்னவென்றால்...

“ரஃபி நீ என்னதான் நினைச்சுட்டு இருக்க..? போனவன் அப்படியே போக வேண்டியதுதானே, ஏன் உன் மனக்கஷ்டத்தை எடுத்துசொல்ற மாதிரி ஷெல்ஃபி அனுப்பி என் மனசக்

கரைச்சுட்டு போன..? நீ மட்டும் இப்படி கல்லு மாதிரி இருக்கியே, இது நியாயமா..? அஞ்சு மாசமா உனக்கு மெஸ்சேஜ் அனுப்பறேன், நீ என்ன ஏதுன்னுகூட கேட்கறது இல்ல..? எப்படியோ தொலைன்னு விடவும் முடியல... கடைசியா நீ அனுப்பின உன் ஷெல்ஃபி இன்னும் என்னை டிஸ்டார்ப் பண்ணுது, எனக்கு ஒரு முடிவச் சொல்லு..? என்னை லவ் பண்றியா இல்லையா?" என்று பொரிந்து தள்ளியவளுக்கு ரஃபிக்கிடம் இருந்து ஒரு சின்ன வார்த்தைதான் பதிலா வந்தது அது.

"வெய்ட்."

11

அண்ணாநகர் டவர் பார்க்

ஷபி காத்திருக்கத் தொடங்கினாள். ஆறு மாதங்களுடன்கூட சில மணித்துளிகளும். 2019 ஜூலையில் ஒருநாள் அந்த நேரம் வந்தது. ரஃபிக் ஆன் லைனில் வந்தான். "ஃபோன் பண்ணவா இப்போ?" என்று அனுமதி கேட்டு செய்தி அனுப்பி இருந்தான். 'இவன்தான் இவ்வளவு நாளா நம்மகிட்ட பேசல, என்னவோ நாம பேசாத மாதிரி பேச பர்மிஷன்லாம் கேட்கறான்?' என்று நினைத்துக்கொண்டு "எனக்கு நீ எப்ப வேணா ஃபோன் பண்ணலாம், அட்டன்ட் பண்ணுவேன்" என்று பதில் அனுப்பினாள்.

கால் வந்தது, ஒரே ரிங்கில் ஃபோனைக் கையில் எடுத்து, ஆன் செய்து காதில் வைத்தாள்.

"ஷபி" தேன்போல் ஒலித்த அவன் குரலில் மற்றொரு முறை கிறங்கிப்போனாள்.

"ம்ம்ம்..."

"எப்படி இருக்க?"

"ம்ம்ம்... பரவாயில்லை."

"ஏன் ஒரு மாதிரி பேசற?"

"நான் ஒரு மாதிரி பேசறதும், சந்தோசமா பேசறதும், இனி பேசாமலே இருக்கறதும் எல்லாமே உன் கைலதான் இருக்கு."

"ரெண்டுல ஒண்ணு சொல்லுனு முடிவு கேட்கறியா ஷபி."

"இல்ல, என்னை வாழவிடுன்னு சொல்றேன், அப்படி ஒரு ஷெல்ஃபிய அனுப்பி என் மனச

அங்கேயே நிறுத்தி வச்சுருக்க, அதுல இருந்து என்னால மீளவே முடியல, நீ எப்படி இருக்கணு தெரியாம ஒவ்வொரு நாளும் தவிச்சுட்டு இருக்கேன், நான் என்னைப் பாத்துக்கறேன் நீ போன்னு சொன்னாகூட நான் தயாரா இருக்கேன், ஆனா நமக்குள்ள இருக்க உறவைப் பத்தின ஒரு முடிவ நீதான் எடுக்கணும், நானே எடுத்துருப்பேன் பட், உன்னோட சம்மதம் இல்லாம தனியா நான் ஒரு முடிவ எடுக்கத் தயாரா இல்ல, நீ என்னை மதிக்காம, பேசாம இருந்தாலும்கூட, ரெண்டு பேரும் சேர்ந்துதான் லவ் பண்ணோம், முடிவையும் ரெண்டு பேரும் சேர்ந்தே எடுக்கலாம்."

"இவ்வளவு நேரம் நியாய தர்மமெல்லாம் பேசின, ஒரு தடவ கூட நீ என் பேர சொல்லலியே ஷபி, நான் உன்னை விட்டு விலகின நாட்கள்ல நீ என்னை எவ்வளோ திட்டியிருக்க, உன் கோபத்தை எல்லாம் கொட்டி எனக்கு மெஸ்சேஜ் அனுப்பி இருக்க, அப்பவெல்லாம் நீ என்கிட்டே இருக்க உரிமைல பேசறன்னு சந்தோஷப்பட்டுருக்கேன், இப்ப ஃபோன்ல பேசறேன், ஒரு தடவகூட என் பேரச் சொல்ல மாட்டேங்கற ஷபி, அவ்வளவு தூரம் என்னைவிட்டு விலகத் தயாராகிட்டியா?"

"விலகத் தயாரா இருந்தா நான் ஏன் இந்த அஞ்சு மாசமும் நீ ரிப்ளை பண்ணாட்டிக்கூட, டிரான்ஸ்பர் வாங்கிட்டு வடபழனி பிராஞ்சுக்குப் போனப்பறம்கூட இன்னமும் உனக்கு மெஸ்சேஜ் பண்ணிட்டு இருக்க போறேன், நான் மறக்கல, விலகல. நீதான் என்னை விட்டு விலகி இருக்க."

"சரிடாம்மா, ஒரு தடவ ரஃபின்னு கூப்டேன்."

"நீ ஒரு முடிவ சொல்லு? அது தானா வரும்."

"எது?"

"உரிமை."

"அப்போ இதுவரை நீ அனுப்பின மெஸ்சேஜ்க்கு என்ன அர்த்தம்?"

"அது என்னோட காதல், உன்மேல வச்சுருக்க பாசம், ஒருதலைபட்சமான என் உரிமைய நான் எடுத்துக்கிட்டேன், ஆனா, மனசு உருகி உன் பேர கூப்பிடணும்னா உனக்கு என்மேல காதல் இருக்கு அப்டீங்கற பரஸ்பர உரிமையக் கொடுத்தாதான் முடியும்."

"கண்ணம்மா... ஏன்டா இப்டிலாம் பேசற, ஒரே ஒரு தடவ என் பேரைச் சொல்லு."

ரஃபிக்கின் இத்தனை நாள் மௌனத்தையும் இந்த நொடிகளில் ஷபி குத்தகைக்கு எடுத்திருந்தாள், தனது மௌனத்தையே அவனுக்குப் பதிலாக அனுப்பியிருந்தாள்.

இப்போது 'ரஃபி' அந்த மந்திரச் சொல்லை உச்சரித்தான், "சொல்லுடா..."

அந்த 'சொல்லுடா... ஆ ஆ' என்ற ராகம் போட்டு அழைத்த வார்த்தையில் அவனின் அத்தனைக் காதலையும் குழைத்துத் தன் குரலில் மென்மையும் கனிவுமாய் ஒரு பைசா கோபுரத்தையே எழுப்பியிருந்தான். தனது குரலில் காதலின் கனத்தை ஏற்றிக் கேட்பவர் நெஞ்சம் உருகி மருகி தன்னிடமே வரும் வண்ணம் காந்த குரலில், ஏக்கக் குரலில் அந்த 'சொல்லுடா...' என்னும் ஜீவகீதத்தைப் பாடினான். அந்த 'சொல்லுடா' என்னும் குறுஞ் சொல் அவளின் உணர்வுத்தளங்களைத் தட்டி எழுப்பியது. அவளின் முழுமையான ஆத்மார்த்தமான காதலைக் கோரியது. நான் விரும்பும்படி நீ என்னிடம் வந்துவிட வேண்டும் என்ற உள்ளக்கிடக்கைகளை அவளுக்கு உணர்த்தியது. என் மன தாகத்தைப் புரிந்துகொள் என்று மன்றாடியது, நான் உன்னிடம் மயங்கிக்கொண்டிருக்கிறேன் என்பதை சொல்லாமல் சொல்லியது. உன்மீதான என் மையல் ஆயிரம் மடங்கு அதிகரித்துள்ளது என்ற செய்தியைக் கர்வமின்றிப் போட்டுடைத்தது.

வெறும் குரலாக இன்றி இதயத்தின் அடிவாரத்திலிருந்து உயிர்சக்தியைத் திரட்டி ஒரு வார்த்தையில் வடித்து அவளிடம் வந்துசேர்ந்திருந்தது. அந்த வார்த்தையைக் கேட்டது முதல் அவள் மனக்கூட்டின் லட்ச சிறகுகளும் சிலிர்த்து, சிரித்துப் படபடவென இதயம் வேகம் எடுத்துத் துடிக்கத் தொடங்கியது. ரஃபிக் வசியக்காரன் என்பது அவள் அறிந்ததே, ஆனால், ஒரே வார்த்தையில் கூடுவிட்டு கூடுபாய்ந்து தனது இதயக் கள்ளை நொதிக்கச் செய்வான் என்பதை இத்தனை நாட்களாக அவள் அறிந்திருக்கவில்லை. ஷபியின் உணர்வுகளை வேரோடு சாய்த்தது அந்தக் குரல். அதன் மின்சாரத் தாக்குதலில் இருந்து வெளிவர இயலாதவளாய், அவனின் தார்மீக உரிமை சாசனத்துக்கு உள்ளுக்குள் கட்டுப்பட்டவளாய் ஆனால், தனது நோக்கத்திலிருந்து தனது எண்ணங்கள் பிறழாது தன்னைத் தன்

உணர்வுகளை மறைத்துக்கொண்டு "ம்ம்ம்..." என்று மெல்லியக் குரலில் பதிலுரைத்தாள் ஷபி.

"இப்பகூடப் புரியலையா என் மனசு?"

"நீ உடச்சுச் சொல்லு, தெளிவாச் சொல்லு, நேரடியாச் சொல்லு" கொஞ்சம் தன்னை ஆசுவாசப்படுத்திக்கொண்டு அவன் காதலின் கழுத்தில் கத்தியை வைத்து மிரட்டும் தோரணையில், முடிவு தெரிய வேண்டிய அவசரத்தில் ஷபி அந்த வார்த்தைகளைச் சரசரவென உதிர்த்திருந்தாள்.

"சொல்றேன், அது ஃபோன்ல சொல்ல முடியாது, வர சண்டே மார்னிங் நீ அண்ணாநகர் டவர் பார்க் வந்துடு, சரியா, நான் உன் முகம் பார்த்துப் பேசணும்."

"இவ்ளோ நாள் வெய்ட் பண்ணிட்டேன், வர சண்டே வரைதானே, சரி வெய்ட் பண்றேன்."

"ஓகேடா, வா பேசுவோம், அதுவரை எதுவும் மனசப் போட்டுக் கஷ்டப்படுத்திக்கிட்டு அனத்தாம அமைதியா இருக்கணும், சரியா?"

'நான் இப்படி அனத்தக் காரணமே நீ அனுப்பின ஷெல்ஃபி தானேடா' என்று மனதில் நினைத்துக்கொண்டாள்.

"ம்ம்ம்..."

"ஓகேடா பை."

"ம்ம்ம்..."

"பைனு ஒரு வார்த்தைச் சொல்ல மாட்டியா ஷபி."

"பை."

அவன் ஃபோனை நிம்மதியாக வைத்தான், இங்கே இவள் நிம்மதியின்றி தவித்தாள், ஏன் மறுபடியும் வெய்ட் பண்ண வைக்கிறான்னு அவளுக்குப் புரியவே இல்லை.

சண்டே வந்தது. அண்ணாநகர் டவர் பார்க்:

காதலும் உடற்பயிற்சியும் இரண்டறக் கலந்த இடம்தான் அண்ணாநகர் டவர் பார்க். அண்ணாநகர் அந்த அளவுக்குத் திட்டமிட்டு கட்டமைக்கப்பட்ட பகுதி. அண்ணாநகர் அளவுக்கு அகலமான தார்ச்சாலைகளும் நேர்க்கோட்டில் கட்டப்பட்ட வீடுகளையும் சென்னையின் மற்ற பெரும்பான்மை பகுதிகள் கொண்டதில்லை. அப்படிப்பட்ட அழகிய அண்ணாநகரில்

அவகோடா ஜூஸில் தேனும் ட்ரை ஃப்ரூட்ஸும் கலந்த அற்புத ஆரோக்கிய சுவைதான் அண்ணாநகர் டவர் பார்க்.

அதிகாலை வேளைகளில் உடற்பயிற்சியாளர்கள், நடைப் பயிற்சியாளர்கள், ஆங்காங்கே காதல் ஜோடிகளின் இருப்பு என முகம் காட்டும் பார்க், காலை 10 மணி தாண்டி முழுக்கமுழுக்க காதல் ஜோடிகளின் கைக்குள் சென்றுவிடுகிறது. உணர்வற்ற ஜடங்கள்கூட தன் இணையைத் தேடும் உணர்வுபூர்வமான காதல் ததும்பும் மனிதர்களாகத் தடம் மாற்றிப் பயணம் செய்ய வைக்கும் வலிமை அண்ணாநகர் டவர் பார்க்குக்கு உண்டு.

பேருந்துகளில் கரம், சிரம், புரம் (எழுத்தின் அழகுக்காகப் புறம் என்பது புரம் என்று உருமாற்றம் பெற்றிருக்கும்.) நீட்டாதீர்கள் என்பதுபோல காலை பத்து மணிக்கு மேல் அங்கு போடப்பட்டிருக்கும் சாலையில் மட்டுமே கவனம் செலுத்தி நடைபயில்வது முக்கியம். இடமோ வலமோ திரும்பினால் ஏதேனும் ஒரு காதல் காட்சி, கண்ணில் பட்டு உள்ளம் கெட்டுப் போகும் அபாயம் உண்டு. பத்து மணிக்கு மேல் பார்க்கின் இருக்கைகள், சிறிய மேடைச் சுவர்கள், காதலர்களால் நிரம்பி வழிகிறது. தனியாகவோ சிறு குழுக்களாகவோ செல்வோர்க்கு நிச்சயம் இடம் கிடைக்காது. மாலைப் பொழுதில் குழந்தைகளுக்கு அமைக்கப்பட்டிருக்கும் ஆடும் பயிற்சி அமைப்புகள், அதில் ஆடும் குழந்தைகள், அதை ரசிக்கும் பெற்றோர்கள் என்று அங்கு கவிதைகளாய் மனதுக்கு மென்னுணர்வு தரும் காட்சிகள் மனதுக்கு இதம் தரும்.

பெண் குழந்தைகள் அப்பாவைச் சார்ந்திருக்கப் படைக்கப் பட்டவர்களா? அல்லது அப்பாக்கள் அவ்வாறு தன் பெண் பிள்ளைகளை வளர்க்கிறார்களா? என்பதே விளங்காத வினோதம், எல்லா பெண் குழந்தைகளுக்கும் பார்க்கில் அப்பாதான் பயிற்சியாளர், தோழர், பாதுகாவலர் என எல்லாமுமாக இருக்கிறார்கள். அப்பாவை அழைத்த வண்ணம் பெண் குழந்தைகள் ஓடியாடி விளையாடிக்கொண்டிருக்கும் காட்சிகள் அவ்வளவு அழகு. பாலின வேறுபாடுகள் மறைந்து ஆண், பெண் இணைந்து நடனப் பயிற்சி மேற்கொள்வதும், சுற்றுப்புறம் மறந்து குழுக்களாகச் சில நடன அசைவுகளைச் சக நண்பர்களிடம் ஆடிக் காட்டியபடி செல்லும் ஆண்,

பெண் மனதைக் கொள்ளையடிப்பார்கள். நடனங்களை எதற்காகக் கற்கிறார்கள்? எதன் அடிப்படையில் அவர்கள் ஒவ்வொருவரும் அதைக் கொண்டுசெல்வார்களோ தெரியாது ஆனால், நடனங்கள் மகிழ்வைக் கொட்டித்தரும் உடற்பயிற்சிகள். சலிப்பில்லா உடற்பயிற்சிகள்.

பார்க் வாசிகளுக்காக எந்நேரமும் ஒலித்துக்கொண்டே இருக்கும் வரிகளற்ற மெல்லிசை அந்த இடத்தையே ரம்மியமான மனநிலைக்கு அழைத்துச்சென்றுவிடும்.

யாருடைய யோசனையோ இப்படி ஒரு பார்க், அதில் இப்படி ஒரு கட்டமைப்பு, இப்படி ஒரு மெல்லிசை!

இப்படிப்பட்ட அண்ணாநகர் டவர் பார்க்கில் மாலை ஐந்தரைக்கு ரஃபிக் சொன்ன நேரத்துக்கு வந்துவிட்டாள் ஷபி.

ரஃபிக்கிடமிருந்து ஃபோன் வந்தது.

“ஷபி, பார்க்கோட பேக் சைட்ல இருக்க கேட்டுக்கு வந்துடு.”

“ஓகே.”

ரோஸ் கலர் சுடியும், அதே கலரில் துப்பட்டாவும் அணிந்திருந்தாள். துப்பட்டாவின் நிறமும் சுடியின் நிறமும் அவள் முகத்தைப் பால் ரோஜாவாக ஜொலிஜொலிக்க வைத்தது.

ஷபி நடந்துகொண்டே தூரத்திலேயே ரஃபிக்கைக் கண்டுபிடித்துவிட்டாள். ஹாஃப் வொய்ட் பேண்டும் டார்க் ப்ளூ ஷர்ட்டும் அணிந்திருந்தான், கால்களை மூடிய பிரவுன் நிற செருப்பு அவன் கால்களின் லேசான சிவந்த நிறத்தை அழகாகக் காட்சிப்படுத்தியது, ஆறடி உயரத்தில் நின்று அவளையே பார்த்துக்கொண்டிருந்தான்.

ஷபியை அப்படியே வைத்த கண்ணை இடம் மாற்றாமல் பார்த்துக்கொண்டிருந்தான்.

காதலில் கசிந்துருகி ஊடலில் சென்றவன் மீண்டும் வந்திருந்தான், அவளைத் தன்னிடம் மீட்டுக்கொண்டு செல்ல வந்திருந்தான்.

ஷபி அருகில் வந்ததும், அவள் முடியைச் சரிசெய்யும் சாக்கில் ஒருமுறை அவள் தலையை வருடி கைகளை லேசாக பிடித்து, பின் விட்டுவிட்டு அவளைத் தன்னுடன் நடக்கச்

சொல்லி ஒரு இருக்கையைத் தேடி அமர்ந்தான், அருகில் அவளும் அமர்ந்தாள்.

ஷபியிடம் ஏதோ ஒரு மாற்றத்தை உணர்ந்தான், ஆனால், என்னவென்று அவனால் கண்டுபிடிக்க முடியவில்லை. ஆனால் அவள் தனக்காகக் காத்திருக்கிறாள். தன்னை அழுத்தமாகக் காதலிக்கிறாள் என்பதைப் புரிந்துகொண்டிருந்தான்.

ரஃபிக்குக்கு மிகப் பெரிய பொறுப்பு பின் நாட்களில் காத்திருக்கிறது என்பதை அவன் அறிந்திருக்கவில்லை. எல்லாரையும்போல் அவன் காதலின் போதையில் இருந்தான், தன்னையே பலிகொடுத்து, பணயம் வைத்து அதில் மூழ்கி அவளைக் கைப்பற்றி இருந்தான். ஆனால், ஷபி அவனுக்கு, அவனுடைய காதலுக்கு ஒரு சவாலுடன் இருக்கிறாள் என்பது ஷபிக்கோ ரஃபிக்குக்கோ அந்த நொடிகளில் தெரிந்திருக்கவில்லை.

○

12

காதலில் விஞ்சி நிற்பது ர:ஃபிக்கா? ஷபியா?

ரஃபிக் பேச ஆரம்பித்தான், "ஷபி, நான் உன்னை எந்த அளவுக்கு லவ் பண்ணேன்னு உனக்கு நல்லா தெரியும்."

'இவன் என்ன பாஸ்ட் டென்ஸ்ல சொல்றான்' என்று ஒரு நிமிடம் ஆடிப்போய்விட்டாள்.

கொஞ்சம் இடைவெளி விட்டு அவனே தொடர்ந்தான்.

"இந்த நொடிவரை எனக்கு உன்மேல இருக்க லவ் குறையல, குறையும் குறையாது, உலகம் மேகி நூடுல்ஸ் மாதிரி காதலை ரொம்ப பாஸ்ட்டா ஹேண்டில் பண்ணுது, ஆனா, எனக்கு என் வாழ் நாளெல்லாம் உன்னுடைய அன்பும் காதலும் சண்டையும்தான் எனர்ஜி ட்ரிங்க்னு தோணுது. நான் உன்கிட்ட பேசாம இருந்ததுக்குக் காரணம் நான் உன்மேல எவ்வளவு லவ் வச்சுருக்கேன் நீ என்னைப் புரிஞ்சுக்கலன்னு சொல்றதுக்காக மட்டும் இல்ல, என்மேல உனக்கு இருக்கற ஈர்ப்பத் தாண்டி, எவ்வளவு தூரம் நீ என்னை நேசிக்கறனு உனக்குப் புரியணும்னுகூடதான். இந்த இடைவெளி நம்மைச் சேர்த்துவைக்கும்னு நெனச்சேன், நீயும் உன் வார்த்தைகளும் எவ்வளவு காயங்கள எனக்குத் தந்து இருக்குன்னு உனக்குத் தெரியுமா? எவ்வளவு ஈசியா போடா, சாவுன்னு சொல்லிட்ட. நான் பேசாம இருக்கறதையே உன்னால தாங்க முடியலையே, நான் செத்துட்டா உன்னால தாங்க முடியுமா, சொல்லுடா?"

மறுபடியும் ஒரு 'சொல்லுடா' என்ற வார்த்தை அவளைச் சுழற்றிப்போட்டது, ஆனால், இது அதீத அன்புச் சொல்லாக மட்டுமே ஒலித்திருந்தது.

ரஃபிக் இப்படி கேட்கவும், ஷபி ஆழ்ந்த மௌனதுக்குள் சென்று, அவன் சொன்னதை யோசிக்க ஆரம்பித்திருந்தாள், அவளால் அவன் விவரித்ததைக்கூட ஏற்க முடியவில்லை, ஆனால், எப்படி, அப்படி ஒரு வார்த்தையைச் சொல்லிவிட்டோம் என்று மனதார வருத்தப்பட்டாள். ரஃபிக்கின் மரணம் என்பது அவன் மரணம் மட்டும் அல்ல, தனது அழகிய வாழ்வின் மரணமும்தான் என்பதைப் புரிந்துகொண்டாள்.

ரஃபிக் தொடர்ந்தான்.

"அம்மாடி, இவ்வளவு நாள் நீ பேசின, திட்டின, சண்டை போட்ட, நான் அமைதியா இருந்தேன், அதுக்காக நான் பேசும்போது நீ அமைதியா இருக்கணும்னு அவசியம் இல்ல, பேசுடா?"

ஷபி ஒரு வார்த்தைகூட பேசத் தயாராக இல்லை, அவள் இறுதியாக அவன் சொல்லப்போகும் முடிவுக்காகக் காத்திருந்தாள்.

"பேச மாட்டியா ஷபி? பேச முடியலையா? எப்பவும் பிரகாசமா இருக்கும் உன் முகம் ஏன் வாடிபோய் இருக்கு, அதுக்குக் காரணம் நான்தானே, ம்ம்ம்... சொல்லு?"

ஷபி அமைதியாகச் சொன்னாள், "நீ இன்னும் உன் முடிவ சொல்லலியே."

"உன்னைத் தேடி வந்துருக்கேன், உன் முக வாட்டத்துக்காகக் கவலைப்படறேன், நீ பக்கத்துல வந்ததும் உன் தலைய வருடி விட்டேன், லேசா உன் கையப் புடுச்சேன், உன்னையே ரசிச்சு ரசிச்சு பாக்கறேன், என் கண்ணுல என்ன தெரியுது பாரு, பார்த்து சொல்லு."

"என்னை லவ் பண்றேன்னு சொல்ற சரி, லவ் பண்றேன் ஆனா, பேச மாட்டேன்னு சொல்லுவியோன்னு பயம்மா இருக்கு."

"பொண்டாட்டிக்கிட்ட எப்படி பேசாம இருக்க முடியும்?"

ரஃபிக் அப்படி கேட்டதும் அவளுக்கு ஒன்றும் புரியவில்லை, 'ரஃபி மறுபடியும் பழையபடி நம்முடன் பேச மாட்டானா?'

என்று வந்தவளுக்கு ரபியின் இந்த வார்த்தை ஸ்வீட் ஷாக்காக இருந்தது.

"என்ன சொல்ற ரஃபி?"

ரஃபிக்குள் ஏ.ஆர்.ரஹ்மானின் அதிரடி இசையும், இளைய ராஜாவின் மெல்லிசையும் மாறிமாறி ஒலித்தது, அவன் இதயம் அதிர்ந்து குலுங்கியது. பரவசத்தில் ஒரு நிமிடம் அவன் உடல் சில்லென்று ஆகி குளிர்ச்சியைக் கொடுத்தது. ஷபி எப்போதும் 'ரஃபி...' என்று உள்ளார்ந்த அன்புடன் அழைப்பாள். அந்த அழைப்பு அவனுக்கு ஒருவித கிளர்ச்சியைத் தரக் கூடியது. ஐந்து மாதங்களாக அவன் அதை இழந்திருந்தான். வார்த்தைகளின் ஊடே அவள் அவன் பெயரை உச்சரிப்பதற்கும், அவன் பெயரை மட்டுமே வாக்கியம்போல் உச்சரிப்பதற்கும் சிறிய அளவு வேறுபாடு இருப்பது அவன் மட்டுமே அறிந்த காதல் ரகசியம். முன்னது சிற்றின்பம், பின்னது பேரின்பம்.

அவனுக்குள் ஊறிப் பெருக்கெடுத்த காதல் ஆறு கனிந்து குளிர்ந்து ஷபியை அழைத்தது.

"ஷபி..."

"ம்ம்ம்..."

"கண்ணம்மா."

"ம்ம்ம்ம்..."

"என் செல்லக்குட்டி."

"ம்ம்ம்..."

"என் அமுல் பேபி."

"ம்ம்ம்..."

"என்னால இதுக்குமேல பொறுமையா இருக்க முடியாது, நான் ஊருக்குப் போறேன், அம்மா, அத்தாட்ட பேசி உங்க வீட்ல வந்து பொண்ணு கேட்கறேன், சரியா?"

"எங்க வீட்ல ஒத்துக்குவாங்களா?"

"ஒத்துக்க வைக்கலாம், அது என் பிரச்னை, நீ ஏன் டென்ஷன் எடுத்துக்கற, நீ கல்யாணப் பொண்ணா லட்சணமா, அழகா சிரிச்சிட்டு கனவு கண்டுட்டு இரு, சரியா?"

"போடா..."

அவள் சிணுங்கினாள், அவளுக்கு அவனது முடிவு மகிழ்வைத் தந்த போதும், 'இது எந்த அளவுக்குச் சாத்தியம்? எப்படி வீட்டில் ஒத்துக்கொள்வார்கள்?' என்பதெல்லாம் தனிக் கவலையாக இருந்தது.

"ஷபி, நீ இல்லாம எனக்கு ஒண்ணுமே சரியா அமையல, வேலை செய்யறேன், கடமைக்கு சாப்படறேன் உயிர் வாழ வேண்டிய கடமைக்கு, என் வாழ்க்கையோட உயிர்ப்பே நீதான், நீ இல்லாம எதுவும் இல்ல எனக்கு, உன் இடத்த நீ மட்டும் தான் நிரப்ப முடியும், சீக்கிரம் வந்துடு என்கிட்ட, ரொம்ப நாள் காக்க வைக்காத, உன் பக்கத்துலையே காலமெல்லாம் நான் இருக்கணும், நொடிக்கு ஆயிரம் உணர்ச்சிகளைக் காட்டும் உன்னோட கண்கள என் வாழ்நாள் பொக்கிஷமா பாதுகாக்கணும், அது எப்பவும் சிரிச்சுட்டே இருக்கணும், நான் அத ரசிச்சுட்டே இருக்கணும்."

ரஃபிக் பேசப்பேச ஷபி மனம் உருகிப்போனாள். ரஃபிக் மீது அவளுக்கிருக்கும் பாசம் இன்னும் பல நூறு மடங்கு கூடிப்போனது. மனம் நிறைந்து அவனை அழைத்தாள்.

"ரஃபி..."

அவள் அப்படி கூப்பிட்டதும் ரஃபிக் மறுபடி அவளிடம் சரணடைந்தான். ஆனால், ஏதோ ஒரு வித்தியாசம் இருந்தது அவளது உச்சரிப்பில். அவனால் கண்டுபிடிக்க முடியவில்லை, அவள் உணர்வின் சுருதி கொஞ்சம் மாறி இருப்பதுபோல் தோன்றியது அவனுக்கு. சில மாதங்களின் பிரிவாக இருக்கும் என நினைத்து விட்டுவிட்டான். விட்டதை எப்போது பிடிப்பானோ? ரஃபிக் எப்படியெல்லாம் பெரியவர்களிடம் பேசி திருமணத்துக்கு சம்மதம் வாங்குவது என்று அவளிடம் விளக்கிக்கொண்டிருந்தான். ஷபியும் முன்பு ரஃபிக்கை நேரில் பார்க்கும் போது இருந்த உணர்வுகளுக்கும் தற்போது இருக்கும் உணர்வுகளுக்கும் ஏதோ வித்தியாசம் இருப்பதை உணர்ந்தாள். அது ஆழ்மன மாற்றம், ஆழ்மன பாதிப்பு என்பதால் அவளது மேல்மனம் தனக்கு இன்ன காயம் என்பதை அவ்வளவாக அறியாமல் இருந்தது.

அடுத்து வரும் சிக்கலைப் பற்றிய எந்தப் புரிதலும் இன்றி இளஞ் ஜோடிகள் ஏதேதோ கற்பனை பேச்சுகளில் கனவு வாழ்வைப் பேசிக்கொண்டிருந்தார்கள்.

ரஃபிக் பாவம், எப்போதும் காதல் ரசங்களில் மூழ்கி, ஷபியைப் பற்றிய கனவுகளில் லயிப்பவனுக்குக் கல்யாணமோ ஷபியோ வில்லன் அல்ல, வேறு ஏதோ ஒரு ரூபத்தில்தான் நிஜமான எதிரி வர இருக்கிறான் என்பதை அறியா வாலிபனாகக் காதல் கோட்டையைக் கட்டிக்கொண்டிருந்தான், வாயிலே இல்லாமல், காவலே இல்லாமல்.

ஷபி இயல்பாய் எல்லா பெண்களைபோல் ரஃபிக்குடன் இணைந்து வாழப்போகும் வாழ்வை எண்ணி கற்பனைகளில் கிடந்தாள், தான் இயல்பாக இல்லை என்பதை அறியாமலேயே!

○

13

மனம் பொங்க மணம் நடக்குமா?

ஷபியிடம் வாக்கு கொடுத்ததுபோல் திருமணத்தை நடத்தி முடிக்கும் எண்ணத்தோடு அலுவலகத்திலிருந்து விடுப்பு எடுத்துக்கொண்டு சொந்த ஊரான புதுக்கோட்டையை நோக்கி விரைந்தான் ரஃபிக்.

அது இரவுப் பயணம், ரம்மியமாய் இருந்தது, உடன் பயணித்தவர்கள் எல்லாம் உறங்கிப்போக அவன் மட்டும் திருமண வாழ்வின் அந்தரங்கக் கனவுகளில் தன் மனதை வண்ணங்களால் நிறைத்திருந்தான்.

அதிகாலை ஐந்து மணிக்குப் பேருந்து புதுக் கோட்டையை அடைந்திருந்தது. சில்லென்ற காற்று உடலை லேசாக கூசச் செய்ய தோளில் பையுடன் இறங்கி ஆட்டோ ஒன்றைப் பிடித்து "நிஜாம் நகர் போப்பா" என்றபடி ஏறி அமர்ந்தான்.

சொல்லாமல்கொள்ளாமல் வாசலில்வந்து நின்ற மகனை பார்த்த ரஃபிக்கின் அம்மா சவ்தா திகைத்து வரவேற்கத் தயாரானார்.

அது ஒரு மத்திய தர வீடு, பன்னிரண்டுக்குப் பன்னிரண்டு அடி ஹாலும், ஒரு பெரிய படுக்கை அறையும், ஒரு சிறிய படுக்கை அறையும், மளிகை பொருட்கள் வைக்க சமையலறை ஒட்டி ஒரு சிறிய அறையும் இருந்தது. வாசலில் சிறிய பால்கனியும் அதன் பக்கத்தில் வேப்பிலை, மா, கருவேப்பிலை மரங்கள் அடுத்தடுத்து நின்றிருந்தது. அழகுச் செடிகள் எதுவும் வைக்கப்படாமல் சில நிழல் தரும் மரங்களுடன் காட்சி அளித்தது.

“ரஃபி, வா, நல்லாருக்கியா, என்ன சொல்லாமகொள்ளாம திடீர்னு வந்துட்ட?”

“ஒண்ணும் இல்லம்மா, சும்மாதான் வந்தேன், அத்தா எங்கம்மா?”

“அத்தா பஜர் தொழுகைய முடுச்சுட்டு இப்பதான்பா கொஞ்சம் நடந்துட்டு வரேன்னு போய் இருக்காக.”

“சரிம்மா...”

“நீ போய் குளிச்சுட்டு ரெஸ்ட் எடு, இட்லி ஊத்தி சாம்பார் சட்னி வைக்கறேன், நீ நேத்தே சொல்லி இருந்தா ஏதாவது ஸ்பெசலா பண்ணிருப்பேன்ல?”

“அதெல்லாம் ஒண்ணும் வேணாம்மா, மதியத்துக்குக்கூட ரசமும் உருளை கிழங்கும் போதும், கறி எதுவும் எடுத்துடாதிங்க, எனக்கு வயிறு கொஞ்சம் ஃப்ரீயா இருந்தா நல்லாருக்கும்னு தோணுது.”

“ஏம்ப்பா வயித்துக்கு என்ன நல்லாத்தானே இருந்த?” என்று பதறியபடி கேட்க, “ஒண்ணும் இல்லம்மா, சிட்டி சாப்பாடு, கடை சாப்பாடு அதான் ரசம் சாப்ட்டு வயித்த கொஞ்சம் சரி பண்ணலாம்னு நெனச்சேன்.”

“ஒன்னதான் பிளாட் எடுத்து தங்குன்னு சொன்னேன்ல, நீதான் பிரண்ட்ஸ்கூட ரூம்ல தங்கிக்கறேன்னு சொன்ன, காச மிச்சப்படுத்தி என்ன செய்யப்போற? அழகா வீடு எடுத்துத் தங்கி சமைச்சு சாப்ட்டு இருந்தா வயிறு நல்லா இருந்துருக்கும்ல.”

“இப்ப ஒண்ணும் கெட்டுப் போய்டலம்மா, அதெல்லாம் பழங்கள், காய்கறி எல்லாம் எடுத்துட்டுதான் இருக்கேன்.”

“சரி, சரி போய் ரெஸ்ட் எடுத்தா.”

அன்பு மிகும்போது தந்தையைக் குறிக்கும் சொல்லான அத்தா என்று மகனை, மருமகனைத் தந்தையுமானவனாகப் பாவித்து அழைப்பது பெரும்பாலான இஸ்லாமியக் குடும்பங்களில் பெண்களின் வழக்கம்.

ரஃபிக் ரெஸ்ட் எடுத்து, குளித்து, சாப்பாட்டுக்கு வரவும் ரஃபிக்கின் அத்தா மன்சூர் நடைபயிற்சி முடித்து குளித்து வரவும் சரியாக இருக்க, ரஃபிக்கைப் பார்த்ததும் “எப்டிப்பா இருக்க?” என்றவாறு பேச்சை ஆரம்பித்தார்.

“நல்லா இருக்கேன்த்தா, நீங்க எப்டி இருக்கீங்க?”

"அல்ஹம்துலில்லா நல்லா இருக்கேன்பா."

"வியாபாரம்லாம் எப்படி போகுது?"

"எங்கப்பா முன்னாடி மாதிரி மளிகை வியாபாரம் இல்ல, மக்கள் சூப்பர் மார்க்கெட்லதான் குவியறாங்க."

"ஆமாத்தா, உலகமயமாக்கலில் எல்லாம் கார்ப்பரேட் மயமாகிடுச்சு, சிறு வியாபாரிகள் பாடு திண்டாட்டம்தான், ஆனா, இப்பவும் விளிம்பு நிலை மக்கள் நம்மைப்போலவங்க வச்சுருக்க சிறு கடைகளத்தானே நம்பி இருக்காங்க."

"ஆமா, ஆமா நீ சொல்றதும் சரிதான், எது மாறினாலும் ஏழ்மை மட்டும் இன்னும் மாறாமலே இருக்கு, ஆட்சியாளர்கள் தான் ஒரு நல்ல வழியக் காட்டணும் அவங்களுக்கு."

அத்தாவும் மகனும் உலக அரசியல், உள்ளூர் அரசியல், வியாபாரம், சொந்தபந்தங்கள், பணம், சொத்து என எல்லா வற்றையும் பேசி முடித்ததும் பேச்சு தற்போதைய ரஃபிக்கின் வருகையைக் குறித்து வந்துநின்றது.

"அத்தா, அம்மா ரெண்டு பேர் கிட்டயும் ஒரு முக்கியமான விஷயம் சொல்லத்தான் வந்தேன், எனக்கு ஒரு பொண்ணப் புடிச்சிருக்கு, அவங்க வீட்ல போய் பொண்ணு கேளுங்கன்னு சொல்லத்தான் வந்தேன்.

ரஃபிக்கின் அம்மாவும் அத்தாவும் ஒருவரையொருவர் பார்த்துக்கொண்டார்கள்.

அம்மா ஆரம்பித்தார்.

"நான் உனக்கு நம்ம சொந்தத்துல ஒரு பொண்ணப் பாத்துருக்கேன், நம்ம தாஜுநிஷா மகதான் பேரு நஸீமா, ஊரு ஆலங்குடி, ப்ளஸ் டூ வரை படிச்சுருக்கு, வயசு 19" என்று வரிசைக்கிரமமாகத் தகவலைச் சொல்ல, "அம்மா, நான் பார்த்த பொண்ணு யார்னு தெரிஞ்சுக்க ஆசைப்படுவீங்கனு பார்த்தா, நீங்க பாத்து வச்சுருக்க பொண்ணப் பத்தி சொல்றீங்களே."

அத்தா இடைமறித்து, "சரி சொல்லுப்பா" என்றார்.

அம்மா சொன்ன அதே பாணியிலேயே சொல்ல ஆரம்பித்தான்.

"பேரு ஷபீனா, ஊரு தேனி, அத்தா இல்ல, அம்மா மட்டும் தான், என்கூட வேலை பாக்கறா, வயசு 27."

உடனே அம்மா அதிர்ச்சியாகி, "என்ன வயசு 27 ஆ, உனக்கே 25 தானடா ஆகுது."

அத்தா அமைதியாக உட்கார்ந்திருக்க, இட்லி வைத்திருந்த சாப்பாட்டு தட்டைப் பார்த்தபடி இருந்த ரஃபிக் சொன்னான், "வயசு முக்கியம் இல்லம்மா, மனசுதான் முக்கியம், மனசும்மனசும் ஒத்துப்போச்சு, எப்பவும் ஒரு கல்யாணத்துல ஆம்பளைக்குத் தான் வயசு கூட இருக்கணுமா? ஏன் பொண்ணுங்களுக்கு வயசு கூட இருக்கக் கூடாதா?"

அதற்கு ரஃபிக்கின் அத்தா, "அதில்லப்பா, குழந்தை பொறப்பு ஆரோக்கியம் எல்லாம் முக்கியம் இல்லையா?"

"முக்கியம்தான் அத்தா, இருபத்து ஏழு வயசுங்கறது குழந்தை பிறப்புக்கோ, ஆரோக்கியத்துக்கோ குறைந்த வயசு இல்லையே."

ரஃபிக், ஷபீனாவை எந்தக் காரணத்துக்காகவும் இழந்து விடக் கூடாது என்ற மனநிலையில் வாதம் புரிய, ரஃபிக்கின் அம்மா, "அவங்க குடும்பம் எப்படியோ, வயசு வேற கூட சொல்ற, எனக்குப் போய் பாக்க இஸ்டம் இல்லப்பா, நான் போய் மத்தியானத்துக்கு ஆக வேண்டியது பாக்கறேன்" என்று கழன்று கொள்ள எத்தனிக்க, ரஃபிக் தொடர்ந்து பேசினான்.

"அம்மா, என் கல்யாண விஷயத்தைவிட உங்களுக்கு சாப்பாடுதான் முக்கியமா போச்சா?"

"சரிடா, அக்காகிட்ட ஒரு வார்த்தை கேட்டுட்டு எல்லாரும் கலந்து பேசி முடிவுசெய்யலாம்."

"அக்காவுக்கு இப்பவே ஃபோன் போடுங்க?"

காதல் கல்யாணமே சச்சரவு என்றிருக்க, பெண்ணுக்கு இரண்டு வயது கூடுதல் என்பது அதன் சிக்கலை இன்னும் அதிகப்படுத்தியது.

இரு மனங்கள் இணைந்து வாழ முடிவெடுத்த பின்னும் இரண்டு வயது என்ற தேர்ச்சக்கரம் ரஃபிக்கின் கல்யாணத்துக்கு முன்பு நகர்த்த முடியாத வலிமையுடன் இருக்குமோ என்ற அச்சம் ரஃபிக் மனதைக் கவ்விப் பிசைந்தது.

வயதா? ரஃபிக் ஷபியின் காதலா? வெல்லப்போவது யார்?

ரஃபிக் வாழ்வின் திக்திக் நிமிடங்கள் தொடங்கியது...

பலபல பேச்சுகள் மறுப்புகளுக்குப் பின்னும் ரஃபிக் விடாப்பிடியாய் நிற்க, திருச்சியில் கட்டிக்கொடுத்த சல்மாவுக்கு ஃபோன் போனது, சல்மா ஒரு தனியார் கல்லூரியில் கணிதப் பேராசிரியராகப் பணியாற்றிக்கொண்டு கணவன் இரு குழந்தைகளுடன் அங்கு வசிப்பவர்.

“சல்மா, அம்மா பேசறேன்மா, எப்படி இருக்க?”

“நல்லா இருக்கேன்மா, என்ன விஷயம் காலங்காத்தால ஃபோன்?”

“ரஃபி ஒரு பொண்ணப் பாத்து வச்சுருக்கானாம்மா, கூட வேலை பாக்கற பொண்ணாம், போய் எல்லாரும் சேர்ந்து பொண்ணு கேளுங்கன்னு சொல்றான்.”

“என்னம்மா சொல்ற, என் நாத்தனாரல்ல நான் ரஃபிக்காகப் பாத்துவச்சுருக்கேன், அவ சிங்கப்பூர்ல நல்ல வேலைல இருக்கா, சிங்கப்பூர் நல்ல நாடு ரஃபிக்கும் அங்க வேலை தேட சொல்லலாம்னு இருந்தேன்.”

“நீ நல்லாதான்மா யோசிச்சிருக்க, ஆனா உன் தம்பி வேற ஒன்ன யோசிச்சு இருக்கானே, இப்ப என்ன செய்யறது?”

“என்னம்மா செய்ய முடியும்? அவன் விருப்பம்தானே முக்கியம், அப்படியே செஞ்சுடலாம்.”

“ரஃபி பாத்துருக்க பொண்ணுக்கு அவனைவிட ரண்டு வயசு கூடம்மா.”

“என்னம்மா சொல்ற? இப்பவெல்லாம் யாருக்கு என்ன ஆகும்னு சொல்ல முடிய மாட்டேங்குது, சின்ன வயசுலேயே முடியாம வருது, இவன் ஏன் இப்படி இருக்கான்?”

“நீ சொல்றது சரிதான் சல்மா, யாருக்கு என்ன நோவு இருக்குனு யாருக்குத் தெரியும்?”

சட்டென்று அம்மாவிடமிருந்து ரஃபிக் ஃபோனை வாங்கி பேசினான்.

“அக்கா, டிசீஸ் யாருக்கு வேணா வரலாம், எப்ப வேணா வரலாம், அதுக்கு வயசு மட்டும் காரணம் இல்ல, உணவு பழக்கம், மரபணு, உடற்பயிற்சி இல்லாதது, இப்படி பல காரணம் இருக்கு.”

“எப்படி ரஃபி இருக்க? போனே பண்றது இல்ல, லவ் மேட்டர்னதும் வீட்டுக்கு ஓடி வந்துருக்க அக்காட்டல்லாம் பேசற?”

“நல்லா இருக்கேன்க்கா, நீ எப்படி இருக்க? மச்சான் புள்ளைங்க எல்லாம் எப்படி இருக்காங்க?”

“ம்ம்ம் அனைவரும் நலம் தம்பியாரே, என்னடா வயசு வித்தியாசம்கூட பார்க்காம லவ்ல விழுந்திட்டியா?”

"அவ கூட இருந்தா என் லைஃப் நல்லா இருக்கும்கா, என் லைஃப் நல்லா இருக்கணும்னு நெனச்சா எனக்கு ஷபீனாவ கட்டிவை."

"அடடா, தம்பி டயலாக்லாம் பின்ற."

"அக்கா..."

"சரிடா, போய் பொண்ணு கேட்கலாம் வர்ற ஃப்ரைடே நைட் கிளம்பி வர்றேன்."

"தேங்க் யூ அக்கா, நீயாவது என்னைப் புரிஞ்சுக்கிட்டியே."

அதன் பிறகு சல்மா, அத்தா அம்மாவைச் சமாதானப்படுத்தி சம்மதிக்க வைத்தாள். அம்மா, "என்னம்மா நீயும் அவன்கூட சேர்ந்துகிட்டு இப்படி பேசற?" என்ற போது, "வேற வழி இல்லம்மா, நாம ஓகே சொல்லாட்டி அவன் ரிஜிஸ்டர் மேரேஜ் பண்ணிப்பான், ஓகே சொல்றதுதான் நல்லது" என்றெல்லாம் அவர்களைப் பயமுறுத்தி கல்யாணத்துக்குச் சம்மதிக்கவைத்தாள்.

ரஃபிக், ஷபிக்கு ஃபோன்செய்து, ஆஃபிஸுக்கு லீவ் போட்டுவிட்டு தேனிக்குப் போய் வீட்டில் இருக்க சொன்னான், தேனிக்கு ரஃபிக்கின் தந்தை மூலம் பெண் பார்க்க வரும் தகவல் சொல்லப்பட்டது. ஷபியின் அம்மா வஹிதா, தேனியில் ஷபியின் அத்தா விட்டுச் சென்ற சொத்துகளை நிர்வாகம் செய்துகொண்டு ஷபியைப் படிக்கவைத்து வேலைக்கும் அனுப்பும் அளவுக்கு வெளியுலகம் பற்றி அறிந்திருந்ததால் ரஃபிக் வீட்டினரின் வருகையை எதிர்பார்த்து ரொம்ப அலட்டிக்காமல் அமைதி முகம் காட்டினார், ஆனாலும் தன்னைத் தனியே விட்டு மரணத்தைத் தழுவிக்கொண்ட ரஹீமின் முகம் அவள் கண்களில் நிழலாடத் தவறவில்லை.

ஷபி ஆற்று வழி ஊடுருவிப் பாயும் மாலை நேர கதிரின் ஒளியைப்போல் அழகு பொங்கும் காட்சியாய் நிகழ்வுகளை அழகாக எதிர்கொண்டாள் என்றாலும்கூட, அவள் உள்ளம் முறையற்ற ஆட்சியாளர்களால் அமைதியிழந்த தினசரி வாழ்வை வாழ்ந்துகொண்டிருக்கும் எளிய மக்களின் ரகசிய வலியைக் கொண்டிருந்தது.

◯

14

சல்மா ஒரு சமாதானப்புறா

வெள்ளிக்கிழமை மாலை சொன்னபடி சல்மா தனது குடும்பத்துடன் புதுக்கோட்டைக்கு வந்து சேர, வீடு கல்யாணக் களைகட்டியது. ரஃபிக்கின் அத்தா, அம்மா, சல்மா, சல்மாவின் இணையர் ஜபார், இரண்டு குழந்தைகள் காசிம், ரிஃபா என்று அனைவரும் ஒன்றாகப் பேச்சு சிரிப்பு என ஐக்கியமாகினர்.

ஜபார் ரஃபிக்கி கூச்சத்தை அடிக்கடிப் பார்த்து ரசித்துவிட்டு கிண்டல் செய்ய ஆரம்பித்தார்.

"என்ன மச்சான் பொண்ணு பாக்க போறதுக்கே இவ்வளவு வெக்கப்படறீங்க, நீங்க ஒரு பொண்ண லவ் பண்ணீங்கனு சொன்னா நானே நம்ப மாட்டேன்."

ரஃபிக் சிரித்துக்கொண்டே, "மச்சான் நீங்ககூட தான் லவ் பண்ணீங்கனு கேள்விபட்டேன், அந்தப் பொண்ணுக்கு மேரேஜ் ஆனதும் வீட்ல சண்ட போட்டுட்டு திருச்சி போய் புதுசா ஒரு வேலைக்கு சேர்ந்து வீட்டுக்கு ஃபோன்கூட பண்ணாம ஒரு மாசம் இருந்தீங்களாம்."

"என்ன மச்சான் இத்துனூண்டு கிண்டல் பண்ணதுக்கு உங்கக்காகிட்ட இப்படி போட்டு கொடுக்கறீங்களே, இது நியாயமா? அப்ப வேணா நான் லவ் பண்ணி இருக்கலாம், இப்ப எல்லாமே என் சல்மாதான்."

ரஃபிக்கின் அத்தாவும் அம்மாவும் இளசுகளின் கேலிப்பேச்சுக்கு ஊடே வராமல் தள்ளி நின்று அவர்களைக் கண்டும் காணாததுபோல ரசித்துக் கொண்டிருந்தனர்.

சல்மா சிரித்துக்கொண்டே, "ஏன்டா அவரை மாட்டி விடற, அதான் எல்லாரையும் உன் லவ் மேரேஜ்க்கு சம்மதிக்க வச்சுட்டியே அப்புறம் என்ன?"

"அதெல்லாம் ஒண்ணும் இல்லக்கா, சும்மாதான் பேசிட்டு இருக்கேன், நாம எப்பக்கா தேனி போறோம்?"

ஜபார்க்கு ஃபோன் வர, அவர் பால்கனி நோக்கி தப்பித்தோம் பிழைத்தோம் என்று நடையைக் கட்டினார்.

"நீ வர முடியாது தங்கம், பத்திரமா வீட்ல இரு, நாங்க போய் பொண்ணுபாத்துட்டு பேசிட்டு வர்றோம், நீதான் அல்ரெடி பொண்ணப் பாத்துட்டியே."

"சரிக்கா நீங்க எப்போ போறீங்க?"

"நாளைக்குதான்டா, அதான் பொண்ணு வீட்டுக்குத் தகவல் சொல்லியாச்சே, நீதானே ஷபிய லீவு போடச் சொல்லி ஊருக்கு அனுப்பிவச்ச, அம்மா ஃபோன் பண்ணி ஷபி அம்மாட்ட சொல்லிட்டாங்க, வேற என்ன தெரியணும் உனக்கு?"

"இல்லக்கா, நான் மட்டும் வீட்ல தனியா என்ன செய்யப் போறேன்?"

"அதுக்கு?"

"நானும் வரவா? சும்மா கார்லயே இருக்கேன்."

"அதெல்லாம் சரியா வராதுடா, நீ பேசாம வீட்லயே இரு."

"ம்ம்ம்."

காசிமும் ரிஃபாவும் வா மாமா வீடியோ கேம் விளையாடலாம் என்று அவனை அறைக்குள் தள்ளிக்கொண்டு போக, சல்மா நாளை என்னென்ன பொருட்கள் வாங்கிக்கொண்டு போக வேண்டும் என்று லிஸ்ட் சொல்லத் தொடங்க, குறுக்கிட்ட ரஃபிக்கின் அத்தா, "ஏம்மா, மல்லிகைப்பூ சொல்லியிருக்கியே லிஸ்ட்ல, பூ வச்சுட்டா அது நிச்சயம் மாதிரி ஆகிடாது?"

"ஆமாத்தா, கிட்டத்தட்ட நிச்சயம்தான், ரஃபிக் முடிவ மாத்திக்க மாட்டான், அந்தப் பொண்ணும் தன்னோட முடிவுல உறுதியா இருக்கு, ஆக வேண்டிய வேலைய மடமடன்னு பாக்க வேண்டியதுதானே, ஏன் காலம் கடத்திக்கிட்டு?"

மன்சூர் சவ்தாவைப் பார்த்து, "சவ்தா, நீ என்ன ஒண்ணும் சொல்லாம இருக்க?"

“ஒண்ணும் இல்ல, நான் பார்த்த பொண்ணும் இல்ல, சல்மா பார்த்த பொண்ணும் இல்ல, அவனே பாத்துக்கிட்டானுதான், அதே நெனப்பா இருக்கு.”

“இங்க பாரு சவ்தா, நீயோ சல்மாவோ பொண்ணப் பார்த்தாலும் வச்சு வாழப்போறது அவன்தானே அப்ப அவனோட முடிவுக்கு ஒத்துப்போய்தானே ஆகணும், இதுல வெசனப்பட என்ன இருக்கு? வேலையப் பாரும்மா.”

மன்சூரின் பேச்சோடு சபை கலைந்தது. சாப்பாடு தயாராகி வர அனைவரும் சாப்பிட்டு தூங்கச் சென்றனர்.

தேனியிலிருக்கும் ஷபி வீடு விழித்திருந்தது.

ஷபியின் தாய்மாமா ரஹ்மத்துல்லா தனது வேலையை முடித்துக்கொண்டு பக்கத்து தெருவில் இருக்கும் தங்கை வஹிதா வீட்டுக்குள் நுழைந்ததும் அவரை வரவேற்றார் வஹிதா.

“ஷபியைப் பொண்ணுபாக்க வர்றாங்கண்ணே நாளைக்கு, அத சொல்லத்தான் வரச் சொன்னேன், நாளைக்குக் காலைல வீட்டுக்கு வந்து சொல்றேன், அண்ணி, புள்ளைங்க எல்லாரையும் கூட்டிட்டு சாயங்காலம் நம்ம வீட்டுக்கு வந்துடுங்க.”

“என்னம்மா சொல்ற..? பொண்ணு பாக்க வர்றாங்ககளா..? என்ன திடீர்னு, இவ்வளவு நாளா நான் கல்யாணம் பண்ணிக்கம்மா, நல்ல பையனா பாக்கறேன்னு சொல்லி எவ்வளவோ கேட்டேன் மருமககிட்ட, ஏதாவது சாதிக்கணும், சொந்த சம்பாத்தியத்துல செட்டிலாகணும் அப்பறம்தான் கல்யாணம்னு பிடிவாதமா சொல்லிட்டு இருந்துச்சு, இப்ப எப்டி மனசு மாறுச்சு புள்ளைக்கு?”

“ரஃபின்னு கூட வேலைபாக்கற பையன், அந்தப் பையனுக்கு நம்ம ஷபியப் புடிச்சுருக்காம், அவங்க வீட்ல சொல்லி பொண்ணு பாக்க வர சொல்லிட்டாப்ல, ஷபியும் லீவ் போட்டுட்டு வீட்டுக்கு வந்துடுச்சு, ஷபி விசயத்த சொன்னதும் அதுக்கு விருப்பம்னு புரிஞ்சுபோச்சு, பையன் வீட்லயும் பொண்ணு பாக்க வர்றேன்னாக, எனக்கும் என் பொண்ணு கல்யாணத்தப் பாக்க ஆசைதான், அதாண்ணா உடனே சரின்னு சொல்லிட்டேன்.”

“சரிம்மா, எங்கே என் மருமக?”

வஹிதா, ஷபி அறைக்கு அருகில் சென்று “மாமா வந்துருக்காக, வந்து கூப்டும்மா” என்று ஒரு சத்தம் கொடுக்க,

ஆடையைத் திருத்திக்கொண்டு அவசரமாக வெளியே வந்தவள், "வாங்க மாமா, எப்படி இருக்கீங்க? வீட்ல மாமி என் குட்டி மச்சான், பெரிய மச்சி எல்லாம் எப்படி இருக்காக?" என்று நலம் விசாரிக்க ஆரம்பித்தாள்.

"எல்லாம் நல்லா இருக்காங்கம்மா, நீ எப்படி இருக்க?"

"நல்லா இருக்கேன் மாமா, உங்க சப்போர்ட் இருக்கும் போது எங்களுக்கு என்ன கவலை?"

"ம்ம்ம் சந்தோசம்மா. இப்பவாவது கல்யாணத்துக்கு ஒத்துக்கிட்டியே சந்தோசம்."

"அவர் ரொம்ப நல்லவர் மாமா."

ஷபி மிகவும் நம்பிக்கையுடன் சொல்ல, "உன் மனசுக்குச் சரின்னு பட்டா எங்களுக்கும் ஓகேதாம்மா, நீ படிச்ச புள்ள, சரியான முடிவுதான் எடுத்துருப்ப, உன்மேல நம்பிக்கை இருக்கு."

"தேங்க்ஸ் மாமா."

வஹிதாவும் ரஹ்மத்துல்லாவும் ஷபியின் மேல் இருந்த மரியாதையில், நம்பிக்கையில் ரஃபிக் பற்றி, கல்யாணம் பற்றி பேசிக்கொண்டிருந்தனர்.

ஷபி மிகச் சாதாரணமாக ஆரவாரம் இன்றி திருமணத்துக்குத் தயாரானாள்.

அடுத்த நாள் சனிக்கிழமை பெண் பார்க்கும் வைபவத்திலேயே இரு குடும்பத்துக்கும் பிடித்து போக, சல்மா அப்போதே ஷபிக்குப் பூ வைத்து, தங்கள் பரிபூரண சம்மதத்தைத் தெரிவிக்க, ரஃபிக்கை நேரில் பார்க்காவிட்டாலும்கூட போட்டோவில் பார்த்து ஷபி சொன்னவற்றில் இருந்து ரஃபிக் தங்கள் பெண்ணுக்குச் சரியாக இருப்பான் என்ற நம்பிக்கையில் அவர்கள் பூ வைத்தலுக்கு ஒன்றும் சொல்லாவிட்டாலும் பையனைப் பார்க்க வேண்டும் என்று சொல்ல, அடுத்த வாரம் ஞாயிறு பெண்வீட்டுச் சொந்தபந்தங்கள் இனிப்பு காரத்துடன் புதுகை மாப்பிள்ளை வீட்டுக்கு வந்து பார்த்து மகிழ்வுடன் கிளம்ப, ஒரு சுபயோக சுபதினத்தில் ரஃபிக்கும் ஷபிக்கும் அதிக ஆடம்பரம் இன்றி நல்ல முறையில் சொந்தம்பந்தம் அலுவலக நண்பர்கள் சூழ இனிதே 2019 ஆகஸ்ட் 13இல் திருமணம் முடிந்தது.

எல்லாம் சரியாகப் போய்க்கொண்டிருக்கிறது என்றுதான் ஷபியும் ரஃபிக்கும் நினைத்திருந்தார்கள். ரஃபிக் துடிப்புள்ள

இளைஞன் என்பதால் ஷபியை முதன்முறையாகத் தனி அறையில் சந்திக்கும் வாய்ப்புக்காகக் காத்திருந்தான். ரஃபிக் கிடைத்ததில் ஷபிக்கு மனம் நிம்மதியில் நிறைந்திருந்தது. திருமணம் முடித்து ஷபியைப் புதுக்கோட்டைக்கு, ரஃபிக் வீட்டுக்கு அழைத்துவந்துவிட்டார்கள். ஆனால், ஏனோ அவளுக்கு மணப்பெண்ணுக்கு இயல்பாய் வரும் கலர்கலர் கனவுகள் வந்தபாடில்லை. அழகு பதுமைபோல் அலங்கரித்து அவளை ரஃபிக் இருக்கும் அறைக்கு அனுப்பிவைத்தார்கள்.

அரக்கு நிறப் பட்டும், தங்க நிறத்தில் ப்ளவ்ஸும், கழுத்தில் சிறிய நெக்லசும், கொஞ்சம் பெரிய ஆரமும், காதில் கிடந்த பெரிய ஜிமிக்கியும், கையில் போட்டிருந்த கல் வைத்த வளையலும், தாய் மாமன் சீராய் தங்க கொலுசுமாக உயிர் கொண்ட சிலையாய் அவள் ரஃபிக்கை நோக்கி அடிமேல் அடி வைத்து நடந்தாள்.

ரஃபிக் வெள்ளி ஜரிகை போட்ட வேஷ்டியும் வெற்றுடலில் பனியனுமாக அசத்திக்கொண்டிருந்தான்.

அறையின் உள்ளே வந்தவளை, “வா ஷபி” என்றழைத்து அவள் அலங்காரத்திலும் அவளின் அமைதி ததும்பும் முகத்தின் ஒளியிலும் மெய்மறந்து நின்றான். தாவணி கட்டிப் பார்த்த நாம் சேலை கட்டி பார்க்கவில்லையே இவ்வளவு நாளாக இதை தவற விட்டு விட்டோமே என்ற எண்ண ஓட்டம் உள்ளே ஓட ‘பார்த்த விழி பார்த்தபடி பூத்திருக்க’ என்ற பாடல் வரிகளைப் போல் பார்த்துபார்த்து மனம் கனிய அவள் அருகில் சென்று வாரி அணைத்தான்.

ஷபி சூடிக்கொண்டிருந்த மல்லிகையின் சரங்களில் இரண்டொரு நீர்த்துளிகள் பனித்துளிகள்போல் படர்ந்திருந்தது, அந்த நீர்த்துளிகள் வெண்ணிற தேர்போல் பிரமாண்டமாய் எழுந்தது. தேரின் சக்கரங்கள் புத்தம் புது நெல்மணிகளில் இருக்கும் பொன்னிறமாய் மின்ன, தேரின் இருபுறமும் ரஃபிக்கின் மனதைப்போல் தூய பளிங்கு நிறத்தில் பறந்து விரிந்த சிறகுகளுடன் கண்களை நிறைத்தது, தேரின் நடுவே தேவி காட்சி தந்தாள், அது ரஃபிக்கின் உணர்வில் எழுந்த தேவதை, அவன் உணர்வின் வடிவம், அதற்கும் ஏக்கம், உரிமை, காதல், தேவை, கடமை, வழிகாட்டல், குறை தீர்த்தல், குறை சொல்லல், உணர்வின் உள்ளே உறங்கும் உள்ளுணர்வு என எல்லாம் உண்டு. தேவதை திம்மக்கா நீரின் வழி தன்னை எப்போதும் வெளிப்படுத்திக்கொள்வதில் எப்போதும் பரம சந்தோசம்

அடைபவள். நீரோடு பிணைந்துகொள்வதில் அவளுக்கு நெஞ்சம் கொள்ளா பூரிப்பு, நிலமெங்கும் நீரின் விதைகளாக மரங்களை நட்டு அதன் பலனாக வரும் மழைநீரை ஒத்த பரிசுத்தமானவள் அவள். இந்த முறையும் நீரின் வழித்தடத்தில் தான் அதிரூப சுந்தரியாகக் காட்சி அளித்தாள், கூடவே ரஃபிக்கின் காதலுக்கு ஒரு கவிதையும் தந்தாள். அது...

ஒரு கையால் தலையைப் பிடித்து
மறு கையால் சேலையைக் கொத்தாக இழுத்து
கழுத்தில் ஒரு முத்தம் வைத்தான்
இது ஆதிக்க முத்தம் என்றாள்.

இரு கையால் முகத்தை ஏந்தி
இதழ்கள்ளால் நெற்றிப்பொட்டில்
ஒரு முத்தம் வைத்தான்
இது காதல் முத்தம் என்றாள்.

இரு கையாலும் அவளை இழுத்தணைத்து
உதட்டால் உதட்டைக்
கடித்து இழுத்துச் சுவைத்தான்
இது கள் முத்தம் என்றாள்.

சேலையோடு தழுவி
கழுத்தின் கீழே இதயத்துக்கு வெளியே
மனதின் மார்மப்பிரதேசங்களுக்கு இடையே
ஓர் ஆலாபனை நிகழ்த்தினான்
இது எனையாளும் முத்தம் என்றாள்.
சேலையைச் சற்றே விலக்கி
குழைந்த வயிற்றில்

முகத்தைப் புதைத்து
முத்தெடுத்து மூழ்கினான்
இது குறும்பு முத்தம் என்றாள்.

கால் நகத்தில் இச் பதித்து
கணுக்காலில் நிதானித்து
ஆடு சதையில் ஆடி
தாழம்பூ மணக்கும்
கால்களின் குன்றில் தவழ்ந்து
தள்ளாமல் தள்ளும்
கைகளை இறுக்கிப் பிடித்து
காதல் நாணேற்றி
முழுதாய் முத்தமிட்டு
இறுதியாய்
தொடங்கிய இடத்தில்
கழுத்தின் கதுப்புகளில்
உப்புச்சுவையோடு ஒரு முத்தம் வைத்தான்
அது அவன் காத்திருப்பின் வலி
அடடா கண்ணீர் முத்தம் என்றபடி
இறுக்கிக் கட்டிக்கொண்டாள்.

பாவம் அவனுக்கு தன் மனதுக்குள் அரை நொடியில் எழும் மின்னல் வேக கற்பனைக்குக் கனவுக்கு மாறாக இந்த நொடிகூட தான் ஏமாற்றத்துக்கு ஆளாக்கப்படுவோம் என்று போன நிமிடம்வரை அவன் நினைத்திருக்கவில்லை.

○

15

மனக்காட்டின் இடர் நிழல்கள்

ஷபி அவனுடைய அணைப்புக்குக் கட்டுப்பட்டு இருந்தாளே தவிர, அவளுடைய கைகள் அவனை இழுத்து அணைக்காமல் தனக்கென்ன வேலை என்பதுபோலவே இருந்தது. மெய்மறந்து கிறங்கி தனது வாழ்நாள் சந்தோஷமே தன் கைகளில் தவழ்கிறது என்று மகிழ்ச்சிக்கடலில் மூழ்கி நீந்தி திரிந்தவன் ஏதோ ஒன்று ஷபியிடம் மாற்றம் இருப்பதை உணர்ந்தான்.

"ஷபி, ஷபி" என்று அவளை உலுக்கினான்.

"ம்ம்ம் சொல்லு ரஃபி" என்று சுரத்தில்லாமல் பதில் சொல்லவும், அவளின் குரலில் இருந்த வெறுமையை கண்டு ஆடிப்போனான்.

"என்னடா நான் ஆசையா கட்டிப்பிடிக்கறேன், நீ அமைதியா இருக்க, உன் கை என்மேல பட்டவே இல்லையே?"

"ஸாரி ரஃபி" என்றவாறு அவனை அணைத்துக் கொண்டாள். அந்த அணைப்பில் அவன் கிளர்ச்சி அடைந்தாலும், ஏனோ எங்கேயோ தவறு நடக்கிறது என்று அவன் உள்மனம் அவனை எச்சரித்தது. சற்றே அவளைத் தன்னிடமிருந்து விலக்கி, அவள் முகம் கண்டான், அது ஆழ்கடலின் பேரமைதியைக் கொண்டிருந்தது. சலனமற்று இருந்தது. சிருங்கார லீலைகளில் மனம் மிதக்க வந்தவனுக்கு அவள் இப்படி இருப்பது ஏதோ புயலுக்கு முன்பான அமைதியாகத் தெரிந்தது.

என்ன ஆச்சு இவளுக்கு என்று யோசித்தவாறு மெல்ல முகம் நிமிர்த்தி அவள் நெற்றியில்

முத்தமிட்டான். அதை கண்மூடி பெற்றுக்கொண்டவள், முன்பே அவன் என்னாச்சு என்று கேட்டபடியால் அவன் முத்தத்துக்குப் பதிலாக ஷபியும் ரஃபிக்கின் நெற்றியில் இதழ் பதித்தாள். ரஃபிக்கு ஐஸ் குச்சிகளால் இதயத்தில் இசை மீட்டுவதுபோல் அவ்வளவு சுகமாக, இதமாக இருந்தது.

ஆனால், ஷபியின் உணர்வுகளோ வேறு முகம் காட்டியது, அணைத்தலின் ருசியோ, முத்தத்தின் கிளர்ச்சியோ அவள் மூளைக்கு எட்டவில்லை. அப்போதுதான் அவள் புரிந்துகொண்டாள், 'தான் ஏதோ ஒரு மாதிரி இருக்கிறோம்' என்பதை. அவள் ரஃபிக்கைக் காதலிக்கிறாள், அவன்தான் அவள் வாழ்க்கை என்று தீர்மானமாக நம்புகிறாள், இருந்தும் ஏன் அவளால் அவனை முத்தமிட்ட போதும், கட்டிபிடித்த போதும் அந்த உணர்வுகளை உணர முடியவில்லை? எங்கே தப்பு நடந்தது? ஷபி குழம்பினாள், கலக்கமுற்றாள். ஆன போதும் அவன் செயல்களுக்குக் கட்டுப்பட்டாள்.

ஷபியின் முத்தத்தில் உலகை மறந்து மனம் நிறைந்தவன் கண்கள் திறந்து ஷபியைப் பார்த்தான், அவள் முகம் பார்த்தான், அது சற்று முன் இருந்த சலனமற்ற அமைதி முகம் அல்ல, அது மாறி குழப்பம் அச்சம் என கலவையான உணர்வுகளுடன் அவஸ்தைகளைப் படம்போல் காட்டியது அவனுக்கு.

"ஷபி, ஏன்டா ஒரு மாதிரி இருக்க?"

"இல்ல, நல்லாதான் இருக்கேன், நத்திங்."

ஷபி படப்படப்பாய் சொன்னாள். எங்கே அவன் மறு படியும் சண்டை போடுவானோ என்று பதறி இருந்தாள். அவளே தொடர்ந்து பதற்றத்துடன் பேசினாள்.

"எனக்கு உன்னைப் புடிச்சுருக்கு ரஃபி, உன்னை ரொம்ப விரும்பறேன், உன்னை கிஸ் பண்றதுல எனக்கு முழு விருப்பம், நான் நடிக்கல, என்னை நம்பு, எதுவும் நினைச்சுக்காத, நான் நல்லா இருக்கேன், என்னை விட்டு போய்டாத, ப்ளீஸ், என்னால நீ இல்லாம இருக்க முடியாது, என்னைச் சந்தேகப்படாத..."

ஷபி வெலவெலத்தபடி தொடர்ந்து பேசிக்கொண்டே இருக்கவும், ரஃபிக் அவளைப் பிடித்து கட்டிலில் அமர வைத்து, தண்ணீர் கொடுத்து குடிக்கச் சொன்னான். என்ன செய்வதென்று அவனுக்குமே புரியவில்லை. ஒன்று மட்டும் புரிந்தது அவனுக்கு, தான் இன்று மகிழ்ச்சியாக இருக்கிறோம், ஆனால், அவள்

ஏதோ உணர்வற்று இருப்பதுபோல் இருக்கிறாள். இதற்கு மேல் ஏதாவது கேட்டால் அழுதுவிடுவாள்போல் தோன்றியது, என்னாச்சுனு தெரிலயே என் செல்லத்துக்கு? அவன் மனம் உருகிப்போனான். அவள் நிலை கண்டு, மென்மையாக அவள் தோள்களில் கை வைத்தான்.

“இந்த அரக்கு சேலைல நீ கலக்குறடா, செமையா இருக்கு உனக்கு, பாத்துட்டே இருக்கலாம்போல, ஆனா உனக்கு டயர்டா இருக்குனு நினைக்கிறேன், ட்ரெஸ் மாத்திட்டு வாடா தூங்கலாம்.”

“இல்ல ரஃபி, எனக்கு ஒண்ணும் இல்ல, நான் நல்லாதான் இருக்கேன், நீ கஷ்டப்படாத” என்றவாறே அவளே அருகில் வந்து அவன் கைகளைப் பிடிக்கவும், “ஷபி நான் ஒண்ணும் நினைக்கல, நீ என் பொண்டாட்டி, என் வாழ்நாள் காதலி, நீ இல்லாம எனக்கு எதுவும் இல்லை, பயப்படாத, உன்னை விட்டு எங்கயும் போக மாட்டேன், போய் ட்ரெஸ் மாத்துடா.”

“ம்ம்ம், நீயும் வெறும் பனியன்லகூட அழகா இருக்க, இந்த வெள்ளி ஜரிகை வேஸ்ட்டி உனக்கு ரொம்ப சூப்பரா இருக்கு.”

“சரிடி என் பால்டப்பா, போ, போய் ட்ரெஸ் மாத்து.”

எப்போதும் அவசரம் காட்டும் ரஃபிக்கின் செயல்பாடு ஷபிக்கு ஆச்சரியமாக இருந்தது, ஆனால், தான் ஏன் இப்படி இருக்கிறோம் என்று சரியாகத் தன்னை உணராதவளாக இரவு உடைக்கு மாறி அவன் அருகில் வந்தாள். ரஃபிக் ஷார்ட்ஸ் பனியனில் காட்சியளித்தான். அவள் கைகளைப் பிடித்துக்கொண்டு “எதுவும் நினைக்காத, எல்லாம் தானா சரியாகிடும், தூங்குடா.”

“ம்ம்ம்.”

இருவரும் அருகருகில் தூங்கத் தயாரான போதும், ஒருவரையொருவர் அவ்வளவு நேசித்த போதும் கண்ணியமான காதலர்கள்போல் கைகளைப் பற்றியவாறு உறங்கத் தயாராகினர்.

ஷபி தன்னைப் பற்றிய ஏராளமான கேள்விகளுடனும், ரஃபிக், ‘ஷபிக்கு என்ன ஆகிற்று?’ என்ற கவலையுடனும் படுத்திருந்தனர். ரஃபிக்கு ஏமாற்றம் இருந்த போதும், அது அவனைப் பாதித்த போதும், ‘ஷபியின் மனநிலையில் என்னவோ குழப்பம், என்னவென்று தெரியவில்லையே, அவளை எப்படி சரிசெய்வது, என்ன காரணம்’ என்றெல்லாம் யோசித்து விழித்து

கிடந்தான். தான் மட்டும்தான் காரணம் என்றும், தன்னால் மட்டுமே அவள் மனநிலையைப் பழையபடி மாற்ற முடியும் என்ற உண்மையை அறியாதவனாக உறங்கிப்போனான்.

உண்மைகள் இப்படித்தான் அவ்வப்போது உறங்கினாலும் ஒருநாள் சட்டென்று தன்னை வெளிப்படுத்திக்கொள்ளும் தன்மை கொண்டது. ரஃபிக், ஷபியின் மனதைக் கனிய செய்வானா? ஷபி தன்னிலை உணர்ந்து தன்னை மாற்றிக்கொள்ள முன்வருவாளா? இதற்கு அவர்கள் காதல் பதில் சொல்லுமா? இல்லை காலம் பதில் சொல்லுமா? தற்சமயம் அவை விடை தெரியாத கேள்விகள். கேள்விகள் உறங்குவதில்லை, உண்மையும் உறங்குவதில்லை.

○

16

புகுந்த வீடு

பொழுது புலர்ந்தது, ஷபிக்கு அந்த வீடு, புதிய சூழல், வெளியுலகம், பள்ளி, கல்லூரி, வேலை என்று எத்தனையோ சூழலில் வாழ்ந்து இருந்தாலும்கூட. பழகி இருந்தாலும்கூட மாமியார் வீடு என்ற எண்ணம் கொஞ்சம் கிலியைத் தந்தது. நல்லவேளையாக அறையுடன் இணைக்கப்பட்ட குளியலறை இருந்ததால் கூச்சப்படாமல் குளித்து மாமியாரைத் தேடி சமையலறைக்குள் புகுந்தாள். சவ்தா அங்கே ஏற்கனவே பாலை அடுப்பில் ஏற்றி இருக்க, "நான் என்ன செய்யணும் மாமி" என்றவாறு அருகில் சென்றாள் ஷபி.

"நீ இன்னிக்கு ஒண்ணும் செய்ய வேணாம்மா, இங்கதானே இருக்க போற, பாத்துக்கலாம்."

ஷபிக்கு மனதில் மின்சாரம் பாய்ச்சியது போல் இருந்தது. 'அலுவலகத்தில் வாங்கிய விடுமுறை இன்னும் பத்து நாட்களில் முடிந்துவிடும், மாமி என்ன இப்படி சொல்றாங்க?' என நினைத்தவள், 'சரி, ரஃபிகிட்ட முதலில் கேட்போம், அவனை விட்டு சொல்லச் சொல்வோம்' என்று நினைத்துக் கொண்டாள்.

அப்போது சல்மா சமையலறை பக்கம் "அம்மா காஃபி கொடுக்கணும் அவருக்கு" என்றவாறு வர, "புள்ளைங்க எல்லாம் தூங்கறாங்களா மச்சி" என்றாள் ஷபி. அவளுக்கு எப்படி உரையாடலைத் துவக்குவது என்று தெரியாததால் ஏதோ கேட்டு வைத்தாள்.

"ஆமாம்மா, ரஃபி இன்னும் முழிக்கலயா?"

"இல்ல மச்சி, நான் போய் எழுப்பிவிடவா? நீங்க கூப்டறீங்கன்னு சொல்லவா?"

"இல்ல, வேணாம்மா, தானா எழுந்து வரட்டும்."

"ஓகே மச்சி."

"யம்மா சல்மா, காஃபி எடுத்துட்டு வாம்மா?" இன்னொரு அறையிலிருந்து ஜபார் குரல் கொடுக்க, "இதோ வரேங்க."

காஃபியுடன் சல்மா நகர, "இந்தாம்மா நீ காஃபி எடுத்துக்கோ."

ஷபி கையில் சவ்தா காஃபியைக் கொடுக்க, முந்தைய நாளின் கல்யாண கலவரத்தில் சரியாகச் சாப்பிடாததால் பிஸ்கட் ஏதாவது கிடைக்குமா? என்று அவள் கண்கள் தேடித் துழாவியது. கேட்க தயக்கமாக இருந்ததால் காஃபியைக் குடிக்க ஆரம்பித்து இருந்தாள். 'எங்கம்மா படிச்ச? என்ன பிடிக்கும்? என்ன தெரியும்?' போன்ற உரையாடல்களில் மாமியாரும் மருமகளும் நேரத்தைக் கடத்த, "ஷபி..." அறையின் உள்ளே இருந்து ரஃபிக்கின் குரல் கேட்டது.

"இதோ வர்றேன்" என்றவாறு உள்ளே ஓடினாள் ஷபி.

இளம் மஞ்சள் நிறத்தில் வேலைப்பாடுகள், மாற்று வண்ணங்கள் அற்ற முழுமையான மஞ்சள் குணம் கொண்ட சேலையும், மஞ்சளும் கறுப்பும் இணைந்த ரவிக்கையும், சிறிய கழுத்துச்சங்கிலியும், சிறிய கல் வைத்த தொங்கல், ரெண்டு வளையல் என்று கல்யாணப் பெண்ணின் அடையாளங்கள் துறந்து, மிச்சமிருக்கும் கல்யாண தடமான மருதாணியுடன் வந்து நின்றவளை மிதமாக ரசித்தான். அதிகம் ரசித்துக் கிளர்ச்சியடைந்து, தொட்டுகிட்டு வைத்தால் என்ன விளைவு வருமோ எப்படி நடந்துகொள்வாளோ அவளுக்கு என்ன பிரச்னையோ என்று அவன் மனம் உள்ளுக்குள் அவளை அலசி ஆராய்ந்துகொண்டு இருந்தது...

"என்ன ரஃபி, எழுந்தாச்சா, அட குளிச்சாச்சுபோல இருக்கே."

"ஆமா, நீ என்ன சேலை கட்டி இருக்கனு பாக்கத்தான் கூப்டேன்."

"யெல்லோ ப்ளைன், நல்லா இருக்கா?"

"ரொம்ப நல்லா இருக்கு, சிம்ப்ளா அழகா இருக்க, நல்ல டிரெஸ்ஸிங் சென்ஸ் உனக்கு, பொருத்தமா குட்டிகுட்டி நகையா போட்ருக்க."

“ம்ம்ம். தேங்க்ஸ் ரஃபி.”

“இந்த ட்ரெஸ்ல நான் எப்படி இருக்கேன்.”

“நீ அழகான ஆண் மயில் மாதிரி இருக்க ரஃபி, மனசைக் கொள்ளையடிக்கற, சிமெண்ட் கலர் ட்ராக் சூட்டும், ரெட் டீஷர்ட்டும் உனக்கு செம்மைய்யா ஷூட் ஆகுது, சூப்பர்.”

அவனது கண்களைப் பார்த்தபடி சொன்னாள். அந்தக் கண்களின் ஈர்ப்புக்குள் தன்னைத் தொலைத்தவள், தன்னை அவனுக்குள் தேடியவள், தன்னை அவனுக்கென எழுதி வைத்தவள்.

ஷபியின் பதிலில் கண்டம் தாண்டி பறந்த ரஃபிக், நேற்றிரவு நடந்தது நெஞ்சில் மின்னலாய் வந்து போகவும் நிதானித்தான்.

“தேங்க்ஸ் டா, காஃபி குடுச்சியா.”

“குடுசுட்டேன் ரஃபி, ஆனா நேத்து சரியா சாப்டாததால் இப்ப ரொம்ப பசிக்குது. பிஸ்கட் தேடினேன், என் கண்ணுல தட்டுப்படல, மாமிட்ட கேட்க தயக்கமா இருந்துச்சு, அதனால சும்மா குடிச்சுட்டேன்.”

ஷபி இந்த வீட்டை அந்நியமாக உணர்கிறாள் என்பதும் அவள் பசியோடு இருக்கிறாள் என்பதும் அவன் மனதைக் கஷ்டப்படுத்தியது. என்ன சாப்பாடு என்று பார்த்து அவளைச் சாப்பிட வைக்கலாம் என்று அம்மாவைத் தேடி ஓடினான்.

“அம்மா, அம்மா என்ன சாப்பாடு?”

“பூரி, சிக்கன் குருமாப்பா, குருமா ரெடியாகிடுச்சு, பூரி போட்டு எடுக்கணும்.”

“பசிக்குதும்மா எல்லாரும் சாப்பிடலாம்.”

“காஃபி வேணாம்மா?”

“இல்லம்மா சாப்பாடு சாப்படறேன்.”

“சரிப்பா, அத்தாவும் மச்சானும் இன்னும் வரல, நீ சாப்பிடு, உனக்கு எடுத்துவைக்கறேன்.”

“சரிம்மா.”

ஷபியும் வந்து உதவி செய்ய பூரியும் குருமாவும் சாப்பாட்டு மேசைக்கு வந்தது.

“அம்மா ஷபி நேத்து சரியா சாப்டல, அவளையும் சாப்ட சொல்லுங்க?”

வழக்கமாக அந்த வீட்டில் ஆண்கள்தான் சாப்பிடுவார்கள், ஆனாலும், சவ்தா, ஷபியைச் சாப்பிட சொன்னாள். ஷபி, ரஃபிக்கை ஏறிட்டுப் பார்க்க, “உட்கார்ந்து சாப்பிடு ஷபி, பசியோட இருக்காத, வா, வா வந்து உட்கார்.”

கையைப் பிடித்து இழுத்து உட்கார வைத்து சாப்பிட வைத்தான். அவனும் சாப்பிட்டான்.

எப்படியாவது ஷபிக்கு ஒரு நல்ல நம்பிக்கையை, சூழலைக் கொடுக்க வேண்டும் என்ற அவனது உந்துதல் அவளுக்குப் பிடித்திருந்தது. சல்மா தனது இணையர் குழந்தைகளுடன் இரண்டு நாளில் ட்ரைன் ஏறிவிட, மாமனார், மாமியார், ரஃபிக், ஷபி என்று சிறிய குடும்பமாகியது.

கொஞ்சம்கொஞ்சமாக ரஃபிக் வீட்டின் சூழல் அவளுக்குப் பரிச்சயமாகிக்கொண்டிருந்தது. அப்போது ஒரு நாள் மதிய சாப்பாட்டுக்காக ஹாலில் அனைவரும் கூடியிருக்கும் போது மன்சூர் பேச்சை ஆரம்பித்தார்.

“ஏம்ப்பா ரஃபி, வீட்லயே இருக்கியே, ஷபியக் கூட்டிட்டு எங்காவது வெளியூர் போய் வரலாம்ல?”

“இல்லைத்தா, வர்ற சண்டே சென்னை போகணும், மண்டே டியூட்டில ஜாய்ன் பண்ணணும் ரெண்டு பேரும்.”

“என்னது ரெண்டு பேருமா?”

சவ்தா அதிர்ச்சியுடன் கேட்க, “ஆமாம்மா, ஏன் இப்படி கேட்கறீங்க?”

“இன்னும் கொஞ்ச நாள் போகட்டுமேப்பா, ஷபி ஒரு குழந்தை பொறந்ததும் வேலைக்குச் சேரக் கூடாதா?”

ரஃபிக்கு என்னவோ மனசை தைத்தது. ‘குழந்தை, அது ஷபியின் சம்மதமின்றி எப்படி சாத்தியமாகும்?’ என்று நினைத்தவன், “இல்லம்மா, குழந்தை அப்புறம் அது நடக்கணும் அப்படி இப்படின்னு ஷபியோட கேரியரே போய்டும், குழந்தை வரும்போது வரட்டும், ஆளும் பெருமா வளர்த்துவிட்ரலாம், ரெண்டாவது, குழந்தை பொறக்கணும்னா ஷபி என்கூட இருக்கணும், நான் அவளை சென்னை கூட்டிட்டுப் போறேன்.”

மன்சூர் இப்போது பேசத் தொடங்கினார், “சவ்தா, விடு போகட்டும், குழந்தை பொறந்ததும் வந்து இங்க கொஞ்ச நாள் இருங்கன்னா, இருந்துட்டு போறாங்க, அதுவும் இல்லாம அவன் சென்னைக்கும் புதுக்கோட்டைக்கும் ரோடு போட்டுட்டே

இருக்கணுமா என்ன, நீதானே அவன் கடைல சாப்டறான், வீடு எடுத்து தங்கினா நல்லதுன்னு சொன்ன, இப்ப என்ன புதுசா பேசற?"

"இல்லங்க, ஷஃபி இருந்தா ரஃபி அடிக்கடி இங்க வருவான்ல அதனாலதான் அப்படி சொன்னேன்."

"அதெல்லாம் பெத்தவங்கள பாக்கணும்னு நெனச்சா ஓடி வந்துடுவான், அதுக்காக பாவம் ஏன் அவங்களப் பிரிச்சு வைக்கணும்? வாழ்க்கைல இளமை கொஞ்ச காலம்தான், காற்றுள்ள போதே தூற்றிக்கொள்னு பழமொழி படுச்சதில்லையா? நீ, இந்த வயசுல வாழாம எப்ப வாழ போறாங்க, சின்னஞ் சிறுசுகளப் பிரிச்சு வைக்கறது சரியில்ல, நாம வேலைக்காரியா ஷஃபிய இந்த வீட்டுக்குக் கூட்டிட்டு வரல, ரஃபிக்குப் பொண்டாட்டியா கூட்டிட்டு வந்துருக்கோம்..."

மன்சூர் பேசிக்கொண்டே போக, சவ்தாவின் முகம் சுருங்கி விட்டது, "நான் வேலைக்காக அந்தப் பொண்ண வீட்ல இருக்க சொல்லல, ரஃபிய அடிக்கடிப் பாக்கலாம்னுதான்."

"உன் தாய்ப்பாசத்துல எதுவும் தப்பு பண்ணிட கூடாதுல்ல சவ்தா, எங்க போய்ட போறான், வருவான், கவலப்படாத."

ஷஃபிக்கு அப்பாடா என்றிருந்தது, நல்லவேளை நம்மை ரஃபிக்கிட்ட இருந்து பிரிக்கல என்பது ஆசுவாசமாய் இருந்தது.

ஆனால், ரஃபிக்கோ, 'குழந்தையும் அதற்கு ஷஃபியின் மன மாற்றமும் எப்போது நிகழுமோ?' என்ற சிந்தனையும் உள்ளுக்குள் ஓடிக்கொண்டே இருந்தது. இந்த ஜோடிகள் தங்களுக்குள் ஒரு ஒட்டுதலையும் இணக்கத்தையும் கொண்டிருந்தாலும்கூட இன்னும் வாழ்வெனும் மலரை மொட்டு பருவத்திலேயே வைத்திருந்தார்கள். இன்னும் எத்தனை இரவு, பகல்கள் போக வேண்டுமோ இவர்கள் வாழ்வு பூத்துக் குலுங்க?

○

17

மீண்டும் சென்னை

சென்னையில் ஷபி ஏற்கனவே தங்கி இருந்த பிளாட்லயே இருவரும் இல்லற வாழ்வை ஆரம்பிக்கலாம் என்ற முடிவை எடுத்திருந்தனர். தேன் நிலவை எல்லாம் தள்ளிவைத்து அலுவலகம் வேலை என்று இருவரும் சராசரி வாழ்வில் தஞ்சம் புகுந்தனர், சராசரியாகப் புதுமண தம்பதிகளுக்குள் எதுவெல்லாம் நடக்குமோ அதெல்லாம் நடவாமலே. வேணிக்குத் தற்காலிகமாக ஓய்வு தந்து தேனிக்கு அனுப்பிவிட்டிருந்தனர். அலுவலக நண்பர்கள் மிகுந்த உற்சாகத்துடன் வரவேற்பு அளித்தனர். ஒரு வாரம் காதலர்கள்போல் இடைவெளியுடனே நாட்கள் நகர்ந்தது. வளசரவாக்கத்திலிருந்து அண்ணாநகர் செல்ல நேரம் எடுக்கிறது என்று அண்ணாநகரிலேயே வீடு தேடினார்கள். அங்கு கிடைக்க வாய்ப்பில்லை என்று களைப்புற்று அண்ணாநகரின் அருகே முகப்பேர், மருதவாயலில் ரஃபிக் பொறுப்பாக வீடுபார்த்து ஷபியைப் புது பிளாட்டுக்குக் கூட்டிச்சென்றான். அந்த வீடு எங்கிருக்கிறதென்றால் பூந்தமல்லி ஹைரோடில் எம்.ஜி.ஆர். யுனிவெர்சிட்டி கல்லூரியின் அருகே தான் கேஜி சிக்னேச்சர் சிட்டியில் இருக்கிறது.

சென்னையின் மருதவாயல் இருநூறு அடி பைபாஸ் ரோடு மற்றும் அம்பத்தூர் பைபாஸ் ரோட் என்றழைக்கப்படும் பூந்தமல்லி ஹை ரோட்டில் கேஜி சிக்னேச்சர் சிட்டி என்ற அழகிய எழுத்துகளால் பொறிக்கப்பட்ட கட்டட முகப்பு மனம் கவரும் குட்டி பூங்காவின் மையத்தில் சிரித்து வரவேற்றது. அதை ரசித்துக்கொண்டே உள்ளே நுழைந்தால்

அந்தப் பிரமாண்ட வளாகத்தின் காவலர்கள் இரு சக்கர மற்றும் சிறிய, பெரிய வாகனங்களை நிறுத்தி எந்த டவர்? எந்த ப்ளாக்? என்று விசாரித்து அதை வாகனத்தின் எண்ணோடு குறித்துக்கொண்டு நபர்களை உள்ளே செல்ல அனுமதிக்கின்றனர். ஒரு பெரிய தொழிற்சாலையின் முகப்புபோல் தோற்றமளிக்கும் அந்த வாயிலில் போக்குவரத்து காவலர்களைப் போன்று வாகனத்தை உள்ளே, வெளியே செல்ல உதவும் வழிகாட்டும் காவலர்களும் வாயிலிலேயே தங்கள் பணியைச் செவ்வன செய்கிறார்கள்.

ஊபர், ஓலா போன்ற கட்டண வாகனங்கள் தங்கள் வாகனத்தை உள்ளே செலுத்தி, தங்கள் வாடிக்கையாளர்களை இறக்கிவிட்டு பின்பு வெளியேற நேரம் எடுக்கிறது, தூரமாக இருக்கிறதென சொல்லி, கூட பத்து ரூபா கேட்கும் பஞ்சாயத்துகளும் அங்கு உண்டு. அந்த அப்பார்ட்மென்ட் சூழ் உலகு 11.79 ஏக்கரில் பிரமாண்டமாய் கேஜி சிக்னேச்சர் சிட்டி என்ற காரணப் பெயருடன் தன்னுடைய கையெழுத்தை அந்த வளாகத்தில் அழுத்தமாகப் பதித்திருந்தது. மனிதர்கள் கூட்டுக்குடும்பமாய் வாழத்தக்க இடமாய் ஒரு பாதுகாப்பு கவசம்போல் அந்த வளாகம் கம்பீரமாய் பரந்துபட்ட பரப்பளவுடன் ஆயிரத்துக்கு மேற்பட்ட குடியிருப்புகளுடன் காட்சி அளித்தது. ஒவ்வொரு அப்பார்ட்மென்டுக்குக் கீழும் காவல் கண்காணிப்புக்கு ஆள் இருந்தார்கள், எனவேதான் ரஃபிக், கேஜி சிக்னேச்சர் சிட்டியைத் தேர்ந்தெடுத்து இருந்தான். அப்படிப்பட்ட பிரமாண்ட வளாகத்துக்குள் கிட்டத்தட்ட எட்டு அடுக்குமாடி கட்டடங்கள் போதிய இடைவெளியுடன் கட்டப்பட்டிருந்தது.

ஒவ்வொரு அடுக்குமாடி குடியிருப்பும் பதினைந்துக்கும் மேற்பட்ட மாடிகளுடன் காணப்பட்டது. குடியிருப்புகளுக்கு நடுவே மரங்களும் செடிகளும் அழகிய மலர்களையும் நிழல்களையும் தந்துகொண்டிருந்தது. அதற்குப் போட்டியாக கேஜி வாசிகளும் தங்களது பால்கனியில் ரோஜா, துளசி, ஓமம், அழகுச்செடிகள் என்று வைத்து அசத்திக் கொண்டிருந்தனர், சிலர் அலங்கார விளக்குகளால் செடிகள் பால்கனியின் கம்பிகளைகூட அலங்கரித்து இரவு நேர நடைப் பயிற்சியின் போது கண்ணுக்கு விருந்தளித்தனர். வளாகத்தின் உள்ளே பெரிய நீச்சல் குளம், நவீன உடற்பயிற்சிக்கூடம், டேபிள்

டென்னிஸ், ஆண்களுக்கும் பெண்களுக்குமான சலூன்கள், மருத்துவ சேவைக்குச் சிறிய கிளினிக், படிக்கும் அறை, சிறிய விழாக்களை நடத்திக்கொள்ள பெரிய கூடம், விருந்தினர்களைத் தங்கவைக்க வாடகை அறைகள், காய்கறி கடை, அனைத்து மளிகை மற்றும் வீட்டுக்குத் தேவையான பொருட்கள் வாங்க ஒரு சூப்பர் மார்க்கெட், நர்சரி பள்ளி என அத்தியாவசிய தேவைகளை நிறைவுசெய்ய போதுமான வசதிகள் இருந்தது.

அது மட்டுமின்றி ஒரு பெரிய அழகிய வடிவமைப்புடன் கூடிய பூங்காவும் அங்கே உண்டு, அதில் டென்னிஸ், பேஸ்கட் பால் விளையாட அதற்கென பிரத்தியேக இடங்களும், ஜாக்கிங் போவோருக்கு தனியே ட்ராக்கும், குழந்தைகள் விளையாட தனி இடமும் அமைக்கப்பட்டு இருந்தது. அந்தப் பூங்காவின் புல்வெளிகளும் மரங்களும் செடிகளும் சிறந்த முறையில் பராமரிக்கப்படுகிறது. அதிகாலை நடைப்பயிற்சியின் ஊடே அடுக்குமாடி வாசிகள் சிறிய வேலைப்பாடுகள் கொண்ட கூடையில் பூஜை செய்ய மலர்கள் கொய்யும் காட்சி ரம்மியமாக இருக்கும். அது அரண்மனையின் கோயிலுக்குப் பூக்கள் சேகரிக்கும் அந்தப்புர பூங்காவனம் போன்ற உணர்வைத் தரும். வாகனங்களை நிறுத்த தரைதளத்துக்குக் கீழேயும் தளம் அமைக்கப்பட்டு அதுவும் முறையாக வடிவமைக்கப்பட்டிருந்தது. வளாகத்தின் உள்ளே வாகனங்களின் அனைத்து வகைகளையும் காணலாம். நானோ கார் முதல் பி.எம்.டபிள்யூ வரை பல தர வாகனங்கள் அதற்கென அமைக்கப்பட்ட எண்கள் போடப்பட்ட இடத்தில் அரண்மனைக் குதிரையின் லாகவத்துடன் சமத்தாக நிறுத்திவைக்கப்பட்டிருக்கும் காட்சி ரம்யமாகக் காட்சியளித்தது.

அப்படிப்பட்ட மனதுக்கு இதமான இனிமையான கேஜி சிக்னேச்சர் சிட்டிக்குதான் நம் கதாநாயகர்கள் ஷபியும், ரஃபிக்கும் இடம்பெயர்கிறார்கள்.

வடபழனியில் இருந்து அண்ணாநகருக்கு ஜோசப் தன்னுடைய பெரும் முயற்சியில் அவனுக்கு மாற்றல் வாங்கி தந்திருந்தார். ஷபி வீட்டில் கார் வாங்கி தருகிறோம் என்று சொல்லியும் கேட்காமல் ரஃபிக் தன்னுடைய பைக்கை மட்டும் மாற்றி புது பைக் வாங்கிக்கொண்டான்.

ஒரு நாள் மாலை நான்கு மணிக்கு அலுவலகம் முடிந்து ரஃபிக்கும் ஷபியும் வீட்டுக்குப் புறப்படத் தயாராக ஜோசப்

இருவரையும் நிறுத்தி, “ரஃபி, ஷபி, வர்ற சாட்டர்டே நம்ம வீட்ல லஞ்ச் சாப்பிட வந்துடுங்க.”

“ஏன் ஜோசப் இதெல்லாம்” என்று கேட்ட ரஃபிக்கைத் தொடர்ந்து ஷபியும், “ஏன் நிவி மேடத்துக்குக் கஷ்டத்தக் கொடுக்கறீங்க?” என்றாள்.

“அதெல்லாம் ஒரு கஷ்டமும் இல்ல. ஷபி, யாழிசை வேற உன்னைப் பாக்கணும்னு சொன்னா, மறக்காம வந்துடுங்க, மறுக்காம வந்துடுங்க, யூ போத் ஆர் மஸ்ட் கம் மை டியர்ஸ்” என்று ஜோஸப் கண்டிப்புடன் சொல்ல, “ஓகே ஜோசப்” என்று ரஃபிக் சொல்ல, ஷபியும் ஜோசப்புக்குத் தலையசைத்தாள்.

சனிக்கிழமை வந்தது, மதியம் பன்னிரண்டு மணிக்கெல்லாம் இருவரும் ஜோசப் வீட்டில் ஆஜராகினர். நிவேதாவும் ஜோசப்பும் வரவேற்க யாழிசை ஓடிவந்து ஷபியையும் ரஃபிக்கையும் கட்டிப்பிடிக்காதக் குறையாக உள்ளே அழைத்துச்சென்றாள்.

“என்ன சாப்புறீங்க, ஜூஸ் இல்லனா, காஃபி, டீ” நிவேதா கேட்க, “எனக்கு ஜூஸ்” ஷபி முதலில் பதில் சொல்ல, ரஃபிக்கு டீ குடிக்க வேண்டும்போல் இருந்தது. ஆனால், எதுக்கு அவர்களுக்கு சிரமம் என்று “எனக்கும் ஜூஸ்” என்றான்.

நிவி அவனது தடுமாற்றமான பதில் கண்டு, “சும்மா சொல்லுங்க ரஃபி உங்களுக்கு டீ ஆர் காஃபிதானே இப்ப குடிக்கணும்போல இருக்கு?”

“ஹ... ஹ... ஹா... எஸ் நிவி மேடம், கரெக்ட்டா கண்டுபுடுச்சுட்டீங்க.”

“வைஃப்க்கு பயப்பட வேண்டியதுதான் அதுக்காக அவங்க சாப்டறததான் சாப்பிடணும்னு இல்ல, புடுச்சத சாப்டுங்க, ஷபி அடிக்க மாட்டாங்க.”

நிவி கிண்டல் செய்ய, ரஃபிக் வெட்கப்பட்டு சிரித்தான்.

“அடடா புது மாப்பிளைக்கு வெக்கமெல்லாம் வருதே, வழக்கமா பொண்ணுங்கதானே வெக்கப்படுவாங்க, ஸோ ஸ்வீட்” என்று நிவி வீட்டின் உட்சென்று கையில் குளிரும் வெப்பமும் கொண்ட திரவங்கள் அடங்கிய தட்டை எடுத்து வந்து வைக்க, பேசிக்கொண்டே நிவி கொண்டுவந்த டீயையும் ஜூஸையும் ரஃபியும் ஷபியும் காலி செய்ய, சிறிய ஆசுவாசத்துக்குப் பின் மதிய உணவை மேசையில் எடுத்துவைத்ததும் ஜோசப், “வாங்க

எல்லாரும் சாப்பிடலாம், சூடா சாப்டாதான் நல்லா இருக்கும்" என்று சாப்பிட அழைத்தார்.

இருபது அடிக்கு இருபது அடி நீள, அகலம் கொண்ட பரந்த கூடத்தில் இருக்கும் உணவு மேசைக்கு எல்லாரும் இடம் பெயர்ந்தார்கள்.

இறால் பிரியாணி, இறால் கிரேவி, மீன் வறுவல், வெங்காயம் தயிர் பச்சடி, பாசி பருப்பு பாயசம் என்று கடல் உணவின் கலவையாகக் காட்சியளித்தது உணவு மேசை.

சாப்பாடு, பேச்சு சிரிப்பு, யாழிசையுடன் விளையாட்டு என்று அருமையாகப் பொழுது போனது. ஷபி கிளம்பியபோது யாழிசை அவளை இறுக்கிக் கட்டிக்கொண்டு போக விடக் கூடாது என்று சண்டை போட்டுக்கொண்டிருந்தாள்.

"அக்கா, இன்னிக்கு ஒரு நாள் இங்க இருந்துட்டு நாளைக்குப் போங்க ப்ளீஸ்."

யாழிசையின் பிடிவாதம் கண்டு திகைத்த ஜோசப் "அப்டில்லாம் யாரையும் கம்பல் பண்ணக் கூடாது செல்லம், இன்னொரு நாள் அக்கா உன்கூட விளையாட வருவாங்க, சரியா, இப்ப ஹேப்பியா அனுப்பிவைடா."

"இல்லப்பா போன தடவை அக்கா என்கூட விளையாட வரல அதான் போக விட்டேன், இந்தத் தடவ என்கூட நல்லா பேசினாங்க, விளையாடினாங்க, அவங்ககூட இருக்கணும் போல இருக்கு."

"அப்ப என்கூட இருக்கணும்போல இல்லையா?" ரஃபிக் செல்லமாய் கோபித்துக்கொள்ள, "அங்கிள் நீங்க அக்காவ பாத்துட்டே இருந்தீங்க, என்கூட சரியாவே விளையாடல."

யாழிசை, ஜோசப், நிவேதா முன்பு மாட்டிவிட இளஞ் ஜோடிகள் என்ன செய்வதென்று தெரியாமல் ஒருவரையொருவர் பார்த்துக்கொள்ள நிவேதா துணைக்கு வர வேண்டியதாகப் போச்சு.

"அது அக்கா அழகா இருக்காங்கல இன்னிக்கு, இந்த மெரூன் சுடில, இதுக்கு முன்ன அக்கா இந்த கலர் போட்டது இல்லையா, அதான் ரபி அங்கிள் அக்காவுக்கு அது எந்த அளவுக்கு சூட் ஆகுதுன்னு பார்த்தாங்க, அப்பதானே நெக்ஸ்ட் அந்த கலர் ட்ரெஸ் எடுக்கலாமா வேணாமான்னு டிசைட்

பண்ண முடியும் அதான், இப்ப ரெண்டு போரையும் விடுடா இன்னொரு நாள் நாம இன்வைட் பண்ணலாம், ம்ம்ம் சரியா?"

யாழிசை ஒருவாறாக ஷபியையும் ரஃபிக்கையும் கிளம்பச் சம்மதித்தாள்.

இருவரும் விடைபெற்று ஜோசப் வீட்டை விட்டு வந்ததும் ரஃபிக், ஷபி யாழிசையுடன் நெருங்கிப் பழகியதை நினைத்தபடியே வந்தான், ஷபியைப் பார்த்து, "ஏன்டா உனக்குக் குழந்தைகள்ன்னா ரொம்ப இஸ்டம்தானே, சல்மா அக்கா புள்ளைங்ககூட நல்லா நெருங்கிப் பழகினத நான் பார்த்தேன்."

"ஆமா ரஃபி, குட்டிப் புள்ளைங்கள ரொம்ப பிடிக்கும்."

"என்னையும் குட்டிப் புள்ளையா நெனச்சு நெருங்கிக் கொஞ்சுவியா ஷபி."

ரஃபிக் ஏக்கமாகக் கேட்க, ஷபிக்கு ஒரு மாதிரி இருந்தது, ஒரு வாரமாக அவன் தன்னை நெருங்க எதுவும் முயற்சிக்கவில்லை என்பதே அவளால் நம்ப முடியாத உண்மையாக இருக்க அவனின் எதிர்பார்ப்பு நிறைந்த குரல் அவளை என்னவோ செய்தது. அவளுக்கு மட்டும் ரஃபியை ஏங்க வைக்க வேண்டும் என்ற ஆசையா என்ன? தனக்குள் என்ன பூகம்பம் நிகழ்ந்தது? தனக்கு ஏன் ரஃபியின் அருகாமை கிளர்ச்சியைத் தரவில்லை? ஏன் இப்படி உணர்வுகள் வறண்ட நிலையில் இருக்கிறோம்? என்று அவளுக்கே புரியாத புதிராக இருந்தது.

௦

18

காதற் கண்ணாளன்

அவனின் கெஞ்சும் பாவனையில் அவள் மனம் கசிந்துருகிப்போனது.

"ஏன் ரஃபி இப்படி பேசற? நீதானே எனக்கு எல்லாம். அப்புறம் ஏன்டா என் பக்கத்திலேயே வர மாட்டேங்கிற?"

"அப்டிலாம் இல்லடா, எனக்கு உன்கூடவே இருக்கணும்னுதான் இஷ்டம், நீயில்லாம நான் இல்லை, உனக்கே தெரியும்."

"ம்ம்ம்."

அதற்கு மேல் அவளிடம் என்ன கேட்பது எப்படி பேசுவது என்று தெரியவே இல்லை அவனுக்கு, இருவரும் மௌனமாகவே இருச் சக்கர வாகனத்தில் வீடு வந்து சேர்ந்தார்கள், ஷபி ஒரு குளியலைப் போட்டு இரவு உடைக்கு மாறினாள், அதற்குள் ரஃபிக் அடுப்பில் பால் வைத்திருந்தான். ஷபியை காஃபி கலக்கச் சொல்லிவிட்டு அவன் உடைமாற்ற போனான். இருவரும் காஃபி தயாரானதும் சோபாவில் வந்தமர்ந்து அருந்த தொடங்கினார்கள். ரஃபிக் அவளின் முகத்தையே ஆழ்ந்து நோக்கினான். அது வழக்கம்போல பேரமைதியுடன் காணப்பட்டது.

"ஷபி."

ரஃபிக் அழைத்ததுகூட கவனியாமல் அவள் அமைதியாக அமர்ந்திருந்தாள். அவள் மனதுள் பல கேள்விகள், இப்பவெல்லாம் ரஃபிக் என்னை பால்டப்பான்னு கூப்டறதே இல்லல ஏன்?

அவளுக்கு அவன் கடைப்பிடிக்கும் இடைவெளிகூட ஏன் என்பது புரியவில்லை. நான் அமைதியாக இருப்பதால் அவனும் சீண்டல் கொஞ்சல் இல்லாம அமைதியா இருக்கானோ. இப்படியாக அவளுள் பற்பல எண்ண ஓட்டங்கள்...

"ஷபி, என்கூட இருக்கும் போது என்னடா தனித்த யோசனை?"

சிந்தனை நூல் அறுபட்டு ரஃபிக்கின் முகம் நோக்கலானாள்.

"என்ன ஷபி கேட்டுட்டே இருக்கேன், சைலண்டா இருக்கியே?"

"நத்திங் ரஃபி."

"ஏன் எப்பவும் எதையாவது நினைச்சு குழம்பிட்டே இருக்க?"

"அதான் ஒண்ணும் இல்லன்னு சொல்றேன்ல."

"ஆபிஸ்ல புதுசா யாரோ உன் பக்கத்து டேபிளுக்கு வந்துருக்காங்கபோல."

"ஆமா ரஃபி, அவர் நேம் ஹாஜா."

"பார்த்து பத்திரமா இரு ஷபி, அவருக்கு வயசென்ன இருக்கும்?"

"தெர்லயே ரஃபி."

"ஒரு முப்பது வயசிருக்கும்னு நினைக்கறேன்."

"இப்ப எதுக்கு அந்த ஆராய்ச்சி நமக்கு?"

"தேவை இல்லைதான், நம்மைப் பத்தி பேசுவோமா?"

"நீ நல்லாதானே இருந்த ஷபி, ஏன் இப்பவெல்லாம் அடிக்கடி நிகழ்காலத்துல இருந்து பிரிஞ்சு போய் என்னென்னவோ யோசிக்கற?"

"அப்டிலாம் இல்ல ரஃபி."

"சரி நான் கேட்கறதுக்கு கரெக்ட்டா பதில் சொல்லணும் சரியா?"

"ம்ம்ம்... சரி, கேளு."

"என்னை உனக்கு ரொம்பரொம்பப் புடிக்கும்தானே?"

"ஆமா."

"உனக்கு ரொம்பப் புடிச்ச நான், உன் பக்கத்துல இருக்கும் போது, நீ கண்டிப்பா என்னைப் பத்தி மட்டும்தானே சிந்திக்க முடியும்?"

"ம்ம்ம்."

"என்கிட்ட சொல்லாம அப்படி என்ன என்னைப் பத்தின சிந்தனை."

"..."

"சரி, எப்போ இருந்து என்கிட்டே பேச வேண்டியது உன் மனசுக்குள்ளயே பேச ஆரம்பிச்ச?"

"..."

"சொல்லும்மா?"

"தெர்ல, நீ பேசறத நிறுத்திட்டு வடபழனிக்கு ட்ரான்ஸ்பர் வாங்கிட்டு போனல்ல, அப்போ இருந்தே உன்னைப் பத்தின சிந்தனைதான்."

"ஓகே பக்கத்துல இல்லாதப்ப என்னைப் பத்தின சிந்தனை சரி, இப்போ நான் உன்கிட்ட ஆசையா பேச வர்றேன் பட் உன் ஞாபகம் எங்கயோ இருக்க மாதிரி இருக்கே?"

"..."

"என்னவோ உன் மனச ரொம்ப பாதிச்சுட்டு இல்ல, அது என்னனு யோசிச்சு சொல்லு?"

"திடீர்னு கேட்டா?"

"திடீர்னு கேட்டாகூட பலதையும் யோசிக்கற நீ இதையும் யோசிச்சு சொல்லேன்."

"ம்ம்ம்."

சிறிது நேரம் மௌனம் அங்கே சம்மனங்கால் போட்டு இருவருக்கும் இடையே அமர்ந்துகொண்டது. ஷபி தனக்குள்ளே பயணமானாள், 'எது தன்னை சமீபமாகப் பாதித்த விஷயம்?' மனதைக் குடைந்துகுடைந்து மேடு பள்ளங்கள் தாண்டி சிக்கலின் நுனியைக் கண்டுகொண்டாள்.

"நினைவு வந்துட்டு..."

ரஃபிக் நிமிர்ந்து உட்கார்ந்தான்.

"நீ ஷெல்ஃபி அனுப்பினல்ல, கடைசியா அண்ணாநகர் ப்ராஞ்ச்ல இருந்து போறதுக்கு முன்னாடி."

"ஆமா."

"அந்த ஷெல்ஃபி என்னை ரொம்ப கஷ்டப்படுத்திடுச்சு."

"..."

“அந்த போட்டோவ உடனே நான் டெலிட் பண்ணிட்டேன், பட் என் மைண்ட்ல அது ரெஜிஸ்டர் ஆகிட்டு, அதோட தாக்கத்துலதான் உன்னை விடாம, நீ எப்படி இருக்கியோ என்னவோன்னு உனக்கு நெறைய டைம் நானே மெஸ்சேஜ் அனுப்பினேன்.”

ரஃபிக் பதில் எதுவும் சொல்லவில்லை, ஓ அவளுக்கு என் மேல சிம்பதி வந்துருச்சுபோல, இல்லனா என் நிலைமைக்கு அவ காரணம்னு கில்ட்டி ஃபீல் வந்துருக்கும், அதுவும் இல்லனா என் முகத்தை அப்படிப் பாக்கறதத் தாங்க முடியாத அளவுக்கு என்மேல காதலும் அன்பும் வாஞ்சையும் வரையறை இல்லாம நிறைய இருந்துருக்கணும்.

“இப்ப நீதான் யோசிக்கற ரஃபி.”

“இல்ல கண்ணம்மா சொல்லு...”

“அதுதான் என் மனசுக்கு வருத்தமா இருந்த கடைசி விஷயம்.”

“சரி, ஆனா அதுக்கு முன்ன எதுக்கு வருத்தப்பட்ட?”

“...”

“சொல்லுடா?”

“அதுக்கு முன்னாடி நீ சொன்ன வார்த்தைக்கு.”

ரஃபிக் கிட்டத்தட்ட அவளின் அந்தரங்க சோகத்தை இனம்கண்டு தீர்க்கும் அளவுக்குப் பக்குவப்பட்டிருந்தான், அதனால் தன் தரப்பு வாதங்களை முன்வைக்க அவன் தயாராக இல்லை, அவளை இயல்புநிலைக்குக் கொண்டுவருவதே அவன் நோக்கமாக இருந்தது.

“என்ன வார்த்தைக்கு?”

“நீ என்னோட காதல நடிப்புன்னு சொல்லிட்ட, நானே போலின்னு சொல்லிட்ட.”

“...”

“என்னால அததான் தாங்க முடியல.”

ரஃபிக்கு அப்போது ஷபி நடந்துகொண்ட விதம் சுத்தமாகப் பிடிக்கவில்லை, ஆனாலும், மறுபடியும் அவள்மீது பழி சுமத்தி நிலைமையை மோசமாக்க அவன் விரும்பவில்லை. தற்காலிகமாக அவளுக்கு சமாதானம் சொல்ல தயாரானான்.

“ஷபி, அது ஏதோ கோபத்துல சொன்ன வார்த்தை, அதுக்குப் போய் இவ்வளவு நாளாவா வருத்தப்படுவாங்க, ஏன் எதையாவது நினச்சு உன்னை நீயே வருத்திக்கற? ரிலாக்ஸா இரு, நான் எப்பவும் உன்கூடதான் இருப்பேன், ஐ யாம் ஆல்வேஸ் வித் யூ.”

“என்ன சொன்ன?”

“ஐ யாம் வித் யூ.”

“இத நீ சொல்ற விதம் அவ்ளோ அழகா இருக்கு, எனக்கு ரொம்ப புடிச்சிருக்கு.”

“என் வார்த்தைகள ரசிக்கற, கொஞ்சம் என்னையும் ரசியேன்.”

ஷபி வெட்கப்படத் தொடங்கினாள், ரஃபிக்கு ஏதோ சாதித்தது போன்ற உணர்வு.

ஷபி மனதை ஆராய்ச்சி செய்யும் பணியைக் கொஞ்சம் ஒத்திவைத்தான், இப்போது அவள் மனம் தன்னை வெளிப் படுத்திக்கொண்டது, இனி காயத்துக்கு மருந்து போட்டு குணமாக்கிவிடலாமென்ற நம்பிக்கை அவனுள் மொட்டுவிடத் தொடங்கியது. கூடிய விரைவில் காதல் பூத்துக் குலுங்கும் சோலையாக ஷபி காட்சியளிப்பாள் என்று ரஃபிக் திடமாக நம்பினான்.

ஒவ்வொரு காதலிக்கும் தனது காதலனைத் தன்னைவிட யாரும் சிறப்பாகக் காதலிக்க முடியாது என்ற இறுமாப்பு இருக்கும். தன் காதலன் அதை உணர்ந்திருப்பான் என்ற மிதப்பு இருக்கும். அப்படி கர்வத்தோடு திரியும் காதலியைப் பார்த்து நீ என்னைக் காதலிக்கவே இல்லை, உன் காதலே போலி என்று சொல்வதைவிட பெரிய மனக்காயத்தைத் தந்துவிட முடியுமா அவளுக்கு? ஆனால், அப்படியொரு சம்பவம் நடந்து ஷபியின் மனம் உள்ளுக்குள் தாங்க இயலா துயரில் இருந்தபோதும் ரஃபிக்கின் மன்னிப்பைக் கோரவில்லை, அவன் தன்னை உணர்ந்துகொண்டால் போதும் என்ற அளவில்தான் இருந்தது, அப்படி ஒரு நிகழ்வு நடக்காதா என ஏங்கிஏங்கி அவள் மனம் தேங்கி நின்றுவிட்டது, ரஃபிக் சமாதானம் செய்யும் லாகவத்தில் அவள் மனதுடன் பேசியது அவள் மனதுக்கு மிகப் பெரிய ஆறுதலை, நம்பிக்கையைத் தந்துவிட்டிருந்தது. மனிதர்களின் செயற்கரிய செயல்கள் மட்டும் அங்கீகாரம் வேண்டுவதில்லை,

உணர்வின் ஆழத்திலிருந்து காதலை வெளிப்படுத்தும் மனமும் தான் வீழ்ந்து கிடக்கும், தன்னிடம் வீழ்ந்து கிடக்கும் மற்றோர் மனதிடம் அப்படியொரு அங்கீகாரத்தைத்தான் கேட்கும். அங்கீகாரம் தருவதைச் சொல்லாக, உணர்வாக, கண் ஜாடையாக வெளிப்படுத்தலாம் என்றாலும்கூட வார்த்தைகளால் மறுத்த அங்கீகாரத்தை மறுபடியும் வார்த்தையால் அங்கீகரிக்க வேண்டும் என பிடிவாதம் பிடிக்கும் மனங்களும் உண்டுதானே.

விந்தை என்னவென்றால் அப்படி ஒரு பிடிவாத மனோபாவம் தனக்குள் உண்டென்பதை உணரா மனங்களும் உண்டு. மனித மனம் விசித்திரமானது அது எப்போது எதற்காக எப்படி வினைபுரியும் என்பதைப் பெரும்பாலும் கணிக்க முடியாது. சம்பந்தப்பட்ட மனங்களைக் கொண்ட மனிதர்கள்கூட. எப்படியோ காதலர்கள் ஒருவரையொருவர் புரிந்துகொள்ள முயற்சிப்பது நல்ல விசயம்தானே, அதுவும் ரஃபிபோல அவசரக்காரக் காதலன் இப்படி ஒரு நிதானத்துக்கு வந்திருப்பது நல்ல முன்னேற்றம்தான் இல்லையா, சரி மேற்கொண்டு என்ன நடக்கிறதென்று பார்ப்போம்.

○

19

மீள்தல் எனும் தவம்

ரஃபிக்கின் காதல் மொழிகள், கவனிப்புகள், கரிசனைகளில், மெல்லமெல்ல ஷபியின் மனம் கனியத் தொடங்கியிருந்தது. ரஃபியின் அருகாமையில் சிரித்தபடி வளையவரத் தொடங்கினாள். மோன நிலையில் ஏதேனும் சிந்தித்தபடி இருக்கும் அவளது முகம் நிகழ்காலத்தில் ஒன்றத் தொடங்கியது. ரஃபிக்கின் முகம்பார்த்துப் பேச ஆரம்பித்தாள், செல்லமாகச் சீண்டத் தொடங்கியிருந்தாள், தொட்டு விளையாடத் தொடங்கினாள். ஒரு வாரம் சீண்டலும் தாபமும் காதலுமாக ஓடியது. அலுவலகத்தில்கூட இவர்களின் சேட்டை குறையவில்லை. "ரஃபி, ஷபி காதலிக்கும் போதுகூட நமக்கு ஒன்றும் தெரியவில்லை, கல்யாணம் முடிச்சு என்ன வேலை பாக்குதுக பாரேன் ரெண்டும்" என்று ஹாஜா முதற்கொண்டு அலுவலக நண்பர்கள் எல்லாரும் கலாய்க்கத் தொடங்கினர். ஒருநாள் மதிய உணவின் இடைவெளியில் ஹாஜா, ஷபியிடம் பேச்சு கொடுத்தார், ரஃபி, ஜோசப் உட்பட எல்லாரும் உணவுக்கூடத்தில்தான் இருந்தார்கள்.

"ஷபி..."

"ம்ம்ம் என்ன சொல்லுங்க ஹாஜா?"

"நீங்க ரஃபிய மேரேஜ் பண்ணிக்கிட்டீங்க தானே."

"ஆமா, என்ன புதுசா கேட்கறீங்க?" ஷபி சிரித்தபடி சொன்னாள்.

“இல்ல ஆஃபிஸ்ல கொஞ்சலும் சீண்டலும் பார்வைப் பரிமாற்றமும் பலம்மா இருக்கே, அதான் கேட்டேன்.”

“நாங்க வேலைய கரெக்ட்டாதானே பாக்கறோம், அதுல ஒண்ணும் குறை இல்லைல, அப்புறம் என்ன?”

“அதுவும் சரிதான், எனக்கென்னத்துக்கு வம்பு?” என்று சொல்லி சிரித்துவிட்டு, பொய்யாக பயந்ததுபோல் பாவனை செய்யவும் அவரைத் தொடர்ந்து ஆஃபிஸ் பாயாக இருக்கும் ராஜா, ஷபியைப் புகழ்வதுபோல் பேச ஆரம்பிக்க எல்லாரும் கவனிக்கத் தொடங்கினர்.

“ஷபி மேடம் எல்லாருக்கும் முன்ன முதல் ஆளா ஆபீஸ் வந்துடுவாங்க, அவங்க டெஸ்க்க எப்பவும் க்ளீனா வச்சுப்பாங்க, அவங்க டேபிள்ல எனக்குப் பெருசா வேலையே இருக்காது, என்னோட வேலையக் குறைக்கறதால எனக்கு ரொம்ப பிடிக்கும்.”

ராஜாவைத் தொடர்ந்து ஜோசப்பும், “ரீசண்ட்டா ஷபி தானே ஒரு ப்ராஜக்ட்ட சிறப்பா செஞ்சுகொடுத்தாங்க, ஷி இஸ் வெரி சின்சியர் லேடி, ஐ லைக் ஹெர் டெடிகேசன்.”

அவரைத் தொடர்ந்து சீனியரான செந்தில்நாதன், “நான் இங்க வேலைக்கு சேர்ந்த நாள்லருந்து எத்தனையோ பேர் வர்றாங்க போறாங்க, ஆனா, ஷபிபோல் ஒரு அமைதியான, வேலைல சுறுசுறுப்பான பெண்ணை நான் பார்த்ததே இல்ல, நிச்சயம் ஷபி இந்த கம்பெனியின் மிகப் பெரிய பொறுப்புக்கு வருவாங்க, அதுல எனக்கு அசைக்க முடியாத நம்பிக்கை இருக்கு.”

“எஸ், எஸ், நானும் அதைதான் நினச்சேன்” ஜோசப் அதை ஆமோதிக்க, ரஃபியின் மனம் ஒரு பக்கம் ஷபியின் முன்னேற்றத்தில் திறமையில் பெருமை கொண்டாலும் அவள் அளவுக்குத் தான் இல்லையோ என்று சிந்திக்கவும் செய்தது.

இப்படியாக அலுவலகம் ஷபியின் சிரிப்பை விளையாட்டை அலுவலகத்தில் அவளுக்கு இருக்கும் சலுகையாக எண்ணும் மனோபாவத்துக்குச் செல்லத் தொடங்கி இருந்தது, நன்றாகப் படிக்கும் குழந்தை ஆசிரியரிடம் செல்வாக்கோடு இருப்பது போல. ஆனால், ஒரு நல்ல ஆசிரியர் மோசமான மாணவரைத் தான் அதிகம் கவனித்து கரிசனையோடு சொல்லித்தர வேண்டும்.

ஷபியின் மனம் அலுவலக நண்பர்களின் அன்பாலும் ரஃபியின் கனிவாலும் இளகி நெகிழ்ந்து மனம் காதல் விளைச்சலுக்குத் தேவையான பக்குவத்துடன் பசுமையாகக் காட்சியளித்தது. ரஃபிக் தனது காதல்மழையைச் சொற்களாக, தொடுதலாக, பரிசுப்பொருட்களாக அவள் மனதை நிறைத்துவிட்டு மிக நல்ல ஒரு அருமையான தருணத்துக்காகக் காத்திருக்கத் தொடங்கினான். அந்த நாளும் வந்தது.

ஷபியும் ரஃபியும் அந்த சனிக்கிழமை மாலையில் உலகின் மிக நீளமான இரண்டாம் கடற்கரையான மெரினாவைக் காதலித்துக்கொண்டிருந்தனர். அப்போது திருநங்கை ஒருவர் அவர்கள் அருகில் மல்லிகை, முல்லையுடன் தரிசனம் தந்தார், பூ வாங்கிக்கச் சொல்லிப் பிடிவாதம் பிடிக்கவும், ஷபியும் அன்று அடர் ஊதா கல் பதித்த சுடியில் கொஞ்சம் அலங்காரமாக இருக்கவும், ரஃபிக் ஏழெட்டு முழம் மல்லிகையும் கொஞ்சம் முல்லையும் வாங்கிவிட்டான். ஷபி இப்போதெல்லாம் ரஃபியின் வார்த்தைகளை முடிந்தவரை மறுப்பதில்லை, ரஃபியும் அப்படி ஆகிவிட்டிருந்தான்.

ரஃபிக் ரொம்ப சாமர்த்தியமாகக் கடற்கரை அருகில் இருக்கும் ஹேர் பின்னை தேடி, ரெண்டு பட்டை அவளுக்கு வாங்கிதந்தான். அங்கேயே பூ வைத்து காட்ட சொன்னதற்கு ஷபி வீட்டில் வந்து வைத்துகொள்கிறேன் என்று மறுத்து விட்டாள். அவள் அப்படி சொன்னதும் வண்டி விரைந்து சென்று வீட்டில்தான் நின்றது.

"ஷபி வீடு வந்தாச்சு, மல்லிப்பூவ மட்டும் வச்சுக் காட்டினா கூட போதும்."

"என்னது மல்லிப்பூ ஃபுல்லாவா? அது ஏழெட்டு முழம் இருக்கே?"

"அதெல்லாம் உனக்கு அழகா இருக்கும் வை, நான் சொல்ற மாதிரி வை."

"எப்படி ரஃபி?"

"முதல்ல மல்லிப்பூவோட முதல் அரை முழத்தை ஸ்ட்ரைட்டா பிடி."

"சரி."

“இப்போ, மீதமிருக்க பூவ, நீ ஸ்ட்ரைட்டா புடுச்சு இருக்க சரத்துல ஒவ்வொரு முழம்மா கீழத் தொங்கவிட்டு வளையம் வளையமா வர்ற மாதிரி சுத்து.”

“சுத்தியாச்சு.”

“இப்போ கரெக்டா ஒரு ஏழு முழம் சரம்சரம்மா ஒரே வரிசைல அழகா வளையம்வளையமா கீழே தொங்குதா?”

“ஆமா.”

“இப்போ நீ ஸ்ட்ரைட்டா இருக்க பூத்துண்ட தலைல வச்சு பிடிச்சுக்க, நான் மேலே அந்த ஸ்ட்ரைட் வரிசைல இருக்க ஒவ்வொரு சரத்துக்கும் மேலையும் ஹேர் பின்னை சொருகறேன்.”

“ம்ம்ம்.”

“இப்ப ஹேர் பின்ன சொருகிட்டேன், கிட்டத்தட்ட ஏழு ஹேர்பின்.”

“ம்ம்ம்.”

“கீழ இருக்க மல்லிகை சரங்கள் ஒரே அளவுல இருக்கவும் தலை முழுக்க நிறைஞ்சு இருக்க மாதிரி தெரியவும், கீழ வளைவா தொங்கற மல்லிகை சரங்களின் வளையத்துல இருக்க நூல கட் பண்ணி பூச்சரங்கள் அழகா நீ நடக்கும்போது இங்கிட்டும் அங்கிட்டும் அலைஅலையா ஆடற மாதிரி சம அளவுல நறுக்கிட்டேன்.”

“ஹேய், இதெல்லாம் உனக்கெப்படி தெரியும்?”

“எங்கக்கா மேரேஜ் ஆனா புதுசுல இப்படித்தான் பூ வைப்பாங்க, நான் பாத்துருக்கேன், நான் போட்டோ எடுத்து தர்றேன் உன் முடிக்கு இப்படி வச்ச மல்லிப்பூ எவ்ளோ அழகா இருக்குனு பாரு.”

ரஃபி, ஷபியின் இடுப்புக்குச் சற்று மேலே அடர்த்தியாக மினுமினு என்று ஆரோக்கியமாக ஓரளவு கருமையாக இருக்கும் அவள் கூந்தலில் ஒய்யாரமாக இருக்கும் மல்லிகை சரங்களை அழகாக படம் எடுத்து அவளிடம் காட்டினான்.

○

20

காதல் என்பது உணர்வின் சிதறலா? இல்லை பந்தயக்கூடமா?

அவன் ரசனையும் அழகியலும் மல்லிகை மனமும் அவள் உள்ளத்தைக் கிளர்ந்தெழச் செய்தது, ரஃபியின் மனமும் இந்தத் தருணத்துக்குத் தானே காத்திருந்தது, அவளை அப்படியே அமர வைத்து விட்டு தோசையும், சின்ன வெங்காயம் போட்ட தக்காளி சட்னியும் செய்துகொடுத்து இந்த அலங்காரத்தை இப்போதைக்குக் கலைக்கக் கூடாது என்று சொல்லி உத்தரவிட்டு, பார்த்துப்பார்த்து ரசித்துக்கொண்டிருந்தான்.

அவள் அலுங்காமல் குலுங்காமல் இருந்ததால் அவளை அப்படியே பாட்டு கேட்டுக்கொண்டு இரு என்று சொல்லிவிட்டு சமையல் செய்த எண்ணெய்ப் பிசுக்குப் போகக் குளித்து அவள் அருகே கமகமவென அமர்ந்தான். சோப்பின் வாசனையும், உடலுக்குப் போட்ட டியோடரண்ட் வாசனையும், அவன் உடம்பின் வாசனையும் லேசாகத் தொடை தெரிய போட்டிருந்த அந்தச் சின்ன ஷார்ட்ஸிலும், பனியன் போடாத மெல்லிய முடிகள் படர்ந்திருக்கும் லேசாக சிவந்த நிறமுள்ள மார்பிலும் ஷபி மீட்க முடியாத காதல் மயக்கத்துக்குள் இன்னும் ஆழமாய் சென்றுவிட்டாள்.

ஷபியின் விரல்களைப் பற்றி அதன் மிதமான சதைப்பிடிப்புடன் இருக்கும் நீளமான விரல்களில் விரல் தாண்டி நீண்டு வளரும் நகங்கள் வெட்டப் பட்டு, தாமரையின் நிறத்தில் சிவந்திருக்கும் விரலின் பரிசுத்தக் காவலன்போல் ஒய்யாரம் காட்டிய விரலின் சதைத்துணுக்குடன் ஒட்டியிருந்த நகங்களைத் தடவி உள்ளங்கைகளில் முத்தமிடத் தொடங்கினான்,

ஷபி என்ன சொல்வாளோ என்ற சிறிய பயம் அவனுக்குள் எட்டிஎட்டிப் பார்த்துக்கொண்டிருந்தது, ஆனாலும்கூட அவன் துணிந்து ஷபியின் விரல்களில் முத்தமிட்டு தன் காதல் வித்தைகளைத் தொடர்ந்தான்.

ஷபிக்கு ஆசை ஒரு பக்கம், வெட்கம் ஒரு பக்கம் இழுக்க, ரஃபிக் போகிற போக்குக்கு வளைந்துகொடுத்தாள். ரஃபியின் உறுதியான தோள்களில் கையை வைத்து அப்படியே கீழே இறக்கி அவனை இறுக்கிக் கட்டிக்கொண்டாள். விரல்களோடு சன்னமாக விளையாடிக்கொண்டிருந்தவன் ஷபியின் இந்தத் தழுவலில் உற்சாகமாகி மார்போடு அவளை இறுக்கிக் கொண்டான். அனல் கொண்ட இரு நெருப்பு துண்டுகள் ஒன்றுடன் ஒன்று பட்டு தெறித்து ஜுவாலையைக் காற்றெங்கும் பரவவிடுவதைப்போல அந்த வீடு அவர்களின் காதல் நெருப்பில் கனன்றுகொண்டிருந்தது. ஆவேசம் வந்தவனாக அவள் முகத்தைக் கைகளில் தாங்கி நெற்றி, கன்னங்கள், காது மடல்கள், பின்கழுத்தில் குடியிருக்கும் பூனை ரோமங்கள் என இச்சுக்களை இதழால் நச்சென்று நங்கூரம்போல் பாய்ச்சிக் கொண்டிருந்தான். ஷபிக்கும் ரஃபிக்கும் இடையேயான இடைவெளிகள் கோபங்கள் முறைப்புகள் எல்லாம் இச்சென்ற சத்தத்தின் இனிய ரீங்காரத்தில் மறைந்து கரைந்துபோயின. அவர்கள் இருவருக்குள்ளும் இருக்கும் காதல் என்னும் மந்திரம் கச்சிதமாய் அவர்களைக் கட்டுண்டு கிடக்கச் செய்தது. ரஃபியின் முத்தத்துக்குப் பதிலடியாய் ரஃபிக் செய்யாத ஒன்றை ஷபி செய்யத் துணிந்தாள். அவன் முகத்தின் ஒவ்வொரு பாகமாய் முன்னேறி, காதல் நரம்புகளைச் சுண்டி இழுக்க அவளோ மொத்த நரம்புகளின் புகலிடமாய் இருக்கும் உதடுகளை ஒரு கை பார்த்தாள். ரஃபியின் இதழ்களும் ஷபியின் இதழ்களுக்குள் தன்னை ஒப்புக்கொடுத்திருந்தது. அமைதி சொரூபமாய் இத்தனை நாட்கள் காட்சியளித்த ஷபிதானா இது என்று அவன் ஆடிப்போனான்.

ஷபி தலையில் வைத்திருந்த மல்லிகை அதன் அழகிய வரிசைகளை இடம் மாற்றிக்கொண்டிருந்தது. ரஃபியின் விரல்கள் அவள் கூந்தல்களுக்குள் சென்று தலையைப் பிடித்துக்கொண்டு ஷபியின் இதழ் தாக்குதலுக்குப் பதிலடி தந்துகொண்டிருந்தது. உன்னைவிட நானே உன்மேல அளவு கடந்த ஆசை வைத்திருக்கிறேன் என்பதை அவன் நிரூபிக்க துணிந்தான்.

விளைவு ஷபியின் இதழ்கள் நீண்ட நொடிகள் நிமிடங்கள்வரை ரஃபியின் இதழால் சிறைபிடிக்கப்பட்டது. மின்னலின் சக்தியில் பச்சை வாழை பற்றி எரிவதுபோல் காதலின் சக்தியில் ஈருடல் ஓருடலாகச் சங்கமமாகி மனிதவளத்தைப் பெருக்க ஆயிரம் தீ நாக்குகளுடன் களி நடனம் புரிய ஆரம்பித்தது.

தனது ஆடைகளை அள்ளி மேலே போட்டுக்கொண்டு களைத்து கிடந்த ரஃபியின் மார்பில் தலைவைத்து படுத்தாள்.

"ரஃபி."

"ம்ம்ம்."

"ரஃபி."

"ம்ம்ம். சொல்லுடா."

கள்ளூறும் கண்களோடு அவள் முகத்தைத் தன் பக்கம் திருப்பிக் கேட்டான்.

"ரஃபி நான்தான் உன்மேல ஆழமான காதல் வச்சுருக்கேன், வச்சுருந்தேன், இனியும் வச்சுருப்பேன், இத நீ ஒத்துக்கணும்."

அவள் என்ன சொல்ல வருகிறாள் என்பதே அவனுக்குப் புரியவில்லை.

"என்ன சொல்ற ஷபி?"

"என்ன சொல்றேன்னா நீ என்னை விட்டுப் போன அப்பறமும் விடாப்பிடியா பிடிவாதமா உன்னையே சுற்றிச்சுற்றி வந்து காதலித்தது, நீ பதிலே அனுப்பாட்டிகூட உனக்காக மாதக் கணக்கில் பொறுமையா காத்திருந்தது, இந்தக் காதலை சாகவிடாம காப்பாத்தி உயிர்கொடுத்தது, உன்னை மீட்டு கொண்டுவந்தது எல்லாமே எனக்குள்ள உன்மேல இருந்த அன்புதான், உன்மேல ஆழமான காதலைச் செலுத்தியது நான் தான், நீ இல்ல, இத நீ ஒத்துக்கணும்."

அவளின் விளக்கத்தையும், வாத திறமையையும் கண்டு அவன் மனம் பேராச்சரியம் கொண்டது, ஆனால், தன் காதலை எப்படி விட்டுக்கொடுப்பது என்ற எண்ணம் அவன் உள்ளத்தில் தலை தூக்க அவன் பக்க நியாயங்களை அணிசேர்த்தான்.

"ஷபி நீ காதலோட காத்திருந்த, அளவுகடந்த நேசத்தோட இருந்த ஒத்துக்கறேன், ஆனா, உன்கிட்ட காதல் திட்டம் மட்டும்தான் இருந்துச்சு, என்கிட்ட கல்யாணத் திட்டமே

இருந்துச்சு, மறுபடி நீ என்னை மீட் பண்ண அண்ணாநகர் டவர் பார்க் வரும்போது நீ உன்னோட காதலை உறுதிப்படுத்திக்கத்தான் வந்த, ஆனா நான் உன்னையே உறுதிப்படுத்திக்க வந்தேன், காதலோட நீ காத்திருந்த, உன்கூட சேர்ந்து வாழப்போற வாழ்க்கைக்காக, உன் மன மாறுதலுக்காக, நீ என்னை எவ்வளவு தூரம் விரும்பறன்னு நீ தெரிஞ்சுக்கணும்னு நான் காத்திருந்தேன், கடைசில உன்னை எனக்கு நிரந்தரமா சொந்தமாக்கிக்கவும் செஞ்சேன், என்னோட காதலும் ஆழமானதுதான் ஷபி, இத நீ ஒத்துக்கிட்டே ஆகணும்."

"ஓ காதல் ரேஸா?"

"என்ன காதல் ரேஸா?"

"எஸ் ரஃபி, நாம காதல் பந்தயம் வச்சுக்கலாமா?"

"என்னடி உளர்ற?"

"நமக்கு ஒரு குழந்தை பொறக்கறவரை, நமக்குள்ள நடக்கற சண்டை, வம்பு, அன்பு எல்லாத்தையும் வச்சு, குழந்தை பிறந்து பெயர் சூட்டு விழா நடத்தும்போது யார் இந்தக் காதல் பந்தயத்துல யார் வெற்றி அடையறாங்களோ, அவங்களுக்குக் குழந்தைமேல அதிக உரிமை இருக்குனு வச்சுக்கலாம்."

"புரியலையே."

"அதாவது குழந்தை எந்த ஸ்கூல்ல படிக்கணும், குழந்தைக்கு என்ன பேர் வைக்கணும், இப்படியான விஷயங்கள்ல, காதல் பந்தயத்தில் வெற்றிபெற்றவர்களின் முடிவே இறுதி முடிவா இருக்கும்."

"இதென்ன விபரீத விளையாட்டு ஷபி?"

"ரஃபி..."

"ம்ம்ம்."

"என்னை விட்டு நீ எப்பவும் போகக் கூடாது, உன்னை நான் எந்தக் காலத்துலயும் இழக்க கூடாது, என்னால அத தாங்க முடியாது, உன் கவனம் காதல் எல்லாமே என்மேல இருக்கணும், அதுக்கு இந்தக் காதல் ரேஸ்ல நீ கலந்துக்கணும், உன்னை நீ எனக்கு ப்ரூவ்ப் பண்ணணும் அதாவது உன் காதல நீ எனக்கு முழுசா காட்டணும், கமிட்டேடா இருக்கணும், அதுக்கு இதத் தவிர எனக்கு வேற வழி தெரியல."

“அதெல்லாம் சரி, ஆனா குழந்தைமேல இருக்க உரிமையை ஒரு வெற்றியின் அடையாளமா நீ கொண்டுவர்றதுதான் ஒரு மாதிரி இருக்கு.”

“ரஃபி... குழந்தை நம்ம ரெண்டு பேருக்கும் பொதுவானது அதனாலதான் குழந்தைமேல இருக்கற உரிமையை இந்தக் காதல் பந்தயத்தில் கொண்டுவந்தேன், அதோட வெற்றியடைய ஏதாவது ஒரு தூண்டுதல் வேணும்ல.”

“அதுக்காக, நான் இந்தக் காதல் ரேஸ்ல ஜெயிச்சா நீ இன்னும் அதிகமா என்னை காதலிப்பல, அதேதான் உனக்கும், ஆனா குழந்தைய வச்சு நாம இந்த விளையாட்ட விளையாட வேணாம்.”

“இது விளையாட்டு இல்ல ரஃபி” ஷபி முடிவாகச் சொன்னாள்.

“என்னதான் சொல்ல வர்ற?”

“நீ இனிமே இந்தக் குடும்பத்துக்குள்ள கமிட்டேடா இருக்கணும், சும்மா ஒரு கோபத்துக்காக ஓடிப்போகக் கூடாது அது ஜீரோ டாலரன்ஸ் இருக்கவங்க பண்ற வேலை, கொஞ்சமாவது அன்புக்காக, காதலுக்காக அட்ஜஸ்ட் பண்ணணும், சில குறைகள டாலரேட் பண்ணிக்கத் தெரியணும், சகிப்புத்தன்மையே இல்லாத ஒருத்தன் எப்படி ஒரு உறவுல நீடிக்க முடியும், நீ என்னை விட்டு வடபழனி பிராஞ்ச்சுக்கு ஓடிப்போனப்ப ஜீரோ டாலரன்ஸ்ல இருக்குனு புரிஞ்சுகிட்டேன், அது மாதிரி இனி ஒரு பிரிவு நமக்குள்ள வரக் கூடாது, உன் தவறுகளை நானும் என் தவறுகளை நீயும் சகிச்சித் திருத்தி ஒத்துமையா வாழணும், அந்த ஜீரோ டாலரன்ஸ் உனக்கோ இனி எனக்கோ நம்ம லைஃப்ல வந்துடவே கூடாது, அதுக்குத்தான் இந்த லவ் ரேஸ். என்மேலயும் குழந்தை மேலயும் உனக்குப் பொறுப்பும் அன்பும் எப்பவும் இருக்கணும், அதுக்காகதான் இந்தக் காதல் பந்தயம், உன்னால இதுல கலந்துக்க முடியும்னு நம்பிக்கை இருந்தா வந்து கலந்துக்க, இல்ல நான் மட்டும் கலந்துகிட்டு நீ என்னைத் தனியா விட்டுட்டு போனப்ப எப்படி தனியா உன் பின்னாடியே ஓடிவந்து உன்னை உன் மீதான காதலைக் கை மூடி எனக்குள்ளேயே வச்சுகிட்டேனோ அதுபோல இந்தக் குடும்பத்தையும் நான் தனியாவே ஓடி கைல பத்திரப்படுத்திக்கறேன்.”

அவளின் அவன் மீதான நம்பிக்கையற்ற பேச்சு அவனை மெல்லமெல்லக் கரைத்தது.

“ஷபி நான் இந்தக் காதல் ரேஸ்ல கலந்துக்கறேன், ஆனா, குழந்தை பிறக்கும்வரை யார் அதிகக் காதலை வெளிப்படுத்தறாங்கன்னு எந்தக் கருவிய வச்சு அளப்ப, காதலை எப்படி அளக்க முடியும்?”

“காதலை அளக்க முடியாது ரஃபி, காதலின் பொறுப்புகளை, காதலின் பொறுமையை, காதலின் செயல்பாடுகளை அளக்கலாம்.”

“ம்ம்ம் அதான் எப்படி.”

“ஒவ்வொரு மூணு மாசத்துக்கு ஒரு தடவை ரெண்டு பேரும் சேர்ந்து உட்கார்ந்து பேசி அதுவரை யார் வின்னர்னு பேசி முடிவு பண்ணிக்கலாம்.”

“ஓகே டன், ஐ அக்ரீ வித் யூ, லெட்ஸ் ஸ்டார்ட் லவ் ரேஸ்.”

ஷபி அவனுக்கு வாழ்த்துகள் சொல்லி அவன் கைகளைப் பிடித்து அழுந்த முத்தமிட்டாள்.

அவள் இச் பதித்த இதழின் சாரத்தில், மோகத்தின் ஈரத்தில் நயாகராவின் மினியேச்சராய் குட்டி நீர் எழுச்சி எழுந்தது, அந்த நீர் எழுச்சியின் நடுவே திம்மக்கா திக் விஜயம் செய்திருந்தாள், நீரின் நிறத்திலேயே பத்து சென்டிமீட்டர் உயரத்தில் இரண்டு சென்டி மீட்டர் அகலத்தில், இரண்டரை சென்டி மீட்டர் சிறகுகளுடன் நீரின் புதையலில் லட்சம் கோடியில் ஒரு பகுதியாக ரஃபிக்காகப் பறந்து வந்திருந்தாள். அவர்களின் காதல் பந்தயத்துக்குப் பிரபஞ்சத்தின் சாட்சியாக வந்திருந்தாள். நாடி ஜோதிடம், கைரேகை ஜோதிடம், ஜனன கால ஜோதிடம் எல்லாம் நாம் கேள்விப்பட்டிருக்கிறோம். ஆனால், திம்மக்காவிடம் இருப்பதோ உணர்வின் ஜோதிடம், அது ரஃபிக்கின் ஜோதிடம், ரஃபிக் என்றால் அதில் பாதி ஷபி அல்லவா, எனவே அது ஷபியின் ஜோதிடம்கூட, பகுத்தறிவு கொண்டு நாம் ஜோதிடத்தைப் புறக்கணிக்கலாம், ஆனால், உள்ளுணர்வின் வழி வரும் சமிக்ஞையை நாம் புறக்கணிக்க முடியாதல்லவா, அது இந்தப் பேரண்டம் நமக்கு அனுப்பும் செய்தி அல்லவா, இந்தப் பரந்த வெளி நமக்குத் தரும் சிறிய தீபம் அல்லவா, இந்த மர்மம் நிறைந்த கோள்கள் நிறைந்த வெறுமைப்படலம் நமக்குத் தரும் பயணக் குறிப்பு அல்லவா?

வாருங்கள் திம்மக்காவின் பாடல் வழி பிரபஞ்ச ரகசியம் காணுவோம். அந்தப் பாடல்:

காதலின் விளையாட்டில்
வாரிசை பந்தயப்பொருளாக்கி
பந்தாடும் பறவைகளே

ஜெயிப்பதற்கும் தோற்பதற்கும்
குழந்தை எனும் இளந்தளிர்
வெற்றிக் கோப்பை அல்ல

அது காதலின் பரிசு
உணர்வின் உருவம்

இரண்டு இதயங்கள்
இணைந்து செதுக்கிய
ஒற்றை உயிர்

தன் பாதியின்
மன பாதிப்பைத்
தேடிக் களைய

மண் போன்ற பொறுமையும்
கண் போன்ற கூர்மையும்
திண்ணமாய் கொண்டவர்க்கே
பொறுப்புகள் கூடும்
கிரீடங்கள் வரும்
அமைதிகொள் காலமே
அமைதிகொள்
திட இதயம்
திடல் ஏறும்வரை
அமைதிகொள்

திம்மக்காவின் ஆசியுடன் ஷபி, ரஃபிக் வாழ்வில் காதலின் இன்னொரு பாகம் பரிணமிக்கத் தொடங்கியது...

சனிக்கிழமை இரவு முடிந்து ஞாயிறும் முடிய ப்ரிட்ஜில் இருந்த பழங்கள் ஸ்நாக்ஸ் முடியமுடிய சமையலே இல்லாமல் காதலைச் சமைத்து, திகட்டத்திகட்ட சாப்பிட ஆரம்பித்திருந்தனர். அடுத்து திங்கள்கிழமை வந்துவிட்டது, அலுவலகம் அவர்களை இருகரம் நீட்டி தன்னுள் இழுத்துக்கொண்டது.

ஹாஜா ஷபியின் முகத்தில் கூடுதல் தேஜஸை கண்டு, “என்னம்மா, உனக்குப் புடுச்சா மாதிரி ஏதும் நல்லது நடந்துடுச்சா, ஃபேஸ் இவ்ளோ ஷைனிங்கா மாறி இருக்கு.”

“அதெல்லாம் ஒண்ணும் இல்ல ஹாஜா, நார்மலாதான் இருக்கேன்.”

“இல்லையே ஏதோ வித்தியசம் இருக்கே, ஃப்ரைடே பார்த்த முகத்துக்கும் இப்ப பாக்கற முகத்துக்கும் ரொம்ப மாற்றம் தெரியுது, பட் நல்ல மாற்றம்தான், நைஸ் கீப் இட் அப், இந்த வார லீவ்ல உங்களுக்கு என்ன நல்லது நடந்துச்சோ அது தொடர்ந்து நடக்க வாழ்த்துகள்.”

“ஐயோ, ஒண்ணும் இல்ல ஹாஜா.”

அவள் கூச்சத்துடன் சிரித்தாள்.

அந்த வழியாக வந்த ரஃபியின் முகம் மறுதலைக் கண்டு ஹாஜா பேச்சை நிறுத்தி அமைதியாகிவிட, ஷபி தொடர்ந்தாள். “இந்த தடவை கம்பனிக்கு ரொம்ப நல்ல லாபம்னு சொல்றாங்களே ஹாஜா, அக்கவுண்டன்ட்க்கு ஏதும் விஷயம் தெரியுமா, எதுவும் சொன்னாரா?”

ரஃபி, ஷபி அருகில் வந்திருந்தான்.

“ஷபி, உனக்கு இந்த ஆஃபீஸ்ல நல்ல பேர் இருக்கு, இன்னும் நல்லா பெர்ஃபார்ம் பண்ணி நல்ல பேரத் தக்க வைக்கணும், கம்பெனி லாபம் என்னனு மீட்டிங்ல சொல்லுவாங்க சரியா?”

“ஓகே ரஃபி” என்று சொல்லிவிட்டு கம்யூட்டர் ஸ்க்ரீனில் கண்களைப் பதித்தாள். ஹாஜாவை ஒரு பார்வை பார்த்துவிட்டு அங்கிருந்து நகர்ந்தான் ரஃபி.

ஆண், பெண் உறவுச் சிக்கல்கள் எந்தப் புள்ளியில் தொடங்கும் என்றே சொல்ல முடியாது, அது ஒன்றுமே இல்லாத காரணமாகக்கூட இருக்கலாம். காரணமே இல்லாத காரணமாக ஷபிக்கும் ரஃபிக்கும் அவ்வப்போது முட்ட ஆரம்பித்தது.

○

21

பால்டப்பா

அந்த திங்கட்கிழமை மாலை ரஃபியும் ஷபியும் அலுவலகம் முடிந்து வீட்டுக்கு வந்து ரிலாக்ஸாகினர். ஃபோன் அடித்தது ஷபியின் ஃபோன்தான், தேனியிலிருந்து அம்மாவின் அழைப்பு, உற்சாகமாய் பேச ஆரம்பித்தாள்.

"அஸ்ஸலாமு அலைக்கும்மா, சொல்லுங்க எப்படி இருக்கீங்க? வீட்ல மாமா, மாமி, புள்ளைங்க எல்லாரும் நல்லா இருக்காங்களா?"

"அலைக்கும் ஸலாம், அல்ஹம்துலில்லாஹ் எல்லாரும் நல்லா இருக்கோம்மா, உன்கிட்ட ஒரு முக்கியமான விஷயம் சொல்லத்தான்மா கால் பண்ணேன்."

"என்னம்மா, சொல்லுங்க?"

"மாப்பிள்ளைக்கும் உனக்கும் நம்ம வீட்லயும், மாமா வீட்லயும் விருந்து இருக்குமா, நீயும் மாப்பிள்ளையும் தேதி கொடுத்துட்டா அன்னிக்கு ஏற்பாடு பண்ணிக்கலாம்னு இருக்கோம்."

"சரிம்மா, அவர்ட்ட கேட்டுட்டு சொல்றேன்."

"ஓகேம்மா, உடம்பப் பாத்துக்க, வச்சுடறேன்."

"நீங்களும் பாத்துக்கங்கம்மா."

ஃபோனை வைத்துவிட்டு ரஃபியின் முகம் பார்த்தாள்.

"என்ன சொல்ல ரஃபி, அம்மாவுக்கு?"

"உனக்கு என்ன தோனுது ஷபி, அம்மாவ எல்லாரையும் பாக்கணும்போல இருக்கா?"

"அது ஒரு பக்கம் இருக்கு, ஆனா மாமாவுக்கு நம்மைப் பாக்கணும் விருந்தெல்லாம்

கொடுக்கணும்னு ஆசை இருக்கும்ல, அத்தாவுக்கு அப்பறம் அவர்தானே அம்மாவுக்கும் எனக்கும் சப்போர்ட்டா இருந்தாரு, அவருக்கு உன்னைப்போல் ஒரு நல்ல மாப்பிள்ளை கிடைச்சதுல ரொம்ப சந்தோசம், கல்யாணத்துல பாத்தது, பக்கத்துல வச்சு ஒரு தடவப் பாக்கணும்னு நினைக்கிறார்போல, போகலாம்னு தோணுது, நீ என்ன நினைக்கிற ரஃபி?"

"நான் என்ன நினைக்க ஒருநாள் போய் வரலாம்டா, இந்த வாரம் வெள்ளிக்கிழமை ஆபிஸ்க்கு லீவ் போட்டுட்டு போய் வரலாம், ஆனா அடிக்கடி லீவ் தர மாட்டாங்க, இதான் கடைசியா இருக்கணும், என்ன சரியா?"

"சரிடா, அம்மாட்ட விசயத்தச் சொல்லிடறேன்."

"ஆபிஸ்ல லீவ் கெடச்சதும் சொல்லலாம் ஷபி."

"இப்பவெல்லாம் கண்ணம்மான்னு சொல்றதே இல்ல நீ, பால்டப்பாவும்தான்."

"அடியே பால்டப்பா, எப்பவும் நீ என் கண்ணம்மாதான் மனசுல எதையாவது நினச்சுட்டு இருக்காத, சரியா?"

"சரி."

அலுவலகம் கருணையுடன் விடுமுறை அளிக்க, இயற்கை எழில் கொஞ்சும் தேனியை நோக்கி வியாழக்கிழமை மாலையே பயணத்தைத் தொடங்கினார்கள், விடியற்காலை அம்மா வீட்டுக்குச் சென்றுசேர்ந்தார்கள் ஷபியும் ரஃபியும்.

காலிங் பெல் சத்தம் கேட்டதும் வஹிதா ஓடிவந்து கதவை திறந்து, "வாம்மா ஷபி, வாங்க மாப்பிள்ளை, ரெண்டு பேரும் ரூம்க்குப் போய் குளிச்சு ரெடியாகி வாங்க, காஃபி அனுப்பறேன்" என்று வாய் நிறைய வரவேற்றார்.

"எப்டிம்மா இருக்க, ரொம்ப டயர்டா இருக்கும்மா, குளிச்சுட்டுக் கொஞ்ச நேரம் தூங்கிட்டு வந்து சாப்படறேன்மா."

"ம். அப்டியா, ரொம்ப டயர்டா இருக்க மாரிதான் இருக்கு உன்ன பாத்தா, ஆனா பலகாரம்லாம் ஆறிப்போய்டும், ரொம்ப நேரம் தூங்கிடாத சரியா?"என்று சொல்லி அவர்களுக்கு வழி விட்டு நகர்ந்தாள்.

ரஃபியும் ஷபியும் அறைக்குள் நுழைந்தார்கள். அவர்களின் மன அறைகள் எப்போது வேண்டுமானாலும் முரண்பட்டு விவாதிக்கத் தயாராகும் என்பதை மறந்துவிட்டு.

22

சிற்ப உடை

காலை 11 மணிக்கு ஷபியின் அறைக்கதவை வஹிதா தட்டத் தொடங்க, கதவைத் திறந்த ஷபி "இதோ வந்துட்டேம்மா ரெடியாகிட்டோம்... ரொம்ப டயர்ட் அதான் தூங்கிட்டோம்... ஸாரிம்மா" என்றாள்.

குளித்து, தூங்கி, அதன் பின்னர் அடர் நீலம் கொண்ட ஒற்றை வண்ண சேலைக்கு மாறியிருந்தாள். அப்படியே தூங்கி எழுந்ததால் திருத்தப்படாத புருவமும் பூசப்படாத பவுடருமாக ஷபி இருந்த போதும் கலைந்த ஓவியம்போல் கண்களுக்கு நிறைவு தந்தாள்.

"சரிம்மா, மாப்ளயையும் கூட்டிட்டு வா சாப்ட."

"ஓகேம்மா."

ஷபியும் ரஃபியும் உணவு மேசைக்கு தாமதமாக வந்தபோதும் அனைத்து உணவுகளும் சூடாகத் தான் இருந்தது, வட்லப்பமும் மெதுவடையும் அவர்களைப் பார்த்து கண்ணடித்தது. பூரியும் கோழிக்குருமாவும் எங்களை எடுத்துக்கொள் என்று தியாக பிம்பமாய் நின்றது.

ரஃபிக் எல்லாவற்றையும் ஒரு சுற்று பார்த்து விட்டு, "ஏன் ஷபி, நான் தொப்பையெல்லாம் இல்லாம எவ்வளவு அழகா ஸ்மார்ட்டா இருக்கேன் இவ்வளவு ஐட்டத்தைச் சாப்ட்டேனா சீக்கிரம் தொப்பை விழுந்துடாது."

மெதுவாக ஷபியின் காதருகே கிசுகிசுத்தான்.

“பெரிய மன்மத ராசா, ஒருநாள் சாப்படறதால ஒண்ணும் ஆகிடாது, வக்கனையா சமைச்சு வச்சா பேசாம சாப்புடுங்க சார்.”

“சரி, சரி ரொம்ப ஓட்டாத என்னை, இந்த வேஷ்டி சட்டையெல்லாம் எனக்கு ஒரு மாதிரி இருக்கு, நான் போய் ட்ராக் ஸூட் போட்டு வந்துடவா.”

“டேய் அதெல்லாம் நெக்ஸ்ட் விசிட்ல பாத்துக்கலாம்டா, நானெல்லாம் கலாசாரத்தக் காப்பாத்த சேலை கட்டல, உனக்கென்ன மேன்.”

“நீ சேலை கட்டினா, நான் வேஷ்டி கட்டியே ஆகணுமா?”

“ரெண்டு முழம் வேஷ்டி கட்டற உங்களுக்கே அவ்வளவு சிரமம்னா அஞ்சாறு முழம் சேலை கட்டற எங்களுக்கு எப்படி இருக்கும், பேசாம சாப்டுங்க என் அன்பு அத்தானே.”

“அத்தான்... ஆஹா கேட்பதற்கே இனிமையாக இருக்கிறது அன்பே.”

“ஹ... ஹா...”

“ஷபி சுடுதண்ணி வேணுமா?” என்று ஒரு குரல் கொஞ்சம் தொலைவில் இருந்து வந்தது.

வேணியின் குரல்தான் அது, ஷபி வேணியை சென்னை யிலிருந்து ஊருக்கு அனுப்பிவைக்க, அவள் ஷபியின் அம்மா வீட்டிலேயே தங்கிவிட்டாள், இன்னொரு திருமணம் செய்துகொண்டு தனியே விட்டுட்டு போன கணவனைக் குறித்து யாரிடமும் புலம்பாமல் தன் மனதோடு சோகத்தைச் சுமப்பவள் அவள் என்ற உண்மை மிகச் சமீபமாகத்தான் வஹிதா சொல்லி ஷபிக்குத் தெரியவந்தது.

“இல்ல வேணாம் வேணி, சாப்ட்டு முடிச்சதும் தேவைப் பட்டா சொல்றேன், அவருக்கு மட்டும் காஃபி கொடுத்துடுங்க” என்று சொல்லிவிட்டு ரஃபியைப் பார்க்க அவனோ நன்றி என்பதைக் கண்களால் சொன்னான்.

இதுபோன்று நிறைய வகைகள் சாப்பிட்ட பின் ரஃபிக்கு சுடுதண்ணீரைவிட காஃபிதான் மிக விருப்பமாக இருந்தது. அதை ஷபி புரிந்துகொண்டு சொன்னதற்குத்தான் ரஃபியின் கண்கள் அவளோடு காதல் பேசியது, நன்றி சொன்னது, இன்னும் என்மேல் காதல் கொள், கரிசனம் காட்டு, என்னை உன் அன்பு வெள்ளத்தில் மூழ்கடி என்றது.

பெண்ணைப்போல் ஒரு அன்பை, நேசத்தை மழைபோல் கொட்டவும், காட்டாறாய் தன் வழி இழுத்து செல்லவும், ஒரு ஆணால் முடியுமா என்றால் முடியும். ஆனால், அவர்கள் காதல் வழி அதை நிகழ்த்துவார்கள், அதில் ஒரு மயக்கம் கிறக்கம் இருக்கும், பெண்களின் அன்பில் ஆண்களின் பண்பில் இல்லாத ஏதோ ஒன்று இருகிறதோ? ஆணின் மனம் இந்தச் சமூக கட்டமைப்பில் கூடுதல் சலுகையுடன் சௌகரியமாய் இருந்தபோதும்கூட சில பல ஆண்கள் அந்தச் சலுகைகளைப் பயன்படுத்தாது தன் துணையின் காதலியின் அன்பின் பொருட்டு அதிலேயே கட்டுண்டு கிடப்பதன் பரமரகசியம் பெண்ணின் அதீத அன்பு அக்கறையின்றி வேறு எதுவும் இருக்குமா என்ன?

'டூ மச் கேர், டூ மச் ஸ்பாய்ல்ஸ்' என்று சொல்வார்கள், அப்படியும் ஆகிவிடுவதுண்டு, தனது நேசத்தைக் கட்டுகளின்றி திறந்து போட்டிருக்கும் வானம்போல் ஒரு உறவில் வெளிப் படுத்தும் போது எதிரிலிருப்போர் அதை உணர்ந்துகொண்டு நேசத்துக்குக் கட்டுப்படுவதும் உண்டு, என்மீது உனக்கென்ன இத்தனை அதிகாரம் இத்தனைக் குறுக்கீடுகள் என்றெண்ணி அந்த உறவிலிருந்து ஓடிச்செல்வதும், விலகிச்செல்வதும் உண்டு. அன்புகூட புரிந்துகொள்ளுதல் இல்லாத பட்சத்தில் எப்படி செல்லாக்காசு ஆகிவிடுகிறது பாருங்கள். யாருக்கு என்ன கொடுக்க வேண்டும், என்ன கொடுத்தால் அவர்கள் வாழ்வில் சுகப்படுவார்கள் என்று அன்புக்குத் தெரியும். ஆனால், தான் கஷ்டப்பட வேண்டுமா? சுகப்பட வேண்டுமா? என்ற முடிவைச் சம்பந்தப்பட்டவர்கள்தான் எடுக்க முடியும்.

அன்பு மிகுதியில் கொட்டப்படும் வார்த்தைகள், செய்யப் படும் செயல்கள் அனைத்தும் நம் அன்புக்குரியோர்க்கு சம்மதம்தானா? என்றெல்லாம் யோசித்துயோசித்து அன்புசெய்வது போன்ற இக்கட்டான தருணங்கள் காதலில் மட்டுமல்ல, அனைத்து உறவுகளிலும் வந்துபோய்க்கொண்டுதானிருக்கிறது. ஏன்? ஒரு அதீத அன்பைக் கண்டு ஒரு மனம் பதற்றமடைகிறது, ஏனெனில் அதற்கு முன்பு அதீத அன்பும் அக்கறையும் காட்டப்பட்டு அதே நபரால் பின்னொரு நாள் தாங்கவொண்ணா பிரிவையும் மனபாரத்தையும் அடைந்திருப்பார்கள்.

அவர்கள் காட்டிய அன்பு மனதுக்குத் தூரமாகி அவர்கள் ஏற்படுத்திய காயமும் வலியும் மட்டும் நினைவினில் நிலைத்து விடும், எனவேதான் அது போன்ற சாயலில் மற்றோர் அன்பு எதிர்படும்போது பதற்றப்பட்டு விலகுகிறார்கள்,

தயங்கி நகர்ந்துகொள்கிறார்கள். மற்ற பிரச்னைகளால் மனம் பலகீனப்பட்ட ஒரு மனதை அன்பு கொண்டு வலிமையாக்கி விடலாம், அன்பால் துயரப்பட்ட ஒரு மனதை எந்த அன்பைக் கொண்டு எப்படி மீட்க முடியும்? சூடு கண்ட உள்ளம் விலகிவிலகி சென்று மனக்காயத்தை ஆற விடாமல் வைத்துக்கொள்வதில் முனைப்பு காட்டும்போது எங்ஙனம் ஒரு மனதை ஆற்றுப்படுத்த முடியும்? அன்பால் மனசிக்கலுக்கு ஆளான மனதுக்குத் தேவை முதலில் நம்பிக்கை, பின்புதான் அன்பு. நான் உன்னை விட்டு விலக மாட்டேன், மேலும் உன் மனதைத் துன்பப்படுத்த மாட்டேன் என்ற நம்பிக்கையை முதலில் காயம்பட்ட மனதுக்கு ஏற்படுத்தி, பின்பு அவர்கள் மனதில் இடம்பிடித்து பின்புதான் அன்பை அளவின்றி செய்ய முடியும். அது ஒரு நீண்ட கால தயாரிப்பு, இயந்திர வாழ்வில் ஒரு காயம்பட்ட ஒரு மனதை செப்பனிட்டு உடனிருந்து அன்பு செய்ய எத்தனைப் பேருக்கு நேரமும் பொறுமையும் இருக்கிறது? உடல் ஆரோக்கியத்தில் எப்படி கவனம் செலுத்த நேரமின்றி மனிதர்கள் ஓடிக்கொண்டே இருக்கிறார்களோ அப்படித்தான் தன் மனதையும் பிறர் மனதையும் பராமரிக்க நேரமின்றி ஓடிக்கொண்டே இருக்கிறார்கள்.

ஓட வேண்டாம் என்று சொல்லவில்லை, அவ்வப்போது நின்று நிதானித்து இந்த ஓட்டம் எதற்கு? இந்த ஓட்டத்தால் நிம்மதி, சந்தோசம் எல்லாம் கிடைக்கிறதா? மேற்கொண்டு இந்தப் பாதையில் தொடர்ந்து ஓடலாமா? என்றெல்லாம் சிந்தித்து ஓடுவது மனித மனதுக்கும் உடலுக்கும் நல்லது. அன்பு என்பது வாழ்வின் வற்றா சுனை, அதற்கும் கொஞ்ச நேரம் ஒதுக்குவோம். நேசம் என்பது வாழ்வின் நூறு சுவைகளில் முதற்சுவை. அதையும் கொஞ்சம் ருசிப்போம். வாழ்வதற்காகதான் இத்தனைக் கண்டுபிடிப்புகள், இத்தனை அறிவியல் சாலைகள், அன்பின் நிழலில் கொஞ்சம் வாழ்ந்து பார்ப்போம். தவற விட்டு ஓடிக்கொண்டே இருந்தால் வாழ்வின் அந்திமக் காலத்தில் நினைவுகள் என்று ஓட்டம் மட்டும்தான் இருக்கும். அன்பின் முகங்கள் இருக்காது. ஓய்வு காலத்தில் அசை போட அன்பின் நினைவுகள் இருக்காது, வெறுமையாக இருக்கும். அன்பின் காலங்களை நழுவ விடாது இறுகப் பற்றிக்கொள்வோம், அன்பின் வழித்தடத்தில் ஆயிரம் நினைவுகளைச் சேகரிப்போம், வாழ்க்கை என்பது அழகிய நினைவுகளால் ஆனது.

௦

23

உறவுச்சோலை

சாப்பிட்டு ரஃபிக் இன்னும் கொஞ்சம் ஓய்வு தேவையென்று அறைக்குள் சரணாகதியாக, அம்மாவும் பெண்ணும் அங்கேயே உணவு மேசைக்குப் போடப்பட்ட இருக்கையிலேயே அளவளாவிக்கொண்டிருந்தார்கள்.

"எம்மா வஹிதா, எங்க இருக்க..? என்ன பண்ற?"

கேட்டவாறு வஹிதாவின் அண்ணன் ரஹ்மத்துல்லா வீட்டுக்குள்ளே குரல் கொடுக்கவும், "இதோ வந்துட்டேன் மாமா" என்று துள்ளிக் குதித்து ஓடி வரவேற்றாள் ஷபி.

"என்னம்மா ஷபி எப்படி இருக்க?"

"நல்லா இருக்கேன் மாமா, மாமி, குட்டீஸ் எல்லாம் எப்படி இருக்காங்க?"

"அல்ஹம்துலில்லா நல்ல இருக்காங்கம்மா."

ஷபிக்குப் பின்னாடி நடந்துவந்த வஹிதா "வாங்கண்ணா, நல்லா இருக்கீங்களா?" என்று அண்ணனை நலம் விசாரித்தார்.

"நல்லா இருக்கேன்மா, மாப்ள எங்க?"

"அசதியா இருக்குனு சொல்லிட்டு தூங்கிட்டு இருக்கார்ண்ணா."

ஷபி பக்கம் திரும்பிய வஹிதா, "ஷபி, மாப்ளய எழுப்பிவிடும்மா, அண்ணா விருந்து சொல்ல வந்துருக்கார்ல..."

இடைமறித்த ரஹ்மத்துல்லா, "இல்லம்மா ஷபி, எழுப்ப வேண்டாம், நான் ஃபோன்ல கூப்ட்டு

அப்பறமா சொல்லிக்கறேன், அதான் வீட்டுக்கு வருவார்ல அப்ப முகத்தப் பாத்து பேசிக்கிட்டா போச்சு."

"சரி மாமா, வாங்க காஃபி குடிக்கலாம்" என்ற ஷபி உள்பக்கம் திரும்பி "வேணி ஒரு காஃபி வேணும்" என்றாள், அங்கிருந்து ஆமோதிப்பாய் தலையசைப்பு வந்ததும் திரும்ப மாமாவுடனும் அம்மாவுடனும் பேசத் தொடங்கினாள். ஷபியின் முகத்தில் இருந்த மினுங்கல் அவள் ரஃபிமீது எவ்வளவு காதல் வைத்திருக்கிறாள் என்பதையும் அந்தக் காதல் தந்த செழுமையும் அவளின் முகத்தின் பொலிவுக்கு மெருகூட்டி இருந்தது. மருமகளின் பூரிப்பில் உள்ளம் மகிழ்ந்து அடுத்த நாள் மதிய விருந்தையும் காலை சாப்பாட்டையும் நினைவுபடுத்திவிட்டு வீட்டுக்கு வரச்சொல்லிவிட்டு கிளம்பிப் போனார் ரஹ்மத்துல்லா, தங்கை வஹிதாவை நீயும் அவசியம் வரணும் நான் வந்து கூட்டிப்போறேன் என்று கட்டளையிட மறக்கவில்லை.

ரஃபிக் இப்படி சில உறவுகளின் உள்ளன்புகள் ஷபி மூலம் தனக்குக் கிடைக்கப் போகிறது என்பதையும் அன்பு சூழ் உலகில் தனது ஷபி வசித்தாள் என்பதையும் அறியாதவனாக, பாவம் பயணக் களைப்பில் உறங்கிக்கொண்டிருந்தான்.

◯

24

வட்லப்பம்

அடுத்த நாள் காலை ரஃபியும், ஷபிக்குச் சமமாகப் பரபரப்பாக விருந்துக்குக் கிளம்பிக் கொண்டிருந்தான். போனில் மிகுந்த அன்போடு ரஹ்மத்துல்லா ரஃபியை விருந்துக்கு அழைத்திருந்தார், சரியான நேரத்துக்குச் செல்ல வேண்டும் என்ற தவிப்பு அவனுக்கு இருந்தது. ஷபி மிக மெலிதான மழையில் நனைந்ததால் நீர்மை சேர்ந்த மென் சிவப்பு ரோஜா நிறத்தில் பட்டு சேலையும் அதே வண்ண கரையும், சேலை முழுக்க தங்க ஜரிகை மின்னும் கோடுகளாகத் தகதகவென மின்னினாள். வெள்ளை கல் பதித்த செவ்வக நீள தொங்கலும் அதே போன்ற மாட்டலும், நெக்லசும், மோதிரமும் மொத்தமாக ஒரே விதமான வடிவமைப்புடன் கூடிய நகைகளை அணிந்து தங்க நிலவாகப் பிரகாசித்தாள். ரஃபிக் மட்டும் என்னவாம் வெண்ணிலா ப்ளேவர் பேன்ட் மற்றும் ஷபியின் சேலை நிறத்திலான சட்டையுமாக, ஐஸ்க்ரீம்போல் ஜில்லென்று காட்சி அளித்தான்.

"ரஃபி..."

"என்னடா சொல்லு."

"இந்த வொய்ட் பேன்ட், பிங்க் ஷர்ட்ல ரோஸ் மில்க் மாதிரி ஜில்லுனு இருக்க என் மிட்டாய் பையா."

"என்னது மிட்டாய் பையனா."

"அப்டீன்னா, என் சாக்லேட் பாய் எனக்கு மட்டுமான மிட்டாய் பையனா இருக்கணும்னு அர்த்தம்."

“ஹ ஹ ஹா, அட என் பட்டு ரோஜாவே இந்த மிட்டாய் பையன் உன்னைவிட்டு எங்கே போகப்போறேன்?”

“போனா நான் விட்ருவேனா?”

“அப்டி சொல்லுடி என் பால்டப்பா, அமுல்பேபி நானும் போக மாட்டேன், நீயும் விட மாட்ட.”

“எஸ” என்று சொல்லி அவள் கண்களை மூடி தலையை ஆட்டவும் அவள் குழந்தைத்தனத்தை ரசித்துக்கொண்டே சொன்னான், “டைம் ஆச்சுல கண்ணம்மா, கிளம்பு உங்க மாமா வீட்டுக்குப் போகணும் ப்ரேக்பாஸ்ட்டும் அங்கதானே?”

“யெஸ், யெஸ் மை டியர்.”

“அப்ப மாமிட்ட சொல்லிட்டு சீக்கிரம் கௌம்பலாம், பக்கத்துலதானே வீடு நடந்தே போய்டலாமா?”

“இல்ல ரஃபி மாமா நைட்டே வண்டி கொண்டுவந்து போட்டுட்டார், நாம டூவீலர்ல போறோம்.”

“ஓகே ஷபி, வா சீக்கிரம்.”

ஹாலுக்கு வந்து ஷபி, வஹிதாவை அழைத்து “மாமா வீட்டுக்குக் கிளம்பிட்டோம்மா போய்ட்டு வர்றோம், நாங்க போனதும் மாமா உங்களைக் கூப்ட வருவார்” என்று சொல்ல, “மாமி வர்றோம்” என்று ரஃபியும் சொல்ல, இருவருக்கும் சேர்த்து, “பத்திரமா போய்ட்டு வாங்க மாப்ள, ஷபி மாப்ளைக்கு வீட்ட காட்டும்மா” என்று சொல்லிவிட்டு, மகள், மருமகன் ஜோடியாக விருந்துக்குப் போகும் அழகைத் தூரத்தில் நின்று ரசித்தாள்.

ஷபி ரஃபியை வரவேற்று அமரவைத்து விட்டு, தனது தங்கையை அழைத்து வந்தார் ரஹ்மத்துல்லா.

வஹிதா தன் அண்ணன் வீட்டுக்குள் நுழைந்தபோது ஷபியும் ரஃபியும் பழச்சாறுகளில் இளைப்பாறிக்கொண்டிருந்தனர். வஹிதாவைக் கண்ட ரஹ்மத்துல்லா மனைவி நிலோஃபர் “வாங்க மச்சி, நல்லா இருக்கீங்களா, பக்கத்து தெருவுல இருந்தும்கூட அடிக்கடி வீட்டுக்கு வர மாட்டேங்கறீங்க.”

“ஏம்மா மாமா வீட்டுக்கு அடிக்கடி வரலாம்ல, ஏன் வர்றதில்ல, மாமி பாருங்க கோச்சுக்கறாங்க” என செல்ல, “மாமி செய்யற வட்லப்பத்துக்காகவே நான் அடிக்கடி மாமா வீட்டுக்கு வருவேன்” என்று மாமிக்கு வக்காலத்து வாங்கினாள் ஷபி.

“அப்படியா ஷபி, அப்போ சின்ன வயசுல இருந்தேவா நீ வட்லப்ப ரசிகை?” என்று கேட்ட ரஃபிக்கு, ஷபி பதில் சொல்லும் முன் நிலோஃபர் முந்திக்கொண்டு, “அதென்னத்தா அப்படி சொல்லிட்டிங்க, ஷபிக்கு வட்லப்பம்னா உசுரு.”

“அப்பறம் ஏன் ஷபி இன்னும் ஒரு தடவகூட எனக்கு வட்லப்பம் செஞ்சுத் தரல?”

ரஃபி, புகார்போல சொல்ல, ‘அடப்பாவி என்னை மாட்டி விட்டுட்டியே’ என்று மனதுள் ஷபி கோபப்பட்டு கொண்டாள்.

“ஷபி மாப்ளைக்கு இன்னுமா உன் ஸ்பெஷல் வட்லாப்பம் செஞ்சு தரல?” வஹிதா, ஷபியை நோக்கி வருத்தமாகக் கேட்கவும், அதை கண்ட ரஹ்மத்துல்லா, “நீங்க கவலைப்படாதீங்கத்தா, இன்னைக்கு நம்ம வீட்ல வட்லப்பம் உண்டு, நேத்து தங்கச்சியும் செஞ்சுருக்கும்னு நினைக்கிறேன், ஆனா ஷபிக்கு நிலோஃபர் செய்யற வட்லப்பம்தான் ரொம்பப் புடிக்கும், பத்துமுட்டைய உடச்சு ஊத்தி. மஞ்சக்கருல இருக்க கவுச்சி படலத்த தூக்கி வீசிட்டு, அளவா சீனியோ நாட்டு சர்க்கரையோ போட்டு கொஞ்சம் கெட்டி தேங்காய்ப்பால் ஊத்தி அந்தக் கலவை இருக்கற பாத்திரத்த இட்லி சட்டிக்குள்ள வச்சு அவிச்சு அது மேல முந்திரி திராட்சைய நெய்யில வறுத்து அப்படியே தூவி இறக்கி, துண்டு துண்டா நறுக்கி அப்படி வாய்ல வச்சா வழுக்கிட்டு சொகமா போய் வயித்துக்குள்ள விழும். அப்படி ஒரு சுவை வட்லப்பத்துக்கு உண்டுத்தா, இது கடற்கரையோர மாவட்டங்கள்ல ரொம்ப பேர் வாங்கின பலகாரம், எல்லார் வீட்டு கல்யாண விருந்துலயும் கண்டிப்பா வட்லப்பம் உண்டு, ஒவ்வொருத்தங்க கைப்பக்குவமும் ஒரு ருசிதான் இல்லையா? ஷபி கண்டிப்பா உங்களுக்கு வட்லப்பம் செஞ்சு தரும், என் மருமக தங்கபுள்ளயாச்சே.”

ரஹ்மத்துல்லா ஷபியை விட்டுத்தராமல் பேசி வட்லப்பம் சார்ந்த ஷபி மீதான நகைச்சுவை புகாருக்கு முற்றுப்புள்ளி வைத்து அனைவரையும் ஒன்றாக ஒரே மேசையில் சாப்பிட வைத்தார். மாமியின் கவனிப்பிலும் மாமாவின் அன்பிலும் குழந்தைகளின் விளையாட்டிலும் ஷபி நனைந்துகொண்டு இருப்பதைப் பார்த்த ரஃபிக்கு “இவளை காலம்பூரா ஒரு பட்டாம்பூச்சியைப்போல் உறவு, சொந்த பந்தங்களுடன் தங்கு தடையின்றி பறக்க விட்டு பாசம் என்னும் தேனைப் பருக

128 ◆ ஜீரோ டாலரன்ஸ்

வழிவிட வேண்டும்" என்ற அளவில் மனம் நெகிழ்ந்து உளமார நினைத்துக்கொண்டான்.

ரஹ்மத்துல்லர்வும் ரஃபியும் ஷபியின் வாழ்வு குறித்து விரிவாகவும், அவளுக்கு அவளுடைய முன்னேற்றத்துக்கு மகிழ்ச்சிக்கு எப்படி துணையாக இருப்பது என்றெல்லாம் பேசிக்கொண்டார்கள். மிக நல்ல உறவுகளைத் தந்த ஷபிக்கு மனதார மனதுக்குள் நன்றியைத் தெரிவித்துக்கொண்டான் ரஃபி. விருந்தும் மருந்தும் மூன்று நாள் என்று சொல்லி ஷபி வீட்டார்களைச் சமாளித்து ஒரு வழியாக ஷபியுடன் சென்னை வந்து திங்கள்கிழமை காலை இருவரும் பணியில் சேர்ந்தார்கள்.

எப்போதும் மனம் பொங்கும் உல்லாசத்துக்கு உற்சாகத்துக்குப் பின் ஏதாவது ஒரு மனக்கிலேசம் ஒரு இடர் வருவது இயல்பு தானே, வாழ்க்கை ஒரே அச்சில் சுற்றிக்கொண்டிருப்பதில்லையே, ஷபி, ரஃபிக் வாழ்வில் அது தவறான புரிதல் என்று பொதுவான ஒரு பிரச்னை வந்துசேர்ந்தது, இது ஆண், பெண் அனைவரும் சந்திக்கும் உறவுச்சிக்கல்தான், ஷபியின் உளவியல் சிக்கலிலிருந்து அவளைக் காப்பாற்றி கரைசேர்த்த ரஃபி, இனி எப்படி மாறப் போகிறான்? ரஃபியின் அன்பை அக்கறையைவிட அவனின் தலையீடுகள் ஷபி மனதில் என்ன மாற்றங்களைக் கொண்டு வரப் போகிறது? ஷபியின் முன்னேற்றத்தில் ரஃபிக் எப்படி பங்களிப்பு செய்யப்போகிறான்? எந்த வகையில் இடைஞ்சல்கள் செய்யப்போகிறான்? என்பதை இனி காலம்தான் தனது ஏட்டில் எழுதிஎழுதி அவர்களைத் திருத்த வேண்டும்.

○

25

சங்கடமா? சாதனையா?

அண்ணாநகரில் அலுவலக நேரம் முடிந்து ஷபியும் ரஃபியும் வழக்கம்போல முகப்பேரில் இருக்கும் வீட்டுக்கு வந்தார்கள். ரஃபிக் உம்மென்று முகத்தை வைத்துக்கொண்டு பேசுவது ஷபிக்குச் சங்கடத்தைத் தந்தது, அவனை இயல்பாக்க விரும்பினாள்.

“ரஃபி இந்த ப்ளூ ஷர்ட் உனக்கு ரொம்ப அம்சமா இருக்குப்பா.”

“ம்ம்ம்” ரஃபி எந்தவித ஈடுபாடும் இன்றி பதில் சொன்னான்.

“இந்த கிரீம் கலர் பேன்ட் எப்பவும் ப்ளூ மாதிரி டார்க் கலர் ஷர்ட்க்கு அட்டகாசமா இருக்கும், வெரி நைஸ்.”

“ம்ம்ம்.”

“என்ன ரஃபி நான்தான் வழக்கமா ம்ம்ம் ம்ம்ம்னு சொல்லுவேன், இன்னிக்கு நீ ம்ம்ம் கொட்டற.”

“மேடம் எனக்கு மேலதிகாரி ஆகிட்டீங்க, நீங்க சொன்னா கேட்டுக்க வேண்டியதுதானே.”

“ரஃபி....” ஆச்சரியமும் சுய இரக்கமும் கலந்த குரலில் ‘ஷபி’ அவன் பெயரை உச்சரித்தாள், ரஃபிக் தன்னைப் பாராட்டுவான் சந்தோஷப்படுவான் என்றெல்லாம் நினைத்தவளுக்கு அவன் பேசிய பேச்சு பேரிடியாக அவளுள் இறங்கியது. பாவம் அன்பில் அவனிடத்தில் பலவீனப்பட்ட மனம் அவனின் இந்த நிராகரிப்பை அதுவும் அலுவலக சம்பந்தப்பட்ட விஷயத்தில் அவள் மீதான குற்றங்கள்

130 ◆ ஜீரோ டாலரன்ஸ்

ஏதுமற்ற நிலையில் அவனின் கடுஞ்சொல்லைத் தாங்க இயலாமல் துடித்தது. தன்னை சமநிலை செய்துகொள்ள முயற்சித்து தோற்றாள். ரஃபிக் கடுகடுப்புடன் பேச ஆரம்பித்தான்.

"நான் வேலைய விட்டுட்டு வேற வேலைக்கு முயற்சி பண்ணலாம்னு இருக்கேன், ஒரே ஆஃபிஸ்ல பொண்டாட்டி பாஸாவும், புருஷன் வேலைக்காரனாவும் இருக்க முடியாது, எனக்குக் கொஞ்ச நாளைக்கு முன்ன நீ கம்பெனில ஜாய்ன் பண்ண ஒரே காரணத்துக்காக உனக்கு பிரமோஷன தூக்கிக் கொடுத்துட்டானுக, இடியட்ஸ்."

"நீ டேலன்ட்னு உனக்குத் தெரியும் ரஃபி, எனக்கும் தெரியும், கம்பெனிக்கும் தெரியும், எனக்கு ஏன் உனக்கு முன்னாடியே பிரமோஷன் வந்துச்சுன்னும் உனக்கு நல்லா தெரியும், அத்தோட பிரமோஷன் வாங்கினது யாரோ எவரோ இல்ல, உன் எதிரி இல்ல, உன் பொண்டாட்டி, உன் காதலி, நீ உருகிஉருகி லவ் பண்ணவ, என் முன்னேற்றம் உனக்கு சந்தோஷத்தத்தானே கொடுக்கணும் ரஃபி, நான் உன்மேல வச்சுருக்க பிரியத்த விடு, உன்னைவிட சர்விஸ் அதிகம்கற அடிப்படையிலயாவது நீ என் பிரமோஷன அக்சப்ட் பண்ணிருக்கலாம், பண்ணல பரவாயில்ல, உன் மகிழ்ச்சி இல்லாத என் வெற்றி எனக்கு சுகிக்காது அதாவது உனக்குப் புரியுமா என்னனு தெர்ல."

ஷபி பேசிவிட்டு மௌனத்திரையைப் போட்டுக்கொண்டு அமைதியானாள்.

ஆனால், ரஃபியின் மனம் பெரும் இரைச்சலில் இருந்தது, காதல் துணையை அன்பில் ஜெயிக்க ஆசைப்படுவது ஆரோக்கியமானது, பதவிகளில் ஜெயிக்க நினைப்பது போட்டி மனப்பான்மை அது தவறே இல்லை. தன்னியல்பாகத் தனது துணைக்குக் கிடைக்கும் முன்னேற்றத்தை, உழைப்பின் பரிசைக் கொண்டாடும் மனநிலை வேண்டும், அந்த அளவுக்குப் பக்குவம் வராத மனங்கள் வாய் வார்த்தையில் வாழ்த்துகள் சொல்லி அழகாகக் கை கொடுக்கலாம், அதை விடுத்து கிடைத்த வெற்றிக்காக அவர்களைக் குற்றவுணர்ச்சி கொள்ள வைத்தல் எந்த ஊர் நியாயம்?

ரஃபிக்போன்று தனது காதல் மனைவியின் முன்னேற்றத்தைத் தனக்கான இழப்பாக நினைக்கும் ஆண் மனங்கள்தான் எத்தனை எத்தனை சிக்கலை ஆண், பெண் உறவுக்குள் புகுத்திக் காதலைக் காணாமல் போகச் செய்கிறது?

தான் ஒரு படி கீழே இறக்கப்பட்டுவிட்டோம் என்ற எண்ணம் ரஃபியைத் தனிமையைத் தேடிப்போகச் சொன்னது, பால்கனி சென்று அங்கு மாட்டப்பட்டிருந்த ஊஞ்சலில் வானத்தை வெறித்துப் பார்த்தபடி உட்கார்ந்துகொண்டான்.

தான் ஏமாற்றத்துக்கு ஆளாக்கப்பட்டோம் என்ற உணர்வும், தனது மனைவியின் சொல்லுக்கு அடிபணிந்து வேலைசெய்ய வேண்டும் என்ற ஈகோவும் அவனை மனம் மருகி கண் கலங்க வைத்தது, முத்துமுத்தாக ஒன்றிரண்டு கண்ணீர் துளிகள் வலது கன்னத்தை ஜில்லென்று தொட்டு உருண்டோடியது, ஓடிய கண்ணீர்த்துளியில் பனிச்சிற்பம் மின்னலாய்த் தோன்றியது, அந்தச் சிற்பம் இரண்டடி பொம்மைபோல் காட்சி அளித்தது, பனித்துளியின் பளபளப்பான சிறகுகளும், துளி தங்கம் எடுத்து செய்த கண்களும், வெட்டு கத்தி போன்ற கூரான சீரான மூக்கும், மேல்உதடு மெல்லிதாகவும் கீழ்உதடு சற்றே தடித்தும் அதகளமான வடிவில் அமர்க்களமாய் வெண்மையும் பொன்னிறமும் கலந்த கலவையாக உணர்வின் சிலையாய் அங்கே திம்மக்கா பிரசன்னமானாள் ரஃபியின் கண்களுக்குப் புலப்படாத புதிராய் விஜயம் செய்திருந்தாள். திம்மக்கா வந்தால் பாடலும் வருமல்லவா:

ஆசையும் பாசமும் கொண்டவன்தான் நீ
காதலும் மோகமும் கொண்டவன்தான் நீ
ஷபிதான் உன் உதிரமாய் இருக்கிறாள்
ஷபிதான் உன் இதயத்தில் துடிக்கிறாள்
ஷபிதான் உன் சிந்தையில் நிலைக்கிறாள்
ஷபிதான் உன்னில் நிறைந்து இருக்கிறாள்

அவளின் ஏற்றம் உன் முன்னேற்றம் அல்லவா
அவளின் உயர்ச்சி உன் எழுச்சி அல்லவா
அவளின் மகிழ்ச்சி உன் பண்டிகை அல்லவா

அன்பே அமுதே
காதலின் கனியே
ஆண் என்ற மரபணு செய்தி

உன்னில் வெகுண்டெழுந்து
உன் காதல் சிறகைப் பறிக்க அனுமதிக்காதே
நீ
உலகின் நடைமுறையை
மாற்றப் பிறந்தவன்
புது மாற்றம் கொண்டு வா

ஆண் என்னும் நெடிலில்
ஆண் என்னும் மரபணுக்கூறில்
புதிய செய்தியை அழுத்தமாய் எழுது

உன் சந்ததி உன் வாரிசு
உன்னைப் போற்றிப் புகழும்

நீ எழுதும் செய்தி
புதிய தலைமுறையை உருவாக்கட்டும்
புதிய வெளிச்சத்தைப் பாய்ச்சட்டும்
காலம்காலமாகத்
தன் சுயம் தொலைத்து
தன் அடையாளம் துறந்து
வாழ்ந்த வாழும் பெண்ணிற்கு
மாற்றாய்உன் ஷபி
புது விதி எழுதட்டும்
ஆணின் வெற்றிக்குப் பின்னால் மட்டுமல்ல
பெண்ணின் வெற்றிக்குப் பின்னாலும்
ஆண் உண்டு என்றபடி
ஒரு புதிய கோட்பாட்டை எழுது
புதிய அத்தியாயத்தைத் தொடங்கு
பழைய விதிமுறைகளைத் தளர்த்து
புதிய சரித்திரத்தை உருவாக்கு
ரஃபி என்பவன் ஷபியில் பாதி

ஷபி என்பவள் ரஃபியின் பாதி
இதில் யார் எழுந்தாலும்
யார் வீழ்ந்தாலும்
அதன் அதிர்வுகள்
இருவருக்குமானது

உடலும் மனமும் உயிரும் ஒன்றான பின்
உயர்வும் தாழ்வும் வேறு வேறா
என் அன்பே

நினைவும் நிழலும் ஒன்றான பின்
நிஜமும் காதலும் வேறு வேறா
என் அன்பே

கனவும் காரியமும் ஒன்றான பின்
வெற்றியும் தோல்வியும் வேறு வேறா
என் கண்ணா

உன் வெற்றியில் அவள் ஜொலிப்பாள்
அவள் தோல்வியில் நீ அழுவாய்
அதுதான் தாம்பத்யம்
என் பாலகனே

அவளின்றி உனக்கு வாழ்க்கையில்லை
நீயின்றி அவளுக்கு இதயமே துடிப்பதில்லை
உணர்வாய் என் சிறு தளிரே

நீதான் அவள்
அவள்தான் நீ
வாழத்தெரியாதவர்களின் வார்த்தையில்
வாழ்வாங்கு வாழப்பிறந்த நீ
மனம் தடுமாறலாமா
என் குழந்தாய்

ஒட்டிப்பிறந்த
இரட்டைக் குழந்தையல்லவா
உங்கள் காதல்
இதில் யார் அழுதாலும்
இருவருக்கும் வலிக்குமே
என் மழைமேகமே

எழுந்து நில்
ஒரு சிகரம் போல

தாங்கிக்கொள்
உன் ஷபியை
ஒரு தாயைப் போல

இருவரும் ஒரு களமாடுவது
இறைவன் விதித்த விதி
போட்டிப் போடு
ஆனால், அவள் இதயத்தின்
அவள் காதலின்
கைப்பிடிக்குள் இருந்துகொண்டே
காலமெல்லாம் போட்டியிடு
யார் தடுப்பார்?

அவள் ஜெயித்தால்
கை கொடு
நீ ஜெயித்தால்
கை தொடு

தாயுள்ளம் அது
நீ கை கொடுத்தாலும்
கை தொடுத்தாலும்
உன் கண்ணின் கருவிழிக்குள்

தன்னைத் தேடும்
தனிப்புறா அது

அவளை இறுக்கி வைத்துக்கொள்
நெஞ்சில் நெருக்கி வைத்துக்கொள்
பதவியும் பணமும் பகட்டும்
பரிசுத்த அன்பை
பாழாக்காமல் பார்த்துக்கொள்

உன் கண்ணசைவுக்கு
ஷபி மனதையே இசைப்பவள்
அவள் வாய் அசைவுக்கு
நீ வானவில்லையே தர வேண்டாமா

வாய்விட்டு கேட்டும்
வாழ்த்தாமல் வந்தாயே
என் குமாரா

ஈர நெஞ்சம் கொள்
கசப்பு தீர தீர காதலி!

திம்மக்காவின் உணர்வின் வழிகாட்டல் இனிதே முடிந்ததும் அவள் பிரபஞ்ச சக்தியுடன் இரண்டறக் கலந்து மறைந்தே விட்டாள். ரஃபிக் தனது வீராப்பு மாறி ஷபியின் கை சேர்ந்து காதல் பாடல் இசைப்பானா? பார்ப்போம் இனி.

O

26

ஆழக்கடலில் மோதல்

இரவும் பகலும் போனது, நாட்கள் வாரங்களாகி விட்டது. ஷபியிடம் ரஃபிக் கொண்ட காதல் குறைவானது இல்லை என்ற போதும் ஷபிக்குக் கீழே தான் வேலை பார்ப்பதா? என்ற எண்ணம் அவன் மனதை உரசிக்கொண்டே இருந்தது. 'அப்டீன்னா ஷபி முன்ன தான் ஒரு ஹீரோ போல மேம்பட்டவனாக, திறமை மிக்கவனாகக் காட்டிக்கொள்ள முடியாதா?' என்றெல்லாம் அவன் மனம் இயலாமையில் தவித்துக்கொண்டிருந்தது. ஷபியின் வெற்றியைக் கொண்டாட வேண்டும் என்ற எண்ணம் வராமல் அவளின் வெற்றியைத் தன்னுடைய தோல்வியாக அவன் மனம் வரித்துக் கொண்டதுதான் சிக்கலின் மையப்புள்ளி. பட்டும் படாமலும் பேசிக்கொள்வதும் பார்த்துக்கொள்வதும் என்று இருவருமே ஒரு வீட்டின் இரு துருவங்களாய்க் காட்சி தந்தனர். காதல் என்ற ஒன்று இருக்கும் போது இளஞ் ஜோடிகளை இப்படி தனித்திருந்து ஆட்டம்கொள்ள விட்டு விடுமா என்ன? அப்படி ஒரு நன்னாள் வந்தது.

வாராந்திர விடுமுறை என்பதால், அந்த சனிக் கிழமை இருவரும் வீட்டில்தான் இருந்தார்கள், மால் ரெஸ்டாரன்ட் ஷாப்பிங் என எல்லாவற்றையும் உதறி இருந்தார்கள், அத்தியாவசிய மளிகை காய்கறி பொருட்களை அப்பார்ட்மென்ட் காம்பவுண்டில் இருக்கும் சூப்பர் மார்க்கெட்டில் வாங்கிக் கொண்டனர். மதிய உணவுக்குப் பின்னான அந்த வெயில் சுருங்கும் வேளையில் சில நாட்களுக்குப் பின் ரஃபியின் குரல்...

"ஷபி... ஷபி..."

ரஃபிக் கழுவி வைத்த பாத்திரங்களைத் துடைத்து அடுக்கிக் கொண்டிருந்த ஷபி, ரஃபியின் குரலுக்கு ஓடி வந்தாள்.

"என்னாச்சு, ஏன் பதற்றமா சத்தம் போடற?"

"ஒண்ணும் பதற்றம் இல்ல, எப்பவும் உனக்கு நான்தானே ட்ரெஸ் அயர்ன் பண்ணித் தருவேன்?"

"ஆமா."

"என் ட்ரெஸ் மட்டும் மடிச்சு வச்சுருக்க, உன் ட்ரெஸ் எங்க?"

"அது... என் ட்ரெஸ் நான் அயர்ன் பண்ணிக்கறேன் ரஃபி."

"அதான் ஏன்னு கேட்கறேன்?"

"உனக்கு எதுக்கு ஸ்ட்ரைன்... அதான் நானே அயர்ன் பண்ணிக்கலாம்னு."

"இந்த வீட்ல எல்லா வேலையும் ரெண்டு பேரும் ஷேர் பண்ணிதானே செய்யறோம்?"

"ம்ம்ம்."

"அப்பறம் ஏன் உன் வேலைய அதிகப்படுத்திக்கற?"

"இல்ல, அது வந்து..."

"என்ன வந்து போய்னு கதை சொல்லிட்டு இருக்க, போ, போய்ட்டு உன் ட்ரஸ் எடுத்துட்டு வா."

"இல்ல, இனி நான் அயர்ன் பண்ண பேன்ட் ஷர்ட் எல்லாம் போடல, சுடி மட்டும் போட்டுக்கறேன்."

"ஏன் ஷபி, உனக்கு பேன்ட் ஷர்ட் ரொம்ப நல்லாருக்குமே, உன்னை மாதிரி அந்த டிரஸ்ஸ அவ்ளோ அழகியலோட யாரும் போட மாட்டாங்க, போ போய் பேன்ட் ஷர்ட்லாம் எடுத்துட்டு வா."

"நான் என்ன சொல்றேன்னா..."

"நீ ஒண்ணும் சொல்ல வேணாம், போய் ட்ரெஸ் எடுத்துட்டு வா."

"நீ ட்ரான்ஸ்ஃபர் வாங்கிட்டு வேற ப்ராஞ்ச்க்குப் போய்ட மாட்டல்ல?"

"ஓ... அதுக்குதான் இந்தப் போராட்டமா... இல்ல, இல்ல போகல, ட்ரெஸ் எடுத்துட்டு வா, இன்னொரு தடவை சொல்ல வைக்காத போ."

“ம்ம்ம்.”

துணிகளை அடுக்கி அயர்ன் பண்ண வசதியாக அவன் அருகில் வைக்க, அவள் கைகளைப் பற்றிக்கொண்டான், ‘என்ன’ என்று கண்களாலேயே அவள் ஜாடை பேச, “என்மேல கோவமா ஷபி.”

“இல்ல, அப்டிலாம் ஒண்ணும் இல்ல” மெல்லிய குரலில் சொன்ன அவளது கைகளைத் தன் கைகளோடு கோர்த்துக் கொண்டான்.

“இந்தக் கைகளைப் பிடிக்க, எவ்வளவு நாள் காத்திருந்தேன்னு உனக்குத் தெரியும்தானே ஷபி?”

“ம்ம்ம்.”

“நீயும் நான் கோச்சுகிட்டு போனப்பறம்கூட நான் வேணும்னுதானே தொடர்ந்து எனக்கு மெஸ்சேஜ் அனுப்பிட்டு இருந்த.”

“ம்ம்ம்.”

“அப்பறம் ஏன் நான் உன் கைகளைப் புடுச்சப்ப ஏன்னு பார்வையால கேள்வி கேட்ட?”

“நீ கொஞ்ச நாளா கோவமாதானே இருந்த, அதான்.”

“அது வேற, இது வேற.”

“எனக்கு எல்லாம் ஒண்ணுதான் ரஷ்பி, என் முன்னேற்றத்தை நீ எப்ப கொண்டாட, ரசிக்க ஆரம்பிக்கறியோ அப்பத்தான் என்னால இயல்பா இருக்க முடியும்.”

சொல்லிவிட்டு கைகளை விடுவித்துக்கொண்டு அறைக்குள் புகுந்துகொண்டு அவனுக்கு சத்தம் கேட்காத வண்ணம் அழத் தொடங்கினாள். பெண்கள் யாருக்கும் தெரியாமல் அழுதுகொள்வது அத்தனை சுளுவில்லை, அழுகை சத்தம் யாருக்கும் கேட்கக் கூடாது, கண்ணீர்த் தடங்களை அழுது முடித்த பின் மறைக்க வேண்டும், பெரும் அழுகைக்குப் பின் வரும் விசும்பலை நெஞ்சுக்குள் அடக்கத் தெரிய வேண்டும், இயல்பாய் இருப்பதுபோல் காட்டிக்கொள்ள வேண்டும், இதற்கெல்லாம் அவர்களுக்குத் தனிமை வேண்டும், தனிமை கிடைக்காத எத்தனையோ பெண்களுக்குக் குளியலறைதான் அழுகை என்னும் மனப்பறவை இளைப்பாறும் வேடந்தாங்கல். பெண்ணின் தோல்விகள் அவளைக் கையாலாகதவளாகக்

காட்டுகிறது, வெற்றிகளோ உடன் இருப்போர்களால் புரிந்து கொள்ளப்படாமல், அங்கீகாரம் கிடைக்கப்படாமல் இருக்கிறது, முக்கியமாகக் குடும்ப உறவுகளிடம், அதைத் தாண்டி தனது மனதினைத் தேற்றிக்கொண்டு அவள் அடுத்தடுத்த படிகளில் ஏறும்போது தனிமையாக உணர்கிறாள், உறவுகள் இருந்தும் அனாதை மனதுடன் அலைகிறாள். துணைவனும் உறவுகளும் சரிவர அமையப்பெற்ற வெகு சில பெண்கள் நிச்சயம் பாக்கியசாலிகள்தான், நம் ஷபி எப்போது பாக்கியசாலி ஆவாள்?

27

காதல் விடு தூது

ரஃபியின் கைகள் துணிகளைத் தேய்த்து மடிப்புகளை நேராக்கி என வேலைகள் செய்து கொண்டிருந்தாலும் ஷபி சொன்ன வார்த்தைகளில் மனம் தொக்கி நின்றது. எல்லாரும் மற்றவர்களை விட தன்னை மேம்படுத்திக்கொள்ளதானே நினைப்பார்கள், போட்டிப் போடுவார்கள் நானும் அப்படித்தானே, இதில் எங்கே காதல் கசந்தது? எங்கே சிக்கல் எழுந்தது?

யோசித்துக்கொண்டே இருந்தவன் அயர்ன் பாக்சை அப்படியே அணைத்து வைத்துவிட்டு, "ஷபி... ஷபி..." என்று அழைத்தவாறு அறைக்குள் நுழைந்தான்.

ரஃபியின் குரல் கேட்டு சட்டென சுதாரித்து அழுகையை விழுங்கி, கண்களைத் துடைத்து இயல்பு நிலையில் முகத்தை வைக்க முயற்சித்துத் தோற்று கட்டிலில் அமர்ந்தபடி அவனை நிமிர்ந்து பார்த்தாள்.

"ஷபி, எல்லாரும்தான் மற்றவர்களைவிட பெட்டரா இருக்கணும்னுதானே நினைப்பாங்க, நானும் அப்படித்தானே நினச்சேன், அத ஏன் நீ புரிஞ்சுக்காம தப்புன்னு சொல்ற, முகத்தை உம்முனு வச்சுருக்க?"

"...."

"பேசு ஷபி?"

"...."

"ஏதாவது சொல்லும்மா?"

"...."

பானு இக்பால் ◆ 141

“என்கிட்ட பேச மாட்டியா, பதில் சொல்ல மாட்டியா உன்னைவிட பெட்டரா இருக்கணும்னு நினைக்கிறது தப்பா, சொல்லுடா?”

“மற்றவர்களைவிட எல்லாத்துலயும் பெட்டரா இருக்கணும்னு நினைக்கிறதோ, அதுக்காக மத்தவங்ககிட்ட போட்டிப் போடறதோ தப்பில்லை, அதுதான் திறமையானவர்களை அடையாளப்படுத்தும், ஆனா கட்டின பொண்டாட்டி தனக்கு மேலதிகாரியா வரக் கூடாது, வேற யார் வேணும்னாலும் வரலாம்னு நினைக்கிறது என்ன மாதிரியான மைண்ட் செட்னு தான் எனக்குப் புரியல.”

“மத்தவங்க எனக்கு பாஸா வந்தா வெளில வாழ்த்திட்டு இந்த வாய்ப்பு நமக்குக் கிடைக்கலன்னு மனசுக்குள்ள வருத்தப்படுவேன், பொண்டாட்டிங்கறதால மனசு விட்டு உங்கிட்ட ஷேர் பண்ணிக்கிட்டேன், அதுல என்ன தப்பு?”

“சரி, இதே மாதிரி நானும் நீ பிரமோஷன் வாங்கிட்டு வரும்போது அது எனக்குக் கிடைக்கலங்கற ஆதங்கத்துல உன் கூட காலமெல்லாம் வாழப்போறேங்கறத மறந்து, கொஞ்ச நாள் பாக்கற வேலைக்காக, உன் மனசு கஷ்டப்படற மாதிரி என்னோட ஆதங்கத்த சொன்னா அது குடும்ப வாழ்க்கைக்கு, காதலுக்கு நல்லா இருக்குமா, சொல்லு?”

“நீ... என்ன சொல்ற ஷபி, எனக்குப் புரியல?”

“பொண்டாட்டிங்கறதுக்காக அட்வான்டேஜ் எடுத்துட்டு, தன்னை மிஞ்சி ஜெயிக்கறவளத் திட்டவோ கோபப்படவோ முடியுதுனா, அதுக்கு உரிமை இருக்குனா அப்ப பொண்டாட்டிய அவளோட வெற்றிக்காக என்கரேஜ் பண்ற கடமையும் பொறுப்பும் இருக்குங்கறத மறுப்பிங்களா?”

“....”

“பதில் சொல்லுங்க சார்?”

“என்ன சார்னெல்லாம் கூப்டற.”

“ஒரு ஃப்ளோல உணர்ச்சி வசப்பட்டு பேசிட்டேன், அத விடு, நான் கேட்டதுக்கு என்ன பதில்?”

“நீ சொன்னது சரிதான்.”

“ம்ம்ம், இன்னும் என் ப்ரமொஷனுக்கு வாழ்த்து வரலயே?”

“நீ பிடிவாதமான டீச்சரா இருப்பபோல, நான் பண்ணது தப்புதான் ஷபி, ஐ யாம் ஸாரி, எனக்குப் புரிஞ்சுடுச்சு.”

“என்ன புரிஞ்சுச்சு?”

“பொண்டாட்டிய வாழ்த்தணும், அவளுக்குப் பக்க பலமா இருக்கோணும்னு.”

“ம்ம்ம், அப்பறம்?”

“நீயும் எனக்கு சப்போர்ட்டிவ்வா இருப்பதானே?”

‘நிச்சயமா, ஓய் டவுட்?”

“கேட்டேன்...”

ரஃபிக் மீண்டும் அவள் கைகளைத் தன் கைகளில் எடுத்து வைத்துக்கொண்டான், முன்பு உதறிவிட்டு ஓடிவந்து அறைக்குள் அழுதவள், இப்போது அமைதியாக இருந்தாள்.

“ஷபி இனி உன்னோட கேரியர், மற்ற திறமைகள் எல்லாத்துலயும் உனக்கு நான் ஒரு மாரல் சப்போர்ட்டா இருப்பேன், நீ வேணா பாரேன், இப்ப கிடைச்ச ப்ரமொசனுக்கு என்னோட வாழ்த்துகள், லவ் யூ கண்ணம்மா.”

“தேங்க் யூ ரஃபி” மெல்ல முகம் மலர்த்தி சிரித்தாள்.

“அடடா மேடம் சிரிச்சுட்டாங்க, வர்றியா அவுட்டிங் போகலாம்.”

“இல்ல வேண்டாம், எனக்கு ரவை பணியாரம் செஞ்சு கொடு போதும்.”

“அயர்ன் பண்ணிட்டு வர்றேன்டா, ரெண்டு பெரும் சேர்ந்து செய்யலாம் ஓகே வா?”

“ம்ம்ம் ஓகே வெய்ட்டிங்.”

“வெய்ட்டிங் அங்ககூட பண்ணலாமே, ஹால்ல என் பக்கத்துல உக்காந்து.”

“பண்ணலாமே.”

“அப்போ வா.”

ரஃபியின் தோளைத் தொட்டபடி அவன் பின்னாடியே துள்ளிக்கொண்டு போனாள்.

ஷபியும், ரஃபியும் தங்கள் முதல் ஊடலை வெற்றிகரமாகக் கடந்துவிட்டதாக எண்ணி இறுமாந்திருந்தார்கள். இப்படியே எல்லா புருஷன் பொண்டாட்டியும் நூறு சதவீத புரிதலோட ஒவ்வொரு சம்பவத்துலயும் இருப்பாங்களா என்ன? அடுத்து இருவருக்குள்ளும் வந்த பிரச்னை இன்னொரு கோணத்தில் இன்னொரு வடிவத்தில் வந்தது.

○

28

நட்பும் அதன் நாட்டமும்

ஷபியின் பதவி உயர்வை ஏற்று, அவளை வாழ்த்தி, ஷபிக்குத் துணையாக நிற்க வேண்டிய பொறுப்பை, அன்பை உணர்ந்து ரஃபிக் அவளின் காதலுக்குரியவனாக, அவளால் அனுதினமும் அன்பை அனுபவிப்பவனாக, அன்பைத் தந்து அமுதூறும் நேசத்தில் அவளை ஆட்கொள்பவனாகப் பரிணமித்து இருந்தான், அப்போதுதான் இன்னொரு காதல் பரிசோதனையை அவர்களுக்குள் நடத்தி விட காலம் துணிந்தது.

வடபழனி ஃபோரம் மால்க்கு சென்ற ஷபி பில் போட தான் எடுத்த புது உடைகளுடன் நிற்க, பின்னாடி வந்த பெண், “ஹாய் ஷபி எப்டி இருக்க?” என்று சத்தமாக மகிழ்ச்சியில் முகமெல்லாம் ஆச்சரிய சிரிப்புடன் கேட்க, திரும்பிய ஷபி, “ஹாய் மோகனா நல்லா இருக்கேன், நீ சென்னைலதான் இருக்கியா? என்று குதித்தாள்.

“ஆமாடி, என்னை இங்கதான் மேரேஜ் பண்ணி கொடுத்துருக்காங்க, அவர் வீடு சென்னை.”

“எவர் வீடு?”

“ஏய், அவர் பேரு சீனிவாசன், இங்க ஒரு பேங்க்ல மேனேஜரா இருக்கார்.”

“ஓ ஓஹோ, அப்ப எங்களுக்கு லோன்லாம் தாராளமா கிடைக்கும்னு சொல்லு.”

“டாக்குமெண்ட்ஸ் கரெக்டா இருந்தா, லோன்க்கு எலிஜிபிலிட்டி இருந்தா கண்டிப்பா கிடைக்கும்.”

“அடேங்கப்பா, மேனேஜர் பொண்டாட்டி நேர்மையா இருக்காங்களாம்.”

“ஹ... ஹ... ஹா... உன்னை இங்க பாத்ததுல ரொம்ப சந்தோசம், உன் ஹஸ்பண்ட்கூட வந்தியா ஷபி, எங்கே அவர்?”

“அதோ பார் நான் பில் பே பண்ணதும் என் கை நோகக் கூடாதுன்னு என் லக்கேஜ் வாங்க ரெடியா நிக்கறார், ப்ளாக் பேன்ட், ஹாஃப் வொய்ட் டிஷர்ட், அவர்தான் ரஃபி, என்னோட ஹஸ்பண்ட்.”

“ஆஹா உனக்குப் பொருத்தமான ஆள்தான், நல்லா ஹெண்ட்சமா இருக்கார்.”

“சரி, உன் ஹஸ்பண்ட் எங்க?”

“அவர் வீட்ல இருக்கார், அவருக்கு இந்த ஷாப்பிங்லாம் பிடிக்கறது இல்ல, வேலைக்குப் போகணும், சம்பளத்த என் கிட்ட கொடுக்கணும், ரெஸ்ட் எடுக்கணும், இப்படித்தான் போயிட்டு இருக்கு, அவருக்கு அவுட்டிங்னாவே ஆக மாட்டேங்குதுடி.”

இருவரும் அவரவர் பொருட்களுக்கு பில் போட்டு பாக்கி பணத்தைப் பெற்றுக்கொண்டு ரஃபிக் இருக்கும் இடத்தை நோக்கி வந்தனர்.

“ரஃபி, இது மோகனா என்னோட காலேஜ் மேட், சென்னைல படிக்கும் போது நல்ல பிரண்ட்ஸ், அப்புறம் டச் விட்டு போச்சு, இவளுக்கு சொந்த ஊர் கும்பகோணம்.”

ஷபி சுருக்கமாக சொல்லி முடிக்க, ரஃபி, “ஹலோ, எப்படி இருக்கீங்க? ஷபி மறுபடியும் அவ ஃப்ரண்ட பார்த்ததுல எனக்கும் ரொம்ப சந்தோசம்.”

“நல்லா இருக்கேன், உங்க ரெண்டு பேரையும் பார்த்ததுல எனக்கும் ரொம்பரொம்ப சந்தோசம், வாங்களேன் காஃபி சாப்டலாம்?”

“காஃபி என்ன, ஸ்வீட்டே சாப்டலாம். ஷபியோட ஃப்ரண்ட் நீங்க கெடச்சிருக்கீங்க, நாம செலிபரேட் பண்ணணும்ல?”

“ஓ கண்டிப்பா” என்றவள் ஷபியைப் பார்த்து, “என்ன ஷபி, உன்னோட வேவ் லென்த்லயே ஆள் பாத்து கல்யாணம் முடிச்சிருக்கப்போல, ஏதாவது நல்ல விஷயம்னா, நீயும் காலேஜ்

படிக்கும்போது வாங்கடி ஸ்வீட் சாப்ட்டு கொண்டாடலாம்னு நச்சரிப்பியே, நினைவிருக்கா?"

"ஹ... ஹ... ஹா... ஞாபகம் இருக்குடி, ஸ்வீட் மெமரிஸ், ஸ்வீட்டுக்கான மெமரிஸ்."

மூவரும் இணைந்த அந்த நாளை உற்சாகமான ஒரு நினைவாக மாற்றினர், பேசி, சிரித்து, மகிழ்ந்து தற்காலிகமாகப் பிரிந்து அவரவர் இல்லம் சென்றனர். இன்பமும் துன்பமும் மாறிமாறி வருவதுதான் வாழ்க்கை என்பது இல்லையா?

29

திறன் ஒரு வெற்றிச்சாவி

அண்ணாநகர் அலுவலகத்தில் ஷபியும் ரஃபியும் இலகுவாகப் பணியில் ஒன்றிணைந்து செயல்பட ஆரம்பித்ததைப் பார்த்த ஜோசப், ரஃபியை அவசியம் பாராட்ட வேண்டும் என்று மனதுள் நினைத்துக்கொண்டே இருந்தார், அந்த நாளும் வந்தது, புது ப்ராஜக்ட் ஒன்று ஷபியின் பொறுப்புக்கு வந்தது, அது பற்றிய பேச்சுகள் உணவு மேசை மாநாட்டில் நடந்தது.

அப்போது ஹாஜா "இந்த ப்ராஜக்ட்டையும் ஷபி ஷார்ப்பா செஞ்சு முடிப்பாங்க, இல்ல, இல்ல நாம எல்லாரும் அவங்க சொல்றத ஒழுங்கா கேட்டா ப்ராஜக்ட் சக்சஸ் ஆகும்" என்று சொல்லிவிட்டு சக அலுவலர்களை நோக்க, ஜோசப் பேச ஆரம்பித்தார்.

"ரஃபி, பொதுவா வைஃப் பிரமோஷன் ஆகறாங்க தன்னைவிட பெரிய போஸ்ட்ன்னாலே ஜென்ட்ஸ் அத விரும்ப மாட்டாங்க, ஆனா நானும் பாக்கறேன் ஒரே ஆஃபிஸ்ல ஷபிக்கு பிரமோஷன் கிடைச்சு, ரஃபி, ஷபி சொல்றத கேட்கற போஸ்ட்ல இருந்தாகூட எவ்வளவு இயல்பா ரஃபி அத ஹேண்டில் பண்றார். ஐ யாம் வெரி ப்ரவுட் ஆஃப் யூ மேன்."

அதற்கு ரஃபி, "இதுல என்ன பெருமை இருக்கு ஜோசப், அவங்கவங்க திறமைக்கும் அனுபவத்துக்கும் தக்க பிரமோஷன் கிடைக்குது, யாரோ ஒருத்தரோட பிரமோஷன அக்சப்ட் பண்ணிக்கிட்டு அவங்க ஆர்டர்க்கு ஒபே பண்றது இல்லையா, அப்டி இருக்கும் போது வைஃப்க்கு பிரமோஷன் கெடச்சா

மட்டும் ஏன் அக்சப்ட் பண்ணிக்கக் கூடாது? ஐ யாம் ஹேப்பி டு வொர்க்கிங் வித் ஷபி, ஐ அக்ரீ ஷி ஈஸ் மை பாஸ், ஐ யாம் ஆல்சோ ப்ரவுட் ஜோசப், அஸ் எ ஷபி ஹஸ்பண்ட், ஷபி இஸ் எ சீரியஸ் வொர்க்கிங் வுமன்."

ஷபி சிரித்துக்கொண்டே "ரஃபி நீ என்னைப் பாத்து ஜெலஸ் ஆகலங்கறதே இங்க இருக்கறவங்களுக்கு ஷாக்கிங். இதுல பெருமைப்படறேன்னு வேற சொல்லி இருக்க, எனிவே தேங்க் யூ ரஃபி, தேங்க் யூ ஜோசப், தேங்க் யூ ஹாஜா, வி வில் டூ அவர் பெஸ்ட் இன் திஸ் ப்ராஜக்ட்."

கேரியர் விஷயத்தில் ஷபி ரஃபியைத் தனது முன்னேற்றத்தில் பங்குகொள்ளும் மகிழ்ச்சியடையும் மனப்பக்குவத்தைக் கொண்டு வந்துவிட்டாள், ஆனால், விதி அவர்களுக்கிடையே வேறொரு விதமான சதிராட்டத்தைத் தொடங்கியது,

ஒரு பக்கம் ஆஃபிஸ், வேலை, வீடு, ரஃபிக் என்று இருந்தாலும் ஷபியும் மோகனாவும் அடிக்கடி ரஃபிக் இல்லாமல் அவுட்டிங் போகத் தொடங்கினார்கள்.

ரஃபிக் தனிமையை உணரத் தொடங்கினான். அந்த நேரம் பார்த்து அவனது வடபழனி அலுவலகத் தோழி ஏதோ அலுவலக சந்தேகத்தை கேட்க ஆரம்பித்து பின் அடிக்கடி அவனிடம் பேசத் தொடங்கி இருந்தாள்.

அவள் பெயர் அஃப்சீனா.

இருவருக்கும் இடையே பகிர்வுகள் ஏற்பட நேரமின்றி போக ஒருவரின் மன ஓட்டங்கள், செயல்கள் இன்னொருவருக்குத் தெரியாமலேயே ஏற்கனவே இருந்த காதலின் கணத்தில் குடும்ப வண்டி ஓடத் துவங்கியது,

அப்போதுதான் புதுக்கோட்டையிலிருந்து ஃபோன் வந்தது ரஃபிக்கு, ரஃபியின் அம்மா சவ்தாதான் அது.

"என்ன தம்பி எப்படி இருக்க?"

"நல்லா இருக்கேன்மா, அத்தா நீங்க எல்லாம் எப்படி இருக்கீங்க? அக்கா ஃபோன் பண்ணுச்சா? நல்லா இருக்கா?"

"எல்லாரும் நல்லா இருக்கோம்பா. அக்காவுக்கு ஃபோன் போட்டு பேசு, ஷபி எங்க?"

"ஷபி அவ ஃப்ரண்ட் மோகனாகூட ஷாப்பிங் போய் இருக்காம்மா."

ஏற்கனவே ஷபி தன்னுடன் வசிக்கவில்லை என்ற கொதிப்பில் இருந்த சவ்தாவுக்கு இது மேலும் எரிச்சலை உண்டு பண்ணியது.

"உன்னைத் தனியா விட்டுட்டு ஷபி ஏன் அவ ஃப்ரண்ட் கூட சுத்தணும்?"

தனிமையில் குழம்பிக் கிடந்த ரஃபியின் மனம் மேலும் குழம்ப "ஏதோ பொண்ணுங்க ஒண்ணா போய்ட்டு வராங்க விடும்மா."

"புருசனவிட பொண்ணுங்களுக்கு ஃபிரண்ட்சிப் ரொம்ப முக்கியமா? அப்படி என்ன ஊர் சுத்த வேண்டியிருக்கு?"

"ஊரெல்லாம் சுத்தலம்மா, ஏதோ வாங்க போய் இருக்கா, வந்துடுவா."

"சரி நீ என்ன பண்ற?"

'ஷபி வர்றவரை என்ன பண்றதுன்னு அஃப்சினா அனுப்பற மெஸ்சேஜ்க்கு ரிப்ளை பண்ணிட்டு இருக்கேன்'னு சொல்ல முடியாதுல்ல நம்ம ரஃபிக் அதனால, "சும்மா ஃபோன்ல நியூஸ் பாத்துட்டு இருக்கேன்மா" என்றான்.

"பொண்டாட்டிகூட இருக்கிறத விட்டுட்டு, நியூஸ் பாக்கறியாக்கும், இதுக்காகவா கல்யாணம் பண்ண, அதுவும் இப்ப போடற நியூஸ்லலாம் எனக்குப் பிடிக்கறதே இல்ல, பூரா நெகட்டிவ்வா சொல்லுவாங்க."

"நெகட்டிவ்வா நடந்தா நெகட்டிவ்வாதானேம்மா நியூஸ் வரும்."

"என்னவோ போ, ஒழுங்கா உன் பொண்டாட்டிய உன் கைல வச்சுக்க, அடிக்கடி அடுத்தவங்ககூட வெளில அனுப்பிட்டு நீ வெறுக்வெறுக்னு தனியா கிடக்காத, என்கிட்டகூட நீ வுடல, இப்ப என்னடான்னா தனியா இருக்கேங்கற."

"சரிமா, காலிங் பெல் சத்தம் கேட்குது, ஷபி வந்துட்டா போல, நான் அப்பறம் பேசறேன்."

"நீ போன ஷபிகிட்ட குடு, நான் பேசறேன்."

"அல்லாவே, வேணாம்மா, நான் பாத்துக்கறேன், பை."

ஃபோனை கட் செய்துவிட்டு வாசலை நோக்கி விரைந்தான்.

கதவைத் திறந்தவனுக்கு ஆச்சரியம், ஆமாம் மோகனாவும் வந்திருந்தாள்.

O

30

கோபப் பேய்

"வாங்க மோகனா."

சுருக்கமாக அவளை வரவேற்றுவிட்டு, ஷபியை, 'என்ன இதெல்லாம்?' என்பது போல் பார்த்தான். அந்த இரவு நேரத்தில் மோகனா வந்ததுதான் அதிர்ச்சியாக இருந்தது அவனுக்கு. அதிர்ச்சியுடன் ஷபியின் பைகளை வாங்கிக்கொண்டு உள்ளறை நோக்கி நகர்ந்தான்.

ஷபி, மோகனாவிடம் "காஃபி போடவா? இல்ல ஜூஸ் ஏதாவது போடவா?" என்று கேட்டாள்.

"நோ ஃபார்மாலிட்டிஸ்டி, நாம ரெண்டு பேரும் அவ்வளவு தீனி தின்னுருக்கமே, ஹாட் வாட்டர் மட்டும் கொஞ்சம் கொடு."

"சரி சரி, ஏன் சத்தமா பேசி நாம போட்ட ஆட்டத்தயெல்லாம் போட்டுக் கொடுக்கற."

ஷபி கிசுகிசுக்க மோகனா களுக்கென்று சிரித்தாள், ரஃபிக் உள்ளறையிலிருந்து திரும்பி வருவதைப் பார்த்ததும் அமைதியானாள்.

"ரஃபி, நீ மோகனாகிட்ட பேசிட்டு இரு, நான் ஹாட் வாட்டர் வச்சுட்டு வந்துடறேன்."

"மேடம், ஹாட் வாட்டர் வைக்கப்போறதையே, என்னவோ பால் பாயசம் வைக்கப்போற ரேஞ்சுக்கு பில்டப் பண்றத பாருங்க மோகனா."

ரஃபிக் சிரித்துக்கொண்டே அவளைக் கேலி செய்ய, ஷபி முறைத்துவிட்டு நகர்ந்தாள்.

"ரஃபி, ஷபி எப்பவும் உங்களப் பத்திதான் பேசிட்டே இருக்கா, அதுவும் நீங்க வடபழனிக்கு டிரான்ஸ்ஃபர் வாங்கிட்டுப் போகவும் அவ

எவ்ளோ கஷ்டப்பட்டான்னு எக்ஸ்ப்ளைன் பண்ணப்போ எனக்கெல்லாம் மனசே உருகிடுச்சு, எப்படிதான் ஷபிமேல இவ்ளோ லவ் வச்சுட்டு கிட்டத்தட்ட ஆறு மாசம் அவகிட்ட பேசாம இருந்தீங்களோ, நினச்சாலே பயங்கரமா இருக்கு."

"நீங்க ஷபிகிட்ட பேசுங்க, எனக்கு அர்ஜென்ட்டா ஒரு வேலை இருக்கு ஸாரி."

கடகடவென சொல்லிவிட்டு ரஃபிக் சட்டென்று எழுந்து போய்விட்டான். 'இதையெல்லாம் ஏன் இவகிட்ட சொல்லி என்னை சங்கடப்படுத்தறா இந்த ஷபி?' அவன் உள்ளுக்குள் கோபம் பொங்கிவந்துகொண்டிருந்தது.

ரஃபிக் எழுந்து நடந்து போகவும், ஷபி வெந்நீருடன் ஹாலுக்கு வரவும், நேரம் சரியாக இருந்தது. ரஃபிக் போவதைப் பார்த்தவள், "ரஃபி" என்றழைக்க, அவளை ஒருமுறை முறைத்து, "வேலைய முடுச்சுட்டு வரேன் ஷபி, டிஸ்டர்ப் பண்ணாத ஓகேவா?" என்று அறைக்குள் சென்று தாழிட்டுக்கொண்டான்.

அஃப்சீனா அண்ணாநகர் பிராஞ்சில் வேலை செய்யும் நண்பர்களை விசாரித்து ரஃபிக்கு செய்தி அனுப்பி இருந்தாள். 'என்ன இவ ஒவ்வொண்ணா கேட்டுட்டு இருக்காளே? நல்ல பொண்ணுதான், டீசன்ட்டா பேசறா, ரிப்ளை பண்ணுவோம் ஒண்ணும் தப்பாய்டாது' என்று அவளுக்குப் பதில் அளித்தான்.

"ஏன்டி அவர் எழுந்துபோய்ட்டார்" ஷபி மோகனாவைக் கேட்க, "இல்லடி நீ அவர் இல்லாம எப்படி ஆறு மாசம் கஷ்டப்பட்டனு எடுத்துச் சொன்னேன், உடனே எந்திருச்சு போயிட்டார்."

"எந்த ஆறு மாசம்."

"அதான் அவர், வடபழனி பிராஞ்சுக்குப் போனதும் நீ ரொம்ப ஃபீல் பண்ணேன்னு சொன்னியே, அத சொன்னேன்."

"ஐயோ, அதெல்லாம் ஏன்டி அவர்ட்ட கேட்ட, ரஃபிக்கு ப்ரைவேசி ரொம்ப முக்கியம், இதெல்லாம் ஃப்ரண்ட்ஸ் கிட்ட ஷேர் பண்றேன்னு சொன்னாலே அவருக்குப் பிடிக்காது, இத நீ அவர்ட்டயே கேட்டு வச்சியா? போச்சுபோச்சு அவ்ளோதான்."

"அய்யோ ஸாரி ஷபி, நீ எவ்ளோ அவர நேசிக்கறனு எடுத்துச் சொல்லத்தான் சொன்னேனே தவிர, வேற எந்த எண்ணமும் இல்லடி."

“அது எனக்குத் தெரியும், அவருக்குப் புரியாதே, சரி பரவாயில்ல, நான் சமாளிச்சுக்கறேன், நீ தண்ணியக் குடி, ஆறிப்போய்டும்.”

மோகனா விட்டா போதும் என்று கிளம்பி சென்றுவிட, வாசற்கதவைச் சாத்திவிட்டு வந்த ஷபிக்குப் படுக்கையறை வாசலை மிதிக்கவே அடிவயிற்றில் அமிலக்காற்று பட்டது போல் பயம் வந்து தொலைத்தது.

தயக்கத்துடன் அறைக்கதவைத் தட்டினாள், எழுந்து வந்து திறந்த ரஃபிக் கோபமாய் முகத்தைத் திருப்பிக்கொண்டான்.

“ரஃபி...”

“...”

“ரஃபி... ப்ளீஸ் எனக்காக அவளை மன்னிச்சுடு.”

“அவளை மன்னிச்சுடலாம், ஏன்னா அவளுக்கு என்னைப் பத்தி தெரியாது, ஆனா உனக்கு அப்படி இல்ல, உனக்கு என்னைப் பத்தி நல்லா தெரியும், மத்தவங்க கிட்ட நமக்குள்ள நடந்ததெல்லாம் சொல்லக் கூடாதுன்னு உன்கிட்ட சொல்லி இருக்கேன்ல?”

“ஆமா.”

“அப்பறம் ஏன், இதெல்லாம் மோகனாட்ட சொன்ன?”

“ஸாரிடா.”

“நான் உன்னை எவ்வளவு நேசிக்கிறேன்னு உனக்குத் தெரியும், நீயும் என்னை ரொம்ப லவ் பண்றனு எனக்குத் தெரியும், அப்படி இருக்கும் போது நடுவுல கேள்வி கேட்க, எடுத்துச்சொல்ல இவங்க யாரு ஷபி?”

“சரிதான், சரிதான் இனி சொல்லல, ஸாரிப்பா.”

“...”

“அதான் ஸாரி சொல்லிட்டேன்ல, வா தோசை ஊத்தித் தர்றேன்.”

“நீ சாப்டுட்டியா?”

“ம்ம்ம்...”

“என்னை விட்டுட்டு தனியா சாப்டற அளவுக்குப் போய்ட்டல்ல.”

“ஏய், ஒரு நாள்தானே, ப்ளீஸ் பிரச்னை பண்ணாதடா.”

"ஏதாவது சொல்லி என் வாய அடச்சுடு, இந்தப் பொம்பளைங்களே இப்படித்தான், அவங்களுக்கு ஒரு நியாயம், மத்தவங்களுக்கு ஒரு நியாயம்."

"டேய் என்னைத் திட்டிப் பேசும்போது..."

ரஃபிக் குறுக்கிட்டு, "உன்னை மட்டும் திட்டணும், மொத்தமா பெண்களத் திட்டக் கூடாது அதானே, சரிம்மா என் மங்கையர் திலகமே, ரெண்டு தோசைய போடு."

"ஹ... ஹ... ஹா..."

"ஆனா ஷபி, இனி யாரும் நம்ம ப்ரைவேசிக்குள்ள வந்தா கொலைவெறி ஆகிடுவேன், சொல்லிட்டேன் ஆமா."

"அடடா இன்னும் நீ அத விட்டு வரலியா, வா சாப்டலாம்?"

அப்போது ரஃபியின் ஃபோன் ஒலிக்க, திரையில் அஃப்சீனா.

"யார் ரஃபி, ஃபோன்ல?"

'இவகிட்ட அஃப்சீனான்னு சொல்லிடலாமா? இல்ல வேற யாராவதுனு சொல்லலாமா? ஏதாவது தப்பா நினைச்சுட்டா என்ன பண்றது?' முதல் முறையாக ரஃபிக் ஷாபினாவிடம் பொய் சொல்லத் தொடங்கினான்.

"ஹாஜா, கால் பண்ணிருக்கார்மா, பரவாயில்ல, நான் அப்பறம் பேசிக்கறேன், வா சாப்பாடு கொடு."

"ம்ம்ம்."

ரஃபிக்கு உள்ளுக்குள் கேள்வி பிறந்தது, எந்தத் தப்பான எண்ணத்தோடயும் அஃப்சீனா பேசல, ஆனா, ஏன் நான் ஷபிகிட்ட இத மறச்சுட்டேன். இதுபோன்ற சின்னச்சின்ன சறுக்கல்கள் வாழ்வில் எவ்வளவு பெரிய அடிகளைத் தரும் என்பதை பாவம் ரஃபிக் அறிந்திருக்கவில்லை.

ஷபி தோசை வார்க்கும் முன் சமையலறையை ஒட்டி இருக்கும் கூடத்தில் இருக்கும் கறுப்பு நிற இரும்பு கால்களும் கண்ணாடிபோல் வடிவமைக்கப்பட்ட மேற்புறமும் கொண்ட உணவு மேசையில் நீல வண்ணப் பூக்கள் வரையப்பட்ட கண்ணாடிக் குவளையில் தண்ணீர் கொண்டுவந்து வைத்தாள். ரஃபிக் தோசைக்காகக் காத்திருக்கத் தொடங்கினான். ஆனால், நீர் தேவதைக் காத்திருக்கவில்லை, அதே கண்ணாடி குவளையின் வடிவமைப்புடன் கண்ணாடி போன்ற உடலும் நீல நிறச் சிறகுகளும் அதில் பொன் வண்ண வட்டவட்ட ஓவியமும்

மினுங்க பெண்ணொளி ததும்பும் வெள்ளை மனதைப் பிரதிபலிக்கும் கொள்ளை அழகுடன் திம்மக்கா தோன்றினாள். பிரபஞ்சத்தின் செய்தியை அவன் உள்ளுணர்வு உறைக்கும்படி பாட ஆரம்பித்தாள்:

செதுக்குவதெல்லாம் சிற்பம் அல்ல
செய்வதெல்லாம் காதல் அல்ல

உண்மையும் நேர்மையும்
உதட்டில் மட்டும் அல்ல
உள்ளத்திலும் வேண்டும்

உன்னுள்ளம் அச்சப்படுகிறதென்றால்
உன் செயல் தவறு என்று அர்த்தம்

உன் செயல் சரி என்றால்
உண்மையை மறைக்கும்
உன் அணுகுமுறை தவறென்று அர்த்தம்

காதலின் அஸ்திவாரம்
கபடற்ற கசடற்ற
இனிய சுபாவம்தான்

மற்ற உறவுகளை
அணுகுவது போல்
காதல் உறவை
மறைத்தும் மறந்தும்
அணுக முடியாது

வெளிப்படைத்தன்மைதான்
காதலின் நித்திய பொருத்தம்
பொய்யும் புரட்டும்தான்
காதல் என்ற கப்பலின்
கடவுச்சொல்லை அரிக்கும்

பிரிவென்ற பெயர் கொண்ட
மிகப்பெரும் சேதாரம்
அன்பை அள்ளித்தரும் காதலுக்குப்
பொய்யைப் பூமராங்காக
அனுப்பிவைக்கலாமா
எப்போது வேண்டுமானாலும்
பூமராங் திரும்பும் அல்லவா
பொய்யும்பொய்யும்
நேசம் கொள்ளல் ஆகுமான காரியமா?

ஆகவே
இளம்பிறையே
குளிர் பனியே
செய்வது சரியெனில்
உரைத்திடு உண்மையை

உன் காதல் சிரஞ்சீவியின் சின்னம்
உன் காதல் துறவியின் தவம்
உன் காதல் சம்சாரியின் சந்தோசம்
உன் காதல் பிரம்மச்சரியத்தின் பரிசு

ஆழம் கொண்ட காதலை
வெறும் வார்த்தை கொண்டு
நீ அளக்கலாமா
சொல்லிவிடு உண்மையை
உன் நெஞ்சத்தின் நினைவு குளிர
சொல்லிவிடு உண்மையை
உன் பொய்மையின் தீமை அகல

உள்ளொளியே செம்மாண்பே
திரவியமே தேனே

பாச ராகமே

பவள வடிவே

உண்மை பகர்ந்திடு

உன் அன்பை உயர்த்திடு

எப்போதும் காதல் மொழி பேசும் திம்மக்கா இந்த முறை ஷபிக்காக நீதிமொழி பகன்று மிதமான காற்றில் தன் நீரை உலர்த்திக் கரைந்து பிரபஞ்ச வெளியின் அகண்ட ஒளிவெள்ளத்தில் மறைந்துபோனாள். ரஃபியின் மனம் திம்மக்காவின் பேச்சைக் கேட்குமா, கேட்டும் கேட்காததுபோல கடந்துபோகுமா? தன் உள்ளுணர்வுடன் பேசும் பொறுமையாளனாக ரஃபிக் இருப்பானா?

மனக்குரல் என்பது அனைத்து நேரங்களிலும் நம்மைக் கேள்விக்கு உட்படுத்துவதில்லை, அது எப்போதாவது எழுகிறது, அப்படி எழும் குரலுக்கு நாம் செவிசாய்த்துவிட்டால் பிறகு வரப்போகும் சிக்கல்களிலிருந்து தப்பித்துவிடலாம். ஏதோ ஒன்று மனசுக்குச் சரியில்லை என்று பட்டால் அங்கேயே நின்று மனதுடன் பேச வேண்டும், அதில் குற்றம் குறை இருக்கிறதென ஆராய்ந்து அதனைத் தீர்க்க முயற்சிக்க வேண்டும். மனதின் குரலை அலட்சியப்படுத்திவிட்டு மேற்கொண்டு நாம் அடுத்தடுத்த செயல்களுக்குச் செல்லும்போதுதான் மன அழுத்தம் என்பது லேசாக உருவெடுக்கிறது, லேசாக இருக்கும்போதே அதை சரிசெய்துவிடுவது நல்லது. ஏற்க முடியாத சம்பவங்கள் நம்முன் நிகழும் போதும் மன அழுத்தம் என்பது இயல்பாக ஏற்பட்டுவிடுகிறது, சரிசெய்ய முடிந்தவற்றை சரிசெய்து பயணத்தைத் தொடரலாம், நம்மால் சரிசெய்ய முடியாதவற்றை உணர்வின் பாதையிலேயே வைத்திருந்து மனதுக்கு சிரமத்தைக் கொடுக்காமல் அதனை அறிவின் வசம் விட்டுவிட்டு கடப்பது உத்தமம். மனதை லேசாக பூப்போல் வைத்துக்கொள்வது சாத்தியமில்லைதான், ஒரு மனிதனின் அகத்தேவைகள் ஆயிரம், புறத்தேவைகள் ஏராளம், ஆனால், ஏற்க முடிந்ததை ஏற்று, கடக்க வேண்டியதைக் கடந்து, ஆக வேண்டியக் காரியங்களில் கவனம் செலுத்தினால் மனமானது சுமக்க முடியாத பாரமாகாது. மனதின் குரலுக்குச் செவிசாய்த்து உடலின் சமிக்ஞைகளுக்கு முகம்காட்டி ஒரு மனிதன் வாழ்வானானால் அவன் வாழ்வானது மிகக் குறைந்த

சிக்கல்களை மட்டுமே கொண்டிருக்கும். உணர்வின் தேவைகள் என்னவென்று மனதுக்கு மட்டும்தான் தெரியும்.

சமூகக் கட்டுப்பாடுகளால் நாம் நம் மனக்குரல் சிலவற்றைக் கண்டுகொள்ளாமல் விட்டுவிடுகிறோம். அப்படி விடப்படும் குரல்கள்தான் நம்மைச் சுற்றி அதிர்வுகளாக நச்சரித்துகொண்டே இருக்கிறது, அந்த நச்சரிப்புதான் பெரும் இரைச்சலாக நம்மில் எதிரொலிக்கிறது. உணர்வின் அத்தனைப் பரிமாணங்களையும் நாம் நிறைவேற்ற முடியாதுதான், நிறைவேற்ற முடியாத மற்றும் கூடாத விஷயங்களும் உண்டு. ஆனால், நம் மனம் இதற்காகத்தான் கூக்குரலிடுகிறது என்பதை அறிவது அவசியம். மனம் வேறு, உணர்வு வேறா என்றால் ஆம், உணர்வு என்பது மனதினும் மெல்லியது. மனதின் பல படிநிலைகளுக்கு அப்பால்தான் உணர்வு குடிகொண்டிருக்கிறது. அதைத்தான் நாம் என் லவ்வ ஃபீல் பண்ணு என்று ஒரு காதலியிடமோ காதலனிடமோ கோரிக்கையாக வைக்கிறோம், நம்மை மிக அதிகம் நேசிப்பவர்களின் உணர்வின் அலைகள் நம்மை நோக்கி வந்தே தீரும், நம் மனதில் அதற்குள் இருக்கும் உணர்வுகளையே நாம் பல நேரங்களில் அலட்சியப்படுத்தும் போது நம்மை நேசிக்கும் ஒருவரின் உணர்வின் தூதை மட்டும் எப்படி உடனடியாக உணரத் தலைப்படுவோம்? உணர்வின் மெல்லிய தாள்களை அடைந்த எத்தனைஎத்தனை புற நேசங்களை நம் மனம் இனம்கண்டு நம்மிடம் எடுத்து வரும் என்று நினைக்கிறீர்கள்? அதுவும் சொற்பமே.

மனதின் குரலையே பற்பல நேரங்களில் புறக்கணித்து அன்றாட அலுவல்களில் களமாடும் நாம் உணர்வின் பிஞ்சு அலைகளை எப்படி அவ்வளவு சீக்கிரம் இனம்கண்டுகொள்ளப் போகிறோம்? உணர்வின் பிஞ்சை நிமிர்ந்து பார்க்கும் நேர மில்லாத நாம் உள்ளுணர்வின் கருவை எப்படி கண் கொண்டு பார்த்து, மனம் கொண்டு ஆராய்ந்து அறிவு கொண்டு செப்பனிடப் போகிறோம்? அப்படி ஒரு பயிற்சி நமக்கு வாய்க்கப் பெற்றால் இந்த வாழ்வின் அற்புத புதையல்களின் கடவுச்சொல்லைக் கண்டடைந்து பிறவிப்பயனை அடைந்துவிட மாட்டோமா என்ன?

○

31

கடவுளின் பரிசு

அது ஒரு திங்கட்கிழமை காலை பரபரப்பான நேரம், ஷபியும் ரஃபியும் அவசர அவசரமாக அலுவலகம் செல்லத் தயாராகிக்கொண்டிருந்தனர். அப்போது ரஃபிக் தனது காலில் ஷூவை மாட்டிக் கொண்டே, ஹேண்ட் பேக்கில் லஞ்ச் பாக்ஸைத் திணிக்கும் ஷபியைப் பார்த்து, “தேதி பத்தாச்சு இன்னும் நாம இந்த மாச வாடகையக் கொடுக்க மறந்துட்டோம், ஹவுஸ் ஓனர்க்கு நம்மைப் பத்தி தெரியும்கறதால, நம்மமேல நம்பிக்கை இருக்கறதால பேசாம இருக்கார், ஆனா அதுக்காக நாம வாடகைய இவ்ளோ லேட்டா கொடுத்தா நல்லா இருக்காது, ஈவ்னிங் ஏ.டி.எம்.ல பணம் எடுத்துக் கொடுத்துறணும் இல்லன்னா ஜிபே பண்ணணும்.”

அவன் தேதியைச் சொன்னதும் மின்சாரம் தாக்கியதைப்போல் குரலை உயர்த்தி உச்சஸ்தாயியில் ஷபி கேட்டாள், “என்ன தேதி பத்தாச்சா?”

“ஆமா, அதுக்கு ஏன்மா இவ்ளோ சத்தம் போடற?”

“நாம டாக்டர்கிட்ட போகணும்.”

“ஏன், பத்தாம் தேதி ஆனா டாக்டரப் பாக்கணுமா என்ன?”

“ஆமா, எனக்கு 1ஆம் தேதிதான் டேட், இப்போ பத்து தேதியாச்சு.”

“ம்ம்ம்... ஒழுங்கா சாப்ட்டாதானே, உடம்புல சத்து இல்ல, சரி ஈவ்னிங் டாக்டரையும் பாத்துடலாம், விட்டமின் மாத்திரையா எழுதித் தருவாரு, வாங்கி முழுங்கு, அப்பதான் உனக்குப் புத்தி வரும்.”

“டாக்டர்கிட்ட அப்பாய்ன்மென்ட் வாங்கணும்.”

“என் ஃப்ரண்ட் வீட்டுக்கு மேல்மாடிதான் டாக்டர் வீடு. நான் அவனை ஒரு டோக்கன் போட்டுவைக்கச் சொல்றேன்.”

வீட்டைப் பூட்ட கையில் சாவி எடுத்துக்கொண்டு வாசலுக்கு விரைந்தான் ரஃபி, பின்னாடியே ஓடியவள் போய் லிஃப்ட் பொத்தானை அமுக்கினாள்.

புது ப்ராஜக்ட் என்பதால் அலுவலகத்தில் அனைவருக்குமே வேலை கூடுதலாக இருந்தது, ப்ராஜக்ட் ஆரம்பிக்கும் போது அனைவரும் ராக்கெட் வேகத்தில் வேலை செய்வார்கள், மத்தியில் மந்தமாய் இருப்பார்கள், திரும்ப ப்ராஜக்ட் முடியும் தருவாயில் வேகமெடுப்பார்கள், இப்போது புது ப்ராஜக்ட் ஆரம்பிக்கும் நேரம், சாப்பிட, தண்ணீர் குடிக்க போன்ற அத்தியாவசிய தேவைகளுக்கு மட்டுமே வாயைத் திறந்தனர், மதியம் நடக்கும் உணவு மேசை மாநாடுகூட ப்ராஜக்டைச் சுற்றிசுற்றி வந்தது.

ஒருவழியாக மாலை வந்தது, ரஃபி, ஷபியை அழைத்துக் கொண்டு அண்ணாநகரில் இருக்கும் பெண் மருத்துவரின் வீட்டுக்கு வண்டியைச் செலுத்தினான்.

வீடு வந்தது, கீழே இருந்து பார்க்கும் போதே நேர்த்தியான அழகான வீடாகத் தெரிந்தது, மாடியில் பால்கனியில் மஞ்சள் ரோஜாவும் வெள்ளை ரோஜாவும் பூத்துக் குலுங்கியது.

“ஏன் இந்த டாக்டருக்கு ரெட் ரோஸ் பிடிக்காதா?” என்று ரஃபியிடம் அவள் கேட்க, அவன் திரும்பி “நானும் உன்கூடத் தானே வர்றேன்” என்றான் கிண்டலாக.

அதோடு வாயை மூடிக்கொண்டு மாடிப்படி நோக்கி நடந்தாள். காத்திருந்து இவர்கள் டோக்கன் நம்பரை அழைத்ததும் ஷபி மட்டும் உள்ளே சென்றாள்.

கண்ணாடி, சிறிய பொட்டு, ப்ளைன் சுடிதாருடன் ஒரு நாப்பது வயது பெண்மணி காட்சி தந்தார்.

“வாம்மா, என்ன செய்யுது?”

“டாக்டர் 1ஆம் தேதியே எனக்கு டேட் வரணும், இப்போ தேதி பத்தாச்சு, இன்னும் டேட் ஆகல, அதான் வந்தேன்.”

“இன்னும் மென்சஸ் ஆகலன்னு சொல்றீங்களா?”

“ம்ம்ம் எஸ் டாக்டர்.”

“மேரேஜ் ஆகிடுச்சாம்மா.”

“ம்ம்ம் ஆறு மாசமாச்சு டாக்டர்.”

“சரி, அப்போ முதல்ல யூரின் டெஸ்ட் எடுத்துடலாம், லேப்ல ரிசல்ட் கொடுப்பாங்க வாங்கிட்டு வந்து என்னைப் பாருங்க.”

பக்கத்தில் நின்றிருந்த சிறு பெண்ணைக் காட்டி இவங்க கூட போங்க என்று ஷபியை அனுப்பி வைக்க, பரிசோதனை முடிந்து ரிசல்ட் வந்தது.

மறுபடியும் சில டோக்கன்களுக்குப் பின் மருத்துவரின் திருமுகம் தரிசனம் தர, “யார் கூடம்மா வந்துருக்கீங்க?”

“ஹஸ்பண்ட்கூட.”

“அவர உள்ள கூப்டுங்க?”

அவள் ரஃபியை அழைத்துவர, “உட்காருங்க ஸார்.”

“தேங்க் யூ.”

“உங்க பேர் என்ன?”

“ரஃபி.”

“ரஃபி குட் நியூஸ்தான், உங்க வைஃப் பிரக்னன்ட்டா இருக்காங்க.”

ஷபி பக்கம் திரும்பி, “என்னம்மா சந்தோசமா?”

“தேங்க் யூ டாக்டர்” நிறைவான புன்னகையுடன் பதில் சொன்னாள்.

ரஃபிக்கு உடலெல்லாம் சில்லென்று ஆகிவிட்டது, மனம் உற்சாகத்தில் துள்ளிக் குதித்துக்கொண்டிருந்தது, மனதுக்குள் பெருமழையே பொழிந்து அவன் உடலெங்கும் நனைத்துக் கொண்டிருந்தது. அசைவற்று தன் மகிழ்வை மனதுக்குள் தானே அனுபவித்துக்கொண்டிருந்தான்.

அவன் அப்படி இருக்கவும் ஷபிதான் அவனை “ரஃபி” என்றழைத்து இயல்புநிலைக்குக் கொண்டுவந்தாள்.

சுதாரித்தவன் ஷபியைப் பார்த்து வாஞ்சையுடன் சிரித்தான், பின் மருத்துவர் பக்கம் திரும்பி, “ரொம்ப நல்ல நியூஸ் டாக்டர், ஸ்வீட் சர்ப்ரைஸ், ஐ யாம் வெரி ஹேப்பி, உங்களுக்கு ஸ்வீட் வாங்கிட்டு வந்துதர பர்மிஷன் கொடுங்க டாக்டர்.”

"ஹ... ஹ... ஹ... ஸ்வீட் எனக்கு வேண்டாம், உங்க வைஃப்க்குக் கொடுங்க, அவங்கள நல்லா பாத்துக்கங்க, நல்லா சத்தான பொருளா சாப்பிட வைங்க, பத்திரமா பாத்துக்கங்க, அது போதும்."

"உங்க பேர் டாக்டர்?"

"நேம் போர்ட்ல பாக்கலியா, நளினி."

"ஓகே டாக்டர்."

"மன்த்லி செக்கபுக்குக் கூட்டிட்டு வந்துடுங்க, ஹாஸ்பிடல் வேண்டாம், நீங்க வீட்டுக்கே கூட்டிட்டு வந்துடுங்க, வீடுதானே உங்களுக்குப் பக்கம், இல்ல ஹாஸ்பிடலா?"

"இல்ல டாக்டர் வீடுதான், இங்கயே வந்துடறோம்."

"ஓகே, நீங்க போகலாம். அடுத்த மாசம் பத்தாம் தேதி வந்தா போதும்."

ஷபியைப் பார்த்து, "உன் பேர் என்னம்மா சொன்ன?"

"ஷபி."

"ம்ம்ம்... ஷபி, மறக்காம பத்தாம் தேதி வந்துடுங்க, நேரத்துக்கு சாப்டுங்க, சரியா?"

"ம்ம்ம் ஓகே, டாக்டர்."

சொல்லிவிட்டு திரும்புவதற்குள் ரஃபிக் அந்த இடத்தி லிருந்து நகர்ந்திருந்தான். எங்கே என்று ஷபி கண்களால் அவனைத் துழாவ, ரஃபிக் மிக்க மகிழ்ச்சியுடன் வண்டி அருகில் காட்சி தந்தான், பின்னாடியே வந்த ஷபியைக் கண்களில் சிரிப்பு வழிய பார்த்துக்கொண்டே நின்றான்.

"இந்த ப்ளாக் பேன்ட், யெல்லோ ஷர்ட், யெல்லோ ஸ்கார்ப்ல நீ ரொம்ப அழகா இருக்க கண்ணம்மா."

"கண்ணாம்மா, ம்ம்ம் எவ்வளவு நாளைக்கு அப்பறம் இந்த வார்த்தையக் கேட்கறேன், என்ன புள்ள வர்ற சந்தோசமா?"

"இருக்காதா பின்ன, வா வந்து உட்கார், வீட்ல போய் பேசிக்கலாம், முதல்ல கார் வாங்கணும்."

"அட கார் எதுக்கு திடீர்னு?"

"இந்த மாதிரி நேரத்துல, டுவீலர்ல போகக் கூடாதுன்னு சொல்லுவாங்க, இந்த டாக்டர் அதெல்லாம் சொல்லல, பட் எனக்குத் தெரியும், அதனால ட்யூ கட்டிக்கலாம், இந்த மாசமே கார் வாங்கணும்."

வண்டியில் வீட்டுக்குப் போகும் வழியெல்லாம் பிறக்கப் போகும் குழந்தை பற்றியும், அதை எப்படியெல்லாம் பார்த்துக் கொள்ள வேண்டும் என்பது பற்றியும் வாய் ஓயாமல் பேசிக் கொண்டே வந்தவனைக் காதலுடன் அவன் தோள்களை இறுக்கப் பற்றிக்கொண்டாள்.

கதவைத் திறப்பதற்கு முன்பே ஃபோன் வந்தது, சவ்தாதான், ரஃபிக் எடுத்து, “சொல்லுங்கம்மா” என்றான்.

“நாளைக்கு சாயங்காலம் நானும் அத்தாவும் உன் வீட்டுக்கு வர்றோம், அத்தா ஃபோனுக்கு அட்ரஸ் அனுப்பி வை, டிக்கட்லாம் போட்டாச்சு.”

திடீரென வீட்டுக்கு வருவதாகச் சொல்லவும் ரஃபி, “என்ன விஷயம்மா, ஏதவாது முக்கியமா பேசணுமா?”

“அதெல்லாம் நேர்ல பேசிக்கலாம்” என்று சொல்லிவிட்டு ஃபோனை உடனே கட் செய்ய, ஷபி கர்ப்பமாய் இருக்கும் விஷயத்தைச் சொல்வதற்குள் வைத்துவிட்டார்களே என்று நினைத்தவன் சரி, நாளை நேரில் சொல்லிக்கலாம் என்று விட்டுவிட்டான், ஷபி அவள் அம்மா வீட்டுக்கு ஃபோன்செய்து விஷயத்தைச் சொல்லி மாமாவுக்கு மறக்காமல் சொல்லிடும்மா என்று சொல்லிவிட்டு ஃபோனை வைத்தாள், ரஃபியின் அம்மாவும் அத்தாவும் நாளை வீட்டுக்கு வர்றாங்க என்று சொல்லவும், சரி என்று சொல்லிவிட்டு உடை மாற்ற அறைக்குள் போனாள், அவள் கதவை அடைக்கும் முன் உள்ளே சென்ற ரஃபிக் அவள் கைப்பிடித்து தன்னோடு சேர்த்து அணைத்து நெற்றியில் முத்தமிட்டு கண் கசிந்தான், ரஃபியின் இந்த உணர்ச்சி வேகம் ஷபியைக் குதூகலப்படுத்தியது.

ரஃபிக்கின் ஆனந்த கண்ணீரில் நீர்க்கோலம் பிறந்து அதில் ஆறு வண்ணங்கள் தூறலாய் சொட்டசொட்ட திம்மக்கா எனும் தேவதை அலங்கார பூரணியாக நிலவும் சூரியனும் இணைந்து செய்த ஒலி வெள்ளத்தின் நடுவே ராஜராஜ ராணியாய், சிப்பிக்குள் விளைந்த வண்ணக்கலவை பூசிய முத்தாய், தேன் குரலின் உருவமாய், பேரன்பின் உருவமாய், உள்ளுணர்வின் சிறகை இரு தோள்களிலும் தாங்கி ரஃபிக் காணாத உருவத்தில், கண் கொண்டு பார்க்க முடியாத அருவத்தின் உருவமாய் திம்மக்கா பிரசன்னமானாள். திம்மக்கா நீர் சொட்டசொட்ட

வருவதே ரஃபியின் உள்ளுணர்வுக்கு வழிகாட்டத்தானே, பாடலாய் பாடி அவன் உள்ளுணர்வை மேடையேற்றினாள்.

ரஃபி
உன்னுயிரை சுமக்கும் உயிர் அவள்
உன் காதலைக் கருவாக்கிய கதிர் அவள்
உன் அன்பை ஆதுரமாக்கும் அவளுக்கு
உன் ஆண்மையை சேவகனாக்கு
உன் குழந்தைக்கு

உன்னை உருவாக்கியவர்கள்
உன்மீது கொண்ட கரிசனையை
உன்னாலும் உன் ஷபியாலும்
உருவாகி வரும்
புத்துயிரிடம் காட்டு

புத்துயிரை நேசிக்க
உன் பாதியை நீ போஷிக்க வேண்டும்

மோகமும் காமமும்
களிநடனம் புரிந்த
உன் படுக்கையறையில்
அழுகையும் சிரிப்புமாக
புத்துயிர் பிறந்து
புது உலகை படைக்கப் போகிறது

ரஃபி
இனிய சொல்லால் உள்ளம் மகிழும்
நிறைய செல்வத்தால் சொந்தங்கள் கூடும்
புதிய பதவிகளால் பொறுப்புகள் கூடும்

வராது வந்த மங்கள சின்னம்
உன் வீடு தேடி வந்த புத்துயிர்
புதிய உயிரால்
உன்னுலகமே மாறும்
விழாக்கோலம் காணும்
வாழ்வின் வடிவமைப்பே
புது பரிணாமம் எடுக்கும்

அரவணைத்துக்கொள் அவளை
நிலையறிந்து நிறைவேற்று
உன் பாச பரிவுகளை

நீ உறுதியானவன்
காதலின் கவிப்பொருளாவாய்
அவளின் உறுபொருளாவாய்

வாழ்க வளர்க!
நிறைவாய் நிழலாய்
வளமாய் நலமாய்
மழலையுடன் மகிழ்வாய்!

அவன் மனத் தேரின் மாயச்சக்கரம் ஒரு குழந்தைக்குத் தகப்பனாய் அவனை வடிவமைக்கும் வேலையைச் செய்ய திம்மக்கா எனும் தேவதை உள்ளுணர்வெனும் ஊர் தேடி வந்தாள், செய்தியை சேர்ப்பித்து சேருமிடம் சென்று சேர்ந்து கொண்டாள்.

காதலர்கள் அடுத்த நாள் வரும் பூகம்பத்தை பற்றிய பிரக்ஞை இன்றி மகிழ்ச்சி எனும் இன்னிசையை உள்ளம் துள்ள நெஞ்சம் நிறைய இசைத்துக்கொண்டிருந்தனர்.

32

நிறம் மாறும் உணர்வு

அடுத்த நாள் மாலை சவ்தாவும் மன்சூரும் ரஃபி, ஷபி வீட்டின் அழைப்பு மணியை ஒலிக்க விட ரஃபிக் கதவைத் திறந்து வரவேற்றான்.

"வாங்கம்மா, வாங்கத்தா, அம்மா அத்தா வந்துட்டாங்க, வா வந்து கூப்டுமா ஷபி" வாசற் கதவைத் திறந்து வைத்தபடி உள்ளே வீட்டுக்குள் திரும்பி குரல் கொடுத்தான்.

கல்லிலிருந்து தன்னை வெளிப்படுத்திக் கொள்ளும் கலை ததும்பும் சிற்பம்போல் கெண்டைக்காலின் நுனிவரை பரவி கிடந்த மெல்லிய ரோஜா நிறப் பட்டு போன்ற பேன்ட், பாதி முழங்கை தாண்டி மணிக்கட்டுக்கு முன்பு வரை தொட்டுக்கொண்டு, இடுப்பிலிருந்து நெருக்கமான அடுக்குகள் கொண்ட வேறு எந்த வேலைப்பாடுகளும், வண்ணங்களும் இல்லாத சுடிதாரின் டாப்சும், அதே துணியிலான துப்பட்டாவும் தன்மேல் பரவ விட்டபடி ரோஜா தோட்டமாய், காற்றில் மிதந்து வந்த பதுமையாய் வந்து நின்றாள்.

சவ்தா ஒரு நிமிடம் தனது மகனுக்கு வாய்த்தவளின் உடை நேர்த்தியை, அழகின் வீச்சை ரசித்தாள்.

"வாங்க மாமி, வாங்க மாமா, உட்காருங்க என்ன சாப்டறீங்க, காஃபி ஓகேவா."

ஷபி கேட்டுக்கொண்டே அவர்களின் கையிலிருந்த பைகளை வாங்கிக்கொண்டு போய் அந்த வீட்டின் இன்னொரு படுக்கை அறையில் வைத்துவிட்டு வந்தாள்.

அதிகம் பேசாத மன்சூர் ரெண்டொரு வார்த்தைகள் நலம் விசாரித்தார்.

“நல்லா இருக்கியா ரஃபி, ஷபி எப்டிம்மா இருக்க?”

“நல்லாருக்கேன் மாமா.”

“காஃபியா டீயானு சொன்னா, அடுப்புல பால வச்சுட்டு வந்துடுவேன்.”

“அதெல்லாம் அப்பறம் பாத்துக்கலாம்மா, இப்படி உட்கார்.”

வந்ததும் வராததுமா நம்மை ஏன் நடு வீட்ல உட்கார சொல்றாங்க, அதுவும் காஃபிகூட போட விடாம என்று நினைத்தபடி சோபாவில் அமர்ந்தாள், அலுவலகத்திலிருந்து வந்து இன்னும் உடை மாற்றிக்கொள்ளாதது வேறு அவளுக்குத் தலைக்குள் வந்து போனது.

மன்சூர் ரஃபியையும் அமர சொன்னார், அவனும் ஏன் என்ற மனக்கேள்வியுடன் அமர்ந்தான். மன்சூர் ஆரம்பித்தார்.

“ரஃபி நீயும் ஷபியும் சந்தோசமா வாழணும்னுதான் உங்க ரெண்டு பேரையும் சென்னைக்கு அனுப்பிவச்சோம்.”

“ஆமாத்தா, சந்தோசமாதானே இருக்கோம்.”

“அப்பறம் ஏன் அம்மாட்ட சரியா பேசல, ஷபி உன்னை விட்டுட்டு யாரோ ஒரு காலேஜ் ப்ரண்ட்கூட மாலுக்குப் போய்ட்டதா சொல்லி வருத்தப்பட்ட?”

“அத்தா, அது ஏதோ ஒருநாள் போய்வந்தத சொன்னேன்.”

அம்மா பக்கம் திரும்பியவன், “என்னம்மா இதெல்லாம், இந்த விசயத்த போய் இவ்வளவு பெருசாக்கிட்டு.”

அதற்கு சவ்தா, “எதுவுமே சின்னதா இருக்கும்போதே சரி பண்ணிடணும்பா, ஏன் வளரவிட்டுட்டு, உன் பேச்சக் கேட்காம ஷபி ஊர் சுத்துனா இதுக்கு நான் அவங்கம்மாகிட்ட கேட்டு இருப்பேன், ஏன் புள்ளைய இப்படி வளர்த்து வச்சுருக்கீங்கனு, சரி முதல்ல நாம சொல்லிப் பார்ப்போம், கேட்காட்டி அவங்கம்மாகிட்ட சொல்லலாம்னு இருக்கேன்.”

கேட்டுக்கொண்டிருந்த ஷபிக்கு இப்படியெல்லாம் குடும்பத்தில் சண்டை வருமா என்று தலை சுற்றியது, நல்ல வேளை, நமக்கு ஒரு வேலை வாச்சது இல்லனா, ரொம்ப அல்லல்பட்டுருப்போம் போலிருக்கே என்று அந்த நேரத்திலும்

தனது வேலைகுறித்து நினைத்து நிம்மதி பெருமூச்சுவிட்டாள், இதை ரஃபிக் எப்படி சமாளிக்கப்போகிறான் என்று அவன் முகத்தையே பார்த்துக்கொண்டிருந்தாள். ஆனால், சவ்தா ஷபியை விடுவதாக இல்லை. அவள் பக்கம் திரும்பி, "நீ கிளம்பி புதுக்கோட்டை வந்துடு, எங்ககூட இரு, நீ ரஃபிகூட சந்தோசமா இருப்பனுதான் அனுப்பிவச்சோம், அது இல்லை, அவனை விட்டுட்டு நீ உன் ப்ரண்ட்கூட ஊர் சுத்தறன்னு தெரிஞ்சு போச்சு, அதனால எங்ககூட வந்துடு, ரஃபி புதுக் காட்டை வந்து வாரவாரம் உன்னைப் பார்த்துட்டு போகட்டும்."

ஷபிக்கு மனதுக்குள் இந்த அதிரடியெல்லாம் பெரும் அதிர்ச்சியைக் கொடுத்தது, அவள் முகத்தைப் பார்த்துக் கொண்டிருந்த ரஃபிக் உடனே அவள் மனதை அமைதிப்படுத்த வேண்டிய கட்டாயத்தை உணர்ந்தான். உடனடியாக அவளைக் காப்பாற்ற தீர்மானமான குரலில் சொன்னான்:

"ஷபி எங்கயும் வர மாட்டா, அவ என்கூடதான் இருப்பா, நான் அவளை புதுக்கோட்டைக்கு அனுப்ப மாட்டேன், தேனிக்கும் அனுப்ப மாட்டேன்."

ஷபியின் நூறு மைல் வேக சிந்தனை பயம் எல்லாம் ஒரு நொடிக்குள் முடிவுக்கு வந்து அமைதியானாள்.

அதற்கு மன்சூர், "ஏன்ப்பா, அம்மா ஃபோன் பண்ணும் போது பொண்டாட்டி பக்கத்துல இல்லன்னு புலம்பிட்டு, இப்போ இப்படி பேசற?"

"அத்தா, ஏதோ ஒருநாள் அவ ப்ரண்ட் மோகனாகூட அவுட்டிங் போனா, அத நான் அம்மாட்ட சொன்னேன், அது இவ்வளவு பெரிய பிரச்னையா வரும்ன்னு நான் நினைக்கல."

சவ்தா பேச எத்தனிக்க, கையமர்த்தி மன்சூர் தொடர்ந்தார். "புருஷன் நீ பக்கத்துல இருக்கும்போது, ஏன் உன்னை விட்டுட்டு யாரோ ஒரு ஃப்ரண்ட்கூட ஷபி வெளில போகணும், இதுக்குப் பதில் சொல்லு?"

"அத்தா அவளுக்கு பிரமோஷன் கெடைச்சிருக்கு, நாளைக்கு அவ கம்பேனி ப்ராஜக்ட் விஷயமா என் ஆஃபிஸ் சீனியர்கூட தனியாகூட ட்ராவல் பண்ற சிச்சுவேஷன் வரலாம், இது ஒரு விஷயமே இல்ல, ஷபி மேல எனக்கு முழுநம்பிக்கை இருக்கு."

"அதெல்லாம் சரிப்பா, அப்போ உன்னோட பிரமோஷன்?" மன்சூர் இன்னொரு கேள்வி கொக்கியைப் போட்டார்.

“ஷபி எனக்கு சீனியர்ங்கறதால அவளுக்கு பிரமோஷன் கொடுத்துட்டாங்க, யாருக்கு வந்தா என்னத்தா, எல்லாம் ஒரு வீட்டுக்குள்ளதானே வருது.”

அதற்கு சவ்தா, “பிரமோஷன் கெடச்சுட்டா அதுக்காகப் புருசனகூடவா மதிக்காம கண்டவகூட எல்லாம் வெளில போவாங்க?”

ஆத்திரம் கொண்டு வார்த்தைகளை அள்ளி வீசி இன்னும் கொட்டக் காத்திருக்க, ரஃபிக் பிரம்மாஸ்திரம்போல் அந்த ஆயுதத்தை அவர்கள் முன் இறக்கினான்.

“ஷபி, பிரக்னண்டா இருக்கா, நம்ம வீட்டுக்குப் புதுசா ஒரு குழந்தை வரப்போகுது, நேத்தே சொல்லலாம்னு இருந்தேன், நீங்க கோபமா போன வச்சுட்டீங்கம்மா, அதான் நேர்ல சொல்லிக்கலாம்னு பேசாம இருந்தேன்.”

கொதிக்கும் கம்பியை ஐஸ்பாரில் வைத்ததுபோல் சவ்தா சாந்தமாகி ஷபியை நெட்டி முறித்து அடுப்படிக்கு ஓடிச் சென்று, மிளகாய், உப்பு எல்லாம் சேர்த்து பொட்டலமாக்கி அவள் தலை, கை, கால் எல்லாம் தொட்டு திருஷ்டிக் கழித்து விட்டு, “என் மருமக நம்ம வீட்டுக்குப் புள்ளையக் கொண்டு வரப்போறா, புள்ள வர்ற நேரம் அவளுக்கு பிரமோஷன் கெடைச்சுருக்கு, எவ்வளவு சந்தோசமான விஷயம், படைச்சவன் நம்மள கைவிடல, பாத்தீங்களா, இவ்வளவு அழகும் திறமையும் பொறுப்பும் உள்ள பொண்ண நாம கண்டுபுடுச்சிருக்க முடியுமா, என் மகன் என்ன இருந்தாலும் கெட்டிக்காரன்தான்” என்று மன்சூரை நோக்கி சிரிப்பு பூக்க சொல்லவும், அவர் மனைவியின் திடீர் பல்டியை நினைத்து ஆச்சரியபட்டுப்போனார், சரி பேரனோ, பேத்தியோ வர்ற சந்தோஷம்போல என நினைத்துக் கொண்டார்.

ஷபி தன் மனதுக்குள் இந்த மனிதர்கள்தான் அவர்களுக்குப் பிடித்த ஒன்று நடக்கும் போது மற்ற அனைத்து மாற்றங்களையும் எப்படி இலகுவாக ஏற்றுக்கொள்கிறார்கள் என்று நினைத்து வியந்துபோனாள்.

ஒரு குழந்தை என்பது தனியாக இந்தப் பூமிக்கு வருவதில்லை, வரும்போதே சொந்தபந்தங்களை இணைக்கவும் பிணைக்கவும் அவர்களை அன்பின் வழியில் கொண்டுசெல்லவும் சத்தியம் செய்தே பூமிக்கு வருகிறது. எத்தனையோ காதல் திருமணங்களில்

பெற்றோர்கள் தங்கள் குழந்தைகளின் முடிவுகளை ஏற்காமல் அவர்களைப் புறக்கணித்துவிடுகின்றனர், அவர்களால்கூட தங்கள் பேரக்குழந்தைகளைப் புறக்கணிக்க முடிவதில்லை. அந்தச் சின்னஞ்சிறு பாதங்களில் தங்கள் கைகளைப் பதிக்கவும், அந்தக் குட்டி முயலைக் கொஞ்சவும் தங்கள் வீம்பையும் நிராகரிப்பையும் நிராகரித்துவிட்டு, குழந்தைகளைத் தேடி ஓடிவந்துவிடுகிறார்கள் இந்த வினோத பெற்றோர்கள். ஆம் குழந்தைகள் பூமிக்குத் தனியே வருவதில்லை, அவர்கள் அற்புதத்தை எடுத்துவருகிறார்கள். அற்புதமாய் கைகால் முளைத்த புதையலாய் இந்தப் பூமிக்கு அன்பை விதைக்க வருகிறார்கள்.

புதுக்கோட்டையிலிருந்து அவர்கள் வந்த வேகமும் கோபமும் முழுதாய் மாறிவிட மன்சூர் ரஃபியின் கைகளைப் பற்றி "வாழ்த்துகள்" என்றார்.

ரஃபிக் வெட்கத்துடன் சிரித்துவிட்டு, "நாம எல்லாரும் வெளில போய் சாப்பிடலாம்" என்று சொல்ல, சவ்தா கேட்கவில்லை, கொண்டுவந்திருந்த நாட்டுக்கோழி முட்டையில் வட்லப்பம், வீட்டிலிருந்த மாவில் தோசை, வெங்காய சட்னி, சாம்பார், வடை என்று மருமகளைத் துணைக்கு வைத்துக்கொண்டு மினி விருந்தே செய்து அசத்த, இந்தப் பெண்கள் சந்தோசம் வந்தால் எப்படியெல்லாம் மற்றவர்களைத் தாங்குகிறார்கள், கோபம் வந்தால் எப்படியெல்லாம் தாக்குகிறார்கள் என்று அத்தாவும் பிள்ளையும் ரகசியமாகப் பேசி சிரித்துக்கொண்டார்கள்.

தன்னை விட்டுக்கொடுக்காத ரஃபியையும், பிரச்னைகளை மூட்டினாலும் எப்படி அதைத் தீர்த்தான் என்பதையும் பார்த்த ஷுபி அவனது காதலையும் உறுதியையும் நெஞ்சில் நிறைத்து ரஃபிக் என் ஜென்மாந்திர காதல் நாயகன் என்றெல்லாம் அவனுடன் உள்ளுக்குள் தனி ஆவர்த்தனமே நடத்திக்கொண்டிருந்தாள்.

❍

33

இனிப்பைச் சுவைக்க கசப்பை அனுமதி

இரண்டு நாட்கள் இருந்துவிட்டு ரஃபியையும் ஷபியையும் கொஞ்சிவிட்டு சவ்தாவும் மன்சூரும் ஊரைப்பார்க்க சென்றுவிட்டார்கள், ஆம், கொஞ்சி விட்டுத்தான், ஷபியின் கர்ப்பம் அவர்களை அளவில்லா ஆனந்தத்தில் தள்ளியது. சவ்தாவின் கவனிப்பில் ரஃபி தனக்கு அரை கிலோ எடை ஏறிவிட்டதாகப் புகார் பத்திரம் வாசித்துக் கொண்டிருந்தான். அஜீரணம், அளவுக்கு அதிகமான சாப்பாடு, எண்ணெய் பலகாரங்கள் அவனை என்னவோ செய்தது, "வெறும் ரசம் சாதம் வச்சுக் கொடு, தலைவலி, உடம்பு அசதியாவும் மந்தமாவும் இருக்கு, நான் ஆஃபிஸ் வரல" என்று அவன் சொல்லிவிட அவசரஅவசரமாக ரஃபியின் உதவி யின்றி சமையலை முடித்தவள், "வர்றேன் ரஃபி, ரெஸ்ட் எடு, வயித்த காலியா வச்சுக்க, கொஞ்சமா சாப்டு."

"ஓகேடா, பத்திரம், ஸாரிம்மா உன்னைக் கொண்டுவந்து விடாததற்கு."

"இட்ஸ் ஓகே, ஐ வில் டேக் கேர் மைசெல்ஃப்."

"அண்ட்..."

"அவர் கிட் ஆல்ஸோ" என்று சொல்லிவிட்டு வேகமாக நடந்தாள், ஓலா காரைப் பிடிக்கும் ஹரிபரியில் மாயமாக மறைந்துபோனாள். பதறிய காரியம் சிதறிப்போகும் என்ற சொல் வழக்குப்படி ஒரு சிறிய தவறு நடந்துவிட்டது, ஷபி தன்னுடைய ஃபோனை வைத்துவிட்டு ரஃபி ஃபோனை அவளுக்கே தெரியாமல் மாற்றி எடுத்து சென்றுவிட்டாள்.

அண்ணாநகர் அலுவலகம் வழக்கமான பரபரப்புடன் புது ப்ராஜக்ட்டுக்காக உழைத்துக்கொண்டிருந்தது. ஷபி மும்முரமாய் அடுத்த பிரமோஷனுக்காக வேலை பார்த்துக்கொண்டிருந்தாள், போனில் வாட்சப் செய்தி டப்டப்பென்று வந்து விழுந்தது, ரஃபி அதற்குள்ளாகத் தேடி மெஸ்சேஜ் பண்ணிட்டானா என்று ஃபோனைத் திறந்து பார்த்தாள், அது அஃப்சீனா அனுப்பிய செய்தி, "என்னப்பா காலைல இருந்து மெஸ்சேஜ் வரல, என்னோட குட் மார்னிங்க்கூட ரிப்ளை இல்ல, எதுவும் கோபமா" என்று வருத்தத்தைத் தாங்கிய செய்தி வந்திருந்தது, அவசரத்தில் ரஃபி ஃபோனை எடுத்துவந்துவிட்டோமே என்று நினைத்தவள் சுதாரித்து அஃப்சீனா அனுப்பியிருந்த குறுஞ் செய்தியை மறுபடி வாசித்தாள். பிரக்னன்ட்டாக இருப்பதால் ரஃபி மனம் இன்னொரு இடத்தில் சலனப்பட்டுவிட்டதோ என்று அவள் சஞ்சலமுறுகையில் அடுத்து ஒரு குறுஞ்செய்தி வந்து விழுந்தது "என்ன மெஸ்சேஜ் பாத்தும்கூட ரிப்ளை பண்ண மாட்டீங்கறீங்க, தொடர்ந்து பேசிட்டு பேசாம இருக்கறது என்னவோபோல இருக்கதாலதான் மெஸ்சேஜ் பண்ணேன், தப்பா எதுவும் கேட்கலியே, ஏன் ரிப்ளை பண்ண மாட்டேங்கறீங்க."

அஃப்சீனா தொடர்ந்து இப்படி எழுத்துகளை வாரி இறைக்கவும் என்ன செய்வது என்று தெரியாமல் இணையத் தொடர்பைத் துண்டித்து ஃபோனை தனியே வைத்துவிட்டு படபடப்புடன் வேலையைத் தொடர்ந்தாள். அவள் போறாத காலமோ, அஃப்சீனாவின் அவசரமோ பதில் வராத நிலையில் ரஃபிக்கு ஃபோன் செய்தாள்.

அஃப்சீனா வடபழனி ஆஃபிஸ் என்ற முகப்பு வார்த்தைகளுடன் ஃபோன் ஒலித்தது.

என்ன செய்வது என்று ஒரு வினாடி யோசித்தவள் ஃபோனை எடுத்து காதில் வைத்து "ஹலோ" என்றாள்.

அடுத்த முனையிலிருந்து அஃப்சீனா, "இது ரஃபி போனாச்சே அவர் இல்லையா?"

"இல்லை, நான் ரஃபி வைஃப் ஷபி."

ஷபி என்ற பெயரைக் கேட்டதும் அமைதியாக இருந்த அஃப்சீனா இப்போது பேசாமல் இருந்தாள் தப்பாக நினைப்பார்கள் என்று சகஜமாகப் பேச முயன்றாள்.

"ஷபி நல்லா இருக்கீங்களா, ரஃபி எதுவும் ரிப்ளை பண்ணலியே ஏதும் உடம்பு சரியில்லையோ என்னவோனு தான் கால் பண்ணேன், ஸாரி."

"பரவாயில்லை, அவர் நல்லா இருக்கார், உடம்பு சரி இல்லாட்டிகூட அவரப் பாத்துக்க நான் இருக்கேன், தேங்க்ஸ் உங்க அக்கறைக்கு."

காட்டமாக சொல்லிவிட்டு ஃபோனை வைத்தாள். கேட்டுக் கொண்டிருந்த அஃப்சீனாவுக்கு 'ஐயோ என்ன இது புது பிரச்னை வந்துடுமோ?' என்று கலக்கம் வந்த போதும், நல்ல வேளை நாம எதுவும் தப்பா பேசிடல என்ற நிம்மதியில் தனது வேலையைத் தொடர்ந்தாள்.

கடும் கோபத்திலும் குழப்பத்திலும் வீடு வந்துசேர்ந்தாள் ஷபி. அவள் கேட்கப்போகும் கேள்விகளில் ரஃபி என்ன ஆவானோ? எப்படி சமாளிப்பானோ? துணைவனுடன் ஊடல் என்பதும், துணைவனைத் தன் பக்கம் தக்கவைப்பதற்கான ஊடல் என்பதும் வேறுவேறுதானே. ஷபி நடத்தபோகும் திருவிளையாடல்கள் எதுவும் தெரியாமல் ரஃபி ஓய்வை அனுபவித்துக்கொண்டிருந்தான்.

○

34

காதல் ஒரு போர்

கதவைத் திறந்துகொண்டு செருப்பை வெளியே இருந்த அதற்கான அலமாரியில் வைக்காமல் வாசலிலே வேகமாகக் கழற்றிப் போட்டுவிட்டு வீட்டின் உள்ளே நுழைந்தாள், கைப்பையை ஒரு பக்கம் வீசி எறிந்துவிட்டு, ஃபோனை டங்கென்று ஹால் டேபிளில் வைத்துவிட்டு படுக்கையறையை நோக்கி நடந்தாள், பால்கனியில் கையில் தேநீருடன் நின்றுகொண்டிருந்தவன் ஷபியின் சரேல் பிரவேசத்தைப் பார்த்து, புயலுக்கான அறிகுறி என்ற முடிவுக்கு வந்தான், தனது ஃபோன் தன்னிடம் இல்லை என்பதை மதியம் தூங்கி எழுந்ததும்தான் கண்டுகொண்டான், அதற்குப் பதில் ஷபி ஃபோன் தன்னருகே கிடந்ததையும் பார்த்து எடுத்து சார்ஜ் போட்டு வைத்திருந்தான், நிச்சயமாக அஃப்சீனாதான் ஏதோ மெஸ்சேஜ் அனுப்பிட்டா என்று அவனாகவே ஒரு முடிவுக்கு வந்திருந்தான், சரி சமாளிப்போம் என்று தேநீரின் மிச்சத்தைக் கோப்பையிலேயே விட்டுவிட்டு அவன் மட்டும் படுக்கையறைக்கு இடம்பெயர்ந்தான்.

ஷபி உடைகூட மாற்றிக்கொள்ளாமல் அப்படியே படுக்கையில் குப்புற விழுந்து கிடந்தாள். அவளின் கர்ப்பம் நினைவுக்கு வர, “ஐயோ ஷபி, திரும்பிப்படுடா ப்ளீஸ், குப்புற படுத்துருக்க.”

“குப்புற படுக்கக் கூடாதுன்னு ஒண்ணும் டாக்டர் சொல்லல.”

“டாக்டர் சொல்லலதான், இருந்தாலும் வேண்டாம்டா என் கண்ணம்மால.”

பானு இக்பால் ◆ 173

“நான் மட்டும்தான் இன்னும் உன் கண்ணம்மாவா இருக்கேனா?”

அவளின் கேள்வியில் அவன் முகம் நொடியில் வாடிவிட்டது.

“ஷபி, நீ மட்டும்தான் எப்பவும் என் கண்ணம்மா, என்னை நம்பு, நான் சரியா இருக்கேனான்னு மட்டும் பாரு, மத்தவங்க என்கிட்ட எப்படி நடந்துக்கறாங்கன்னு அந்த ஆங்கிள்ல இருந்து பாக்காத.”

“ஓஹோ, அப்ப நான் மொபைல மாத்தி எடுத்துட்டுப் போனதையும் டெய்லி உங்களுக்கு மெஸ்சேஜ் பண்ற அப்சீனாவையும் கரெக்ட்டா மேட்ச் பண்ணி கணிச்சு என்கிட்ட பேசறீங்க, அப்டித்தானே?”

“அந்தப் பொண்ணு சும்மாதான்டா மெஸ்சேஜ் பண்ணும், நலம் விசாரிக்கும், சும்மா நல்லா இருக்கியான்னு கேட்டுட்டு வச்சுடும், அவ்வளவுதான்.”

“இந்த மாதிரி எனக்கு யாராவது தினமும் மெஸ்சேஜ் பண்ணா ஒத்துப்பியா ரஃபி?”

“ஏய், நீ சரியா இருக்கறவரை அது ஒரு விஷயமே இல்ல.”

“அதென்ன நீ ரிப்ளை பண்ணலன்னா உடனே அந்தப் பொண்ணு ஃபோன் பண்ணுது, பதற்றப்படுது, என்னைவிட உன்மேல ரொம்ப அக்கறையோ?”

“நீ என் வாழ்க்கைடா, அஃப்சீனா ஒரு ஃப்ரண்ட் அவ்வளவு தான்.”

“சரி மோகனா யாரு, என்னோட ஃப்ரண்ட் ஒரு பொண்ணு, சேம் ஜென்டர், அவகூட நான் வெளில போனத, உங்கம்மாட்ட சொல்லி, அவங்க இங்க வந்து எவ்ளோ கலாட்டா ஆச்சு, ஆனா உனக்கு அஃப்சீனா ஆப்போசிட் ஜெண்டர், எதிர்பாலினம் அந்தப் பொண்ணுகூட நீ டெய்லி பேசற, ஏன் இப்படின்னு கேட்டா சமாளிக்கற.”

“சமாளிக்கலடா, அப்படிலாம் எந்த எண்ணமும் நோக்கமும் அந்தப் பொண்ணுகிட்ட எனக்கு இல்ல.”

“சரி உனக்கு இல்ல, அந்தப் பொண்ணுக்கு இருந்தா, தவிர அப்டியே ஃப்ரண்டா இருந்தாலும் டெய்லியா ஒரு பொண்ணு மெஸ்சேஜ் பண்ணுவா, ரிப்ளை பண்ணாட்டி பதறியடிச்சுட்டு ஃபோன் பண்ணுவா?”

“இல்லம்மா, அந்தப் பொண்ணு ஏதோ அவசரப்பட்டு ஃபோன் பண்ணிடுச்சு, அதுக்கு நான் என்னம்மா பண்றது?”

“நீங்க ஒண்ணும் பண்ண முடியாதுதான், அப்போ டெய்லி தவறாம அவளுக்கு ரிப்ளை கொடுக்க போயிதான் இன்னிக்கு ரிப்ளை வரலன்னு அவ உடனே கால் பண்ணிருக்கா, அதையாவது ஒத்துக்கறீங்களா சார்?”

“யம்மா, உனக்குப் பிடிக்காட்டி இனி நான் பேசல, விடு.”

“ஒண்ணும் வேண்டாம், நீதான் எல்லாம்னு நான் இருக்கேன், ஆனா நீ, என்கிட்ட எல்லாத்தையும் மறைக்கிற. ஏதோ நமக்குள்ள ஒரு திரை விழுந்த மாதிரி இருக்கு.”

ஷபி அப்படி சொல்லவும் ரஃபி பதறித் துடித்துவிட்டான்.

“ப்ளீஸ்டா அப்படி சொல்லாத, நமக்குள்ள எந்தத் திரையும் விழல, விழவும் விட மாட்டேன், ஒரு பொண்ணுகூட நட்பு அது காதல்வரைக்கும் போச்சுன்னா அது நீ மட்டும்தான், உனக்கு முன்னாடியும் யாரும் இல்ல, உனக்கு அப்பறமும் யாரும் இல்ல, என்னை நம்பு.”

“நான் எவ்வளவு பிஸியா என்னோட ப்ராஜக்ட் வேலையைப் பாத்துட்டு இருந்தேன், இந்தப் பொண்ணு தொடர்ந்து மெஸ்சேஜ் ஃபோனுன்னு என்னை ரொம்ப டிஸ்டர்ப் பண்ணிட்டா, ஒரு பொண்ணுகூட நீ பேசறத நான் தப்புன்னு சொல்ல வரல, உன் மெஸ்சேஜ் வரலைனா உடனே இந்த அளவுக்கு உன்னைத் தொந்தரவு பண்ற உரிமைய யாரோ ஒரு பொண்ணுக்கு நீ ஏன் கொடுத்துருக்க?”

“அது தப்புதான் ஷபி.”

“ரெண்டாவது, என்கிட்ட ஏன் உன்னோட நட்பு, பழக்க வழக்கம் பத்தி ஒண்ணும் சொல்ல மாட்டேங்கிற, அதுவும் நாம பிரிஞ்சு இருந்த காலகட்டத்துலதான் நீ வடபழனி ப்ராஞ்சுக்குப் போன, அப்டீனா அப்போதான் அந்த அஃப்சீனா உனக்கு ஃப்ரண்டாகி இருக்கணும், அப்டித்தானே, நீ என்கிட்ட பேசாம இருந்ததுக்குகூட, உன் கோவம் குறையாம இருந்ததுக்குகூட இந்தப் பொண்ணுதான் காரணமா?”

இவள் எதையும்எதையும் முடுச்சு போடுகிறாள், இந்தப் பொண்ணுங்க ஏன் இவ்வளவு கற்பனைபண்ணிக்கறாங்க, என்றெல்லாம் மனசுக்குள் பேசிக்கொண்டவன் இந்தக்

கேள்வியை எப்படி எதிர்கொள்வது என்று தெரியாமல் தவித்தான்.

"சொல்லு ரஃபி... இந்தப் பொண்ணுதான் காரணமா நீ என்கிட்ட மாசக்கணக்குல பேசாம இருந்ததுக்கு?"

"இல்லடா, இல்ல, பிரக்னன்ட்டா இருந்துகிட்டு நீ இவ்வளவெல்லாம் எமோஷனலாகக் கூடாது, கூல், நான் அந்தப் பொண்ண வாட்சப், ஃபோன் எல்லாத்துலயும் ப்ளாக் பண்ணிடறேன், எனக்கு உன் நிம்மதிதான் முக்கியம்" என்றவன் ஃபோனை எடுத்து வந்து அவள் கண் முன் வாட்சப்பில் போய் ப்ளாக் செய்ய முற்பட, ஷபி அவன் கையைப் பிடித்து நிறுத்தினாள்.

"எனக்கு உன்மேல நம்பிக்கை இருக்கு, என் வேலை கெட்டுப்போன டென்ஷன்ல ஏதோ பேசிட்டேன், அத விடு, ப்ளாக்லாம் பண்ண வேணாம், பட் இது மாதிரி மத்தவங்க உன்னை அனாவசியமா டிஸ்டர்ப் பண்றதுக்கு நீ இடம் கொடுக்காத, அது நல்லதுக்கில்ல."

ரஃபி நிம்மதி பெருமூச்சுவிட்டான். அருகில் வந்து அவள் கன்னம் தாங்கி நெற்றியில் முத்தமிட்டான், அவளையே பார்த்துக்கொண்டிருந்தவன், "என் செல்லம் ரொம்ப டயர்டா இருக்கு, ட்ரெஸ் மாத்திட்டு ஃப்ரெஷ் ஆகிட்டு வா, டீ போட்டு தர்றேன், வாக்கிங் கூட்டிட்டு போறேன்."

அவள் ஒன்றுமே சொல்லாமல் அவன் மடியில் தலை வைத்துப் படுத்துக்கொண்டாள்.

"எனக்கு ஒண்ணுமே வேண்டாம் ரஃபி, கொஞ்ச நேரம் உன் மடில படுத்துக்கறேன், அது போதும்."

ரஃபி மடியில் படுத்தவாறு அவன் வயிற்றைச் சுற்றி பிடித்துக்கொண்டாள்.

"என் பால்டப்பா ஏன் இப்படி வயித்தையும் சேத்து புடுச்சிருக்கு?"

"என் தலையக் கீழ எடுத்து பில்லோல வச்சுட்டு நீ டீ போட போய்டுவ, அதான் உன்னைப் போக விடாம புடுச்சு வச்சுருக்கேன்."

"நீ விட்டாலும் உன்னை விட்டு போக மாட்டேன்டா, உன்னைச் சுத்திசுத்திதான் வருவேன்."

அவள் கன்னங்களைத் தடவிக்கொண்டே சொன்னவன் அவள் கூந்தலில் கைகளை அலையவிட்டபடி அவளை இன்னும் அருகில் இழுத்து நெருக்கமாக மடியில் போட்டுக்கொண்டான்.

அஃப்சீனா பண்ண கலாட்டாவில் அலுவலகத்தில் என்ன கலவரம் செய்துவிட்டு வந்திருக்கிறோம் என்பதை மறந்து அவன் மடியில் நிம்மதியாகத் துயில்கொண்டாள் அவள்.

O

35

சறுக்கு விளையாட்டு

அடுத்த நாள் காலை எப்போதும்போல ரஃபியும் ஷபியும் ஒன்றாக மகிழ்ச்சியாக அலுவலகத்துக்குச் சென்றனர், ஜோசப் அப்படி பேசுவார் என்று ஷபி கனவிலும் எதிர்பார்க்க வில்லை, அவளுடைய முன்னேற்றத்தில் வளர்ச்சியில் அக்கறைகொண்டு ஊக்கப்படுத்தி அவளை மேம்படுத்தும் அதே மேனேஜர்தான் அப்படி பேசி விட்டார். காலை ஏழரை மணிக்கெல்லாம் முதல் ஆளாக வந்திருந்த ஜோசப் அனைவரும் வந்து குவியும் முன் ஷபியை அழைத்தார்.

"எஸ் ஜோசப்."

"ஷபி, நீ ஒரு சின்சியர் எம்ப்ளாய்னு நாங்கெல்லாம் எவ்வளவு பெருமையா பேசிட்டு இருந்தோம், இப்படி பண்ணிட்டியே."

"என்ன பண்ணேன்?"

"நேத்து ப்ராஜக்ட் பத்தின ரிப்போர்ட் என் டேபிளுக்கு வரல, உன்மேல உள்ள நம்பிக்கைல நானும் கேட்கல, அது ரெகுலர் பிராசஸ்ங்கறதால எப்டியும் என் டேபிளுக்கு வந்துடும் சட்டுன்னு பாத்துட்டு சைன் போட்டு ஹெட் ஆஃபிஸுக்கு அனுப்பிவச்சுடலாம்னு இருந்தேன், லாஸ்ட் மினிட் வரை என் டேபிளுக்கு யெஸ்டர்டே ப்ராஜக்ட் ரிப்போர்ட் வந்து சேரல, யூ ஒன்லி ஹேவ் ரெஸ்பான்ஸிப்ளிட்டி ஃபார் இட், ஆம் ஐ ரைட்?"

"எஸ், ரைட்."

அவள் இதுவரை அந்த அலுவலகத்தின் செல்லப் பிள்ளையாக வலம் வந்திருந்தாள், வேலையில்

அவ்வளவு கண்ணும்கருத்துமாக இருக்கும் ஷபியின் இந்த அஜாக்கிரதை தன் மீதே வருத்தம்கொள்ள செய்தது.

"ஓகே லீவ் இட், நவ் ஐ வான்ட் தட் ரிப்போர்ட், கோ அண்ட் டேக் இட்."

"ஓகே."

அமைதியாகச் சொல்லிவிட்டு நகர்ந்தாள். அனைத்தையும் பார்த்து கேட்டுக்கொண்டிருந்த ரஃபி, ஷபியின் கணினியின் அருகே வந்தான், அதில் ரிப்போர்ட் ஸ்க்ரீனில் இருந்தது, கணினி அணைக்கப்படவில்லை, பிரிண்ட் கொடுக்கப்பட்டிருந்தது ஆனால், ஓகே க்ளிக் செய்யப்படவில்லை.

ஓகே கொடுத்தான், அச்சடிக்கப்பட்ட தாள்கள் சேகரமாகியது, ஷபி அருகில் வந்ததும் அவள் கைகளில் கொடுத்தான். உணர்ச்சியற்று வாங்கிக்கொண்டு ஜோசப்பிடம் சென்று சேர்த்தாள்.

"ஓ யூ பிரிண்ட் ரிப்போர்ட், வெரி குட், எப்படி இவ்வளவு சீக்கிரம் ரெடி ஆச்சு?"

"பிரிண்ட் கொடுத்துட்டு ஓகே கொடுக்காம கிளம்பி போய் இருக்கேன்."

"வேலைய முடுச்சுட்டா அத பிரிண்ட் எடுக்க மறந்து இவ்வளவு நேரம் என்கிட்ட திட்டு வாங்கின, கேர்ஃபுல்லா இரும்மா."

"ஓகே ஜோசப்."

பதில் சொல்லிவிட்டு நகர்ந்தவளை, அவளை உற்சாகப் படுத்தி அனுப்பலாமா என்று யோசித்த ஜோசப், இல்ல போகட்டும் ஒரு தடவ வார்ன் பண்ணாதான் இனி கேர் எடுத்து வொர்க் பாக்க மனசு வரும், போகட்டும் என விட்டு விட்டார்.

ஷபி தன் நாற்காலியில் அமர்ந்ததும், ரஃபி அவன் நாற்காலிக்குப் போய் மனம் நிலைகொள்ளாமல் திரும்பி அவள் இருக்கை நோக்கி வந்தான்.

"ஸாரி ஷபி, உன் வேலை கெட்டுப் போற அளவுக்கு உனக்கு டிஸ்டர்பன்ஸ் வந்ததுக்கு நான் ஒரு காரணமாகிட்டேன், இனி என் சைட்ல இருந்து உனக்கு கோஆபரேசன் மட்டும்தான் இருக்கும், டிஸ்கரேஜ், ஸ்ட்ரெஸ், டென்ஷன் ஏதும் இருக்காது"

மென்மையாகச் சொல்லிவிட்டு அவள் பதிலுக்காய் அங்கேயே நின்றான்.

"..."

"ப்ளீஸ் ஷபி, ஓகேன்னு சொல்லு."

"ஓகே" என்று சொல்லிவிட்டு அப்போதைய வேலையைப் பார்க்கத் தொடங்கினாள். அதற்குள் அனைவரும் வந்துவிட ப்ராஜக்டில் யார் யாருக்கு என்ன வேலையோ அதை பிரித்து கொடுத்துவிட்டு அவள் பங்கு வேலையைத் தொடர்ந்தாள்."

ரஃபி அவன் வேலையை முடித்துவிட்டு மதியத்துக்குப் பின் ஷபி அருகே வந்தான், "ஷபி, ஏதாவது பிரிண்ட் எடுக்கணுமா, டீடைல்ஸ் ஏதும் அரேஞ் பண்ணணுமா?"

"இல்ல நான் பாத்துக்கறேன்."

"அட, முடுச்ச வேலைய கொடும்மா, ஜஸ்ட் அரேஞ்தானே அத நான் பண்றேன்."

"இல்ல எதுக்கு வேணாம், எனக்கு சலுகை காட்ட வேணாம்."

"சலுகை இல்ல, ஐ டன் மை ஜாப், ஐ யாம் ஃப்ரீ, தட்ஸ் ஒய் ஐ யாம் ஆஸ்கிங்."

"நோ நீட் யுவர் ஹெல்ப், ஐ கேன் மேனேஜ்."

"ஷபி, பிரிண்ட் எடுக்கற டீடைல்ஸ் அரேஞ் பண்ற வேலையாவது கொடு."

"இல்ல எதுக்கு அதெல்லாம், என் ஹஸ்பண்ட்ங்கறதால, என் வேலைய உன் தலையில கட்டி உன்னை மிஸ்யூஸ் பண்ண விரும்பல."

"ஐ யாம் வித் யூ."

அவன் அந்த வார்த்தைகளை யாரும் கேட்டிடா வண்ணம் அவ்வளவு மென்மையாக மெதுவாக உச்சரித்தான், அந்த மென்மையின் ஜில்லிப்பில் அவள் உருகிப்போனாள்.

"ரஃபி..."

மெல்லிய குரலில் அழைத்துவிட்டு உடல் நெகிழ்ந்து அவனைப் பார்த்தாள், அவள் உடலில் அதுவரை இருந்த நிமிர்வு தன்மையில் இருந்து அன்பின் குழைவுக்கு உடல் நிறம் மாறி இருந்தது. ஒரு காதலின் குரலுக்குச் செவி சாய்க்காமல் இருக்க முடியுமா? செவி சாய்க்காத பாவனையில் நடந்து

கொண்டாலும் உள்ளம் ஒரு அன்பில் நெகிழ்வது அனிச்சை செயல் இல்லையா? ஷபியும் அப்படித்தான் ரஃபியின் காதல் குரலுக்கு அனிச்சையாக மலர்ந்தாள்.

"எஸ் ஷபி, வேலைய சொன்னா அத செய்ய ரெடியா இருக்கேன்."

"ரஃபி, நம்ம வொர்க்க நாம ஷேர் பண்ணிக்கறது தப்பில்ல, இது ஆஃபிஸ் வொர்க்."

"நம்ம வொர்க்க குடும்பத்துலகூட நீதானே அதிகம் சுமக்கற."

புரியாமல் விழித்தாள்.

"நம்ம ரெண்டு பேருக்கும் சேர்ந்துதானே குழந்தை பிறக்கப் போகுது, ஆனா, நீ மட்டும்தானே சுமக்கற, நீ மட்டும்தானே அதுக்குப் பால்கொடுக்கப் போற, அதெல்லாம் உனக்குக் கூடுதல் பொறுப்புதானே?"

அவன் விளக்கத்தில் வாயடைத்துப் போன ஷபி பேசாமல் பொம்மை போன்று அமர்ந்திருந்தாள்.

"இங்க பாரு ஷபி இது ஒண்ணும் தப்பில்லை, அலுவலக நண்பர்கள் ஒருவருக்கொருவர் உதவிக்கொள்வதில்லையா, நான் உன் ஹஸ்பண்ட் உனக்கு ஹெல்ப் பண்றேன்னு நினைக்க வேண்டியதில்லை, ஃப்ரண்ட் டு ஃப்ரண்ட் ஹெல்ப்னு நினைச்சுக்க, சரிதானே?"

"நல்லா விளக்கம் சொல்ற, ரொம்ப நேரம் என்கிட்ட நின்னு பேசிட்டு இருக்காத, கடகடன்னு இந்த டீடைல்ஸ் அரேஞ் பண்ணிடு, உன் சிஸ்டத்துக்கு அனுப்பிவைக்கறேன்."

"ஓகே மேடம், இப்பதான் நம்ம வழிக்கு வந்துருக்கீங்க."

அடிக்க கையெடுத்தவள் அலுவலகம் என்றுணர்ந்து சிரித்த படி அவனை "உங்க சீட்டுக்குப் போங்க சார்" என்று சொல்லி அனுப்பினாள்.

ஞாபகமாக அன்றைய ப்ராஜக்ட் ரிப்போர்ட்டை பிரிண்ட் எடுத்து ஜோசப் டேபிளுக்கு அனுப்பிவைத்தாள்.

தன்னால்தான் ஷபி ஜோசப்பிடம் திட்டு வாங்கினாள் என்பது அவன் மனதை அரித்துக்கொண்டே இருந்தது. வேலை நேரம் முடிந்து வீட்டுக்குச் செல்ல இருக்கையில், ரெஸ்ட் ரூம் போய் வர்றேன் என்று ஷபியிடம் சொல்லிவிட்டு ஒதுங்கி சென்று அஃப்சீனாவுக்கு ஃபோன் செய்தான்.

“எஸ் ரஃபி சொல்லுங்க.”

“இனி எனக்கு கால் பண்ணாதிங்க அஃப்சீனா, ஏதாவது முக்கியமான விஷயமா இருந்தா மெஸ்சேஜ் பண்ணுங்க அது அஃபிசியலுக்கு மட்டும்.”

“என்னால உங்க வீட்ல ஏதாவது பிரச்னையா?”

“அது உங்களுக்கு தேவையில்லாத விஷயம்.”

பட்டென்று ரஃபி இப்படி சொல்வானென்று அஃப்சீனா எதிர்பார்க்கவில்லை, என்ன பதில் சொல்வதென்று தெரியாமல் ஃபோனைக் காதில் வைத்திருந்தாள். ரஃபி மீண்டும் அவனே பேசினான்.

“ஓகே, டேக் கேர், பை.”

ஃபோனை வைக்க போனவன் அவள் பதில் சொல்லவில்லை என்பதை உணர்ந்து ஓரிரு நொடிகள் தாமதித்தான். திரும்ப அவனே,“பை அஃப்சீனா, உங்களோட கேரியர் ட்வலப்மெண்ட்க்கு என்னோட சஜசன்ஸ் எப்போதும் உண்டு சரியா, டவுட் இருந்தா கேளுங்க மெஸ்சேஜ்ல, பர்மிஷன் வாங்கிட்டு கால் பண்ணுங்க சரியா?”

அவனுடைய கண்டிப்பு கலந்த குரலைக் கேட்டவள், “ஓகே, பை ரஃபி” என்று சொல்லி, ஃபோனை வைத்தாள், ‘ச்சே ஒருநாள் பதற்றப்பட்டு பேசப்போய் நல்ல நட்பு தூரமா போச்சே’ என்று உள்ளுக்குள் அலுத்துக்கொண்டாள்.

இந்த மனித உறவுகள்தான் எப்படி ஒன்றுடன் ஒன்று பின்னிப்பிணைந்து ஒன்றின் இயல்பை ஒன்று பாதிக்கிறது பின்பு சரிசெய்துகொள்கிறது. ஒன்றின் ஊக்கமும் தாக்கமும் இன்னொரு உயிரை உரசித்தான் செல்கிறது இல்லையா?

ஷபியும் ரஃபியும் பேசிப்பேசி அவர்களுள் விழும் முடிச்சை அவிழ்த்து மேலேமேலே பறந்து செல்லத்தான் ஆசைப் படுகிறார்கள், என்ன செய்வது ஒரு உறவின் அடித்தளம் என்பது காதலாக இருந்தாலும் மேலெழும்பும் கட்டடம் என்பது ஓரிரு உரையாடலில், சில பல புரிதலில் கட்டப்படக்கூடியதா என்ன? புரிந்துகொள்ளவும் அனைத்தையும் பகிர்ந்துகொள்ளவும், உள்ளங்களுக்கு இடையே ஜென்மாந்திர பிணைப்பு ஏற்படவும் நாட்கள் ஆகலாம் வருடங்கள் ஆகலாம். கண்ணோடு கண் நோக்கி உண்டான காதல், மனதோடு மனம் நெருங்கி நிலைபெற்ற காதல், உதட்டோடு உதடு பொருந்தி மொத்த வாழ்வுக்கும்

அச்சாரமிட்ட காதல், நடைமுறை வாழ்வில் அதன் அனைத்து சிக்கல்களையும், புறச்செயல்பாடுகளையும் தாண்டி இலகுவாக வாழ்க்கை முழுமைக்கும் வருவதற்குச் சிலருக்கு சில நாட்கள் போதாது, சிலருக்கு மொத்த வாழ்க்கையும் சிக்கலாகவே கடந்துபோகும், சிலருக்கு சில வருடங்களிலேயே காதல் கசக்கும், வாழ்க்கை வெறுக்கும்.

ஒரு சிலருக்குதான் வாழ்க்கை அதன் பூத்து குலுங்கும் மலர்களை நுகர அனுமதிக்கிறது, ஒரு சிலருக்கு மட்டும்தான் வாழ்க்கை தேன் சிந்தும் பொழுதுகளுக்கு உத்தரவாதம் அளிக்கிறது. ஒரு சிலருக்கு மட்டும்தான் வாழ்க்கை இன்பம் பொங்கும் குளிர் தென்றலைப் பரிசளிக்கிறது. அடர்வனத்தின் நெருக்கமான மரங்கள் எப்போது தீப்பிடிக்கும் என்று யாராலும் கணிக்க முடியாது, அப்படி பரவும் காட்டுத்தீ எப்போது அணையும் என்பதையும் நாம் கணிக்க முடியாது, தீயை அணைக்க முயற்சி எடுக்கலாம் அவ்வளவுதான். ஒருவர் கைப்பொறுப்பு எனில் வாழ்வைக் கையாள்வது சிரமமின்றி இருக்கலாம், இருவர் மனமும் குணமும் இணையும் வினைத்தொகை எனில் தனிப்பெரும் தவம் எனில் அதன் முடிச்சும் நுனியும் முடிவும் யாரிடம் எங்ஙனம் இறுக்கப்பட்டுள்ளது என யாரறிவர்?

○

36

எட்டிப்பார்க்கும் நட்சத்திரம்

ப்ராஜக்ட் வேலை தலைக்கு மேல் இருக்க ரஃபியும் ஷபியும் ஓடி ஓடி உழைத்துக் கொண்டிருந்தார்கள், நாட்கள் வேகமாக ஓடியது, ஓடிய வேகத்தில் இரண்டு மாதங்கள் ஓடிய ஓட்டமே தெரியவில்லை. ஞாயிறு அதிகாலை ஐந்து மணிக்கே அழைப்பு மணி ஒலிக்க, ரஃபிதான் எழுந்து சென்று கதவைத் திறந்தான். தேனியிலிருந்து வஹிதாவும், ரஹ்மத்துல்லாவும் அவரது மனைவி நிலோஃபரும் வந்திருந்தனர்.

"வாங்க மாமி, வாங்க சச்சா வாங்க சின்னம்மா, எல்லாரும் வாங்க."

"எப்டி இருக்கீங்கத்தா?" வஹிதாவும் ரஹ்மத்துல்லாவும் கோரசாகக் கேட்க, "நல்லா இருக்கேன் மாமி, நல்லாருக்கேன் சச்சா, சின்னம்மா வாளிய என்கிட்ட கொடுங்க, நீங்க மட்டும் ஏன் கைல வச்சுட்டு நிக்கறீங்க."

"ஷபி எங்க?" நிலோஃபர் கேட்க, "இதோ எழுப்பறேன் சின்னம்மா, எல்லாரும் உட்காருங்க."

கூடத்தில் ஃபேனை போட்டு விட்டு படுக்கை அறைக்குச் சென்று ஷபியைக் கண்களைப் பொத்தி அழைத்துவந்தான், ஹாலுக்கு வந்ததும் அவள் கண்களிலிருந்து கையை எடுத்து "யாரெல்லாம் உன்னைப் பாக்க வந்திருக்காங்க பாரு" என்று சொல்ல, "அம்மா, சொல்லவே இல்ல, எப்ப வந்தீங்க, வாங்க மாமா, வாங்க மாமி" என்று ஐபேடில் பாட்டு கேட்கும் உற்சாகத்துடன் தாய் வீட்டு சொந்தங்களை வரவேற்றாள் ஷபி.

“ஏம்மா ஊருக்கு வா வான்னு எத்தனைத் தடவைக்கு ஃபோன் மேல் ஃபோன் போடறது, இந்தா வாரேன், இந்தா வாரேன்னு ஏமாத்திட்டியேம்மா.”

வஹிதா அழுத்துக்கொண்டே கேட்க, “இல்லம்மா இங்கே புது ப்ராஜக்ட் ஸ்டார்ட் ஆகிடுச்சு, இப்ப முடுஞ்சுடும் அப்ப முடுஞ்சுடும்னா அது பெரிய ப்ராஜக்ட்டா இருக்கு, பிரமோஷன் வேற கொடுத்துருக்காங்க, தேனிய நினைச்சுக்கூடப் பாக்க முடியலம்மா ஸாரி.”

“சரி, சரி இங்க வந்து உட்கார் வா.”

வஹிதா சொன்னதும்தான் தாமதம் ஓடிச்சென்று அம்மாவின் அருகே உட்கார்ந்து பேசி, மாமாவின் தலைகோதலில் மகிழ்ந்து மாமியின் நலம் விசாரிப்பில் குளிர்ந்து நின்றாள்.

ஷபியின் சிரிப்பு அவள் அம்மா, மாமாவுடன், மாமியுடன் பேசும்போதெல்லாம் செழித்துச் செடியாகி, கொடியாகி மரமாகி, வனமாகி விரிந்துகொண்டே போனது, அது பால்ய கால நேசத்தின் நிழலில் வளர்ந்த சிரிப்பு. வளர்ந்து பூப் பூத்து நிற்கும் மரம் தோட்டக்காரனை மீண்டும் பார்த்தால் வரும் ஈர நினைவுகள்.

“வந்தவங்களுக்கு காஃபி, டீ ஏதாவது கொடுக்கணுமா வேண்டாமா ஷபி, பல்லுகூட விளக்காம பேசிட்டே இருக்கியே, நான் போய் போடறேன், என்ன வேணும்னாவது கேளுடா” ரஃபி கிண்டல் செய்ய, “நைட் பல்லு விளக்கிட்டுதான் படுத்தேன், அம்மா நீங்க சொல்லுங்க நான் பேசும்போது வித்தியாசமா ஏதாவது வாடை வருதா என்ன, நான் போய் பல்லு விளக்கிட்டு வர்றேன்மா, என்ன சாப்டறீங்க காஃபியே போடவா எல்லாருக்கும்?”

“அட அதெல்லாம் ஒண்ணும் இல்லமா, நீ எல்லாருக்கும் காஃபியே போடு, ஒவ்வொருத்தருக்கும் ஒவ்வொண்ணா வைக்க வேணாம்.”

வஹிதா சொல்லிவிட்டு அண்ணனைப் பார்க்க, “எனக்கு காஃபி ஓகேம்மா” என்று சொல்லிவிட்டு ரஹ்மத்துல்லா நிலோஃபரைப் பார்க்க, “எனக்கும் காஃபியே போதுங்க.”

அடுப்பில் பாலை வைத்துவிட்டு பல் விளக்கி தலையை ஒதுக்கி ஒரு க்ளிப்பை செருகி திரும்ப சமையலறை நுழையும் போது ரஃபி அனைவருக்கும் காஃபி கலந்துகொண்டிருந்தான்.

“சரி நான் கொண்டுபோய் கொடுக்கறேன், நீ போய் பிரஷ் பண்ணு ரஃபி.”

“உத்தரவு மஹாராணி” கீழ்படிவதுபோல தலையைக் குனிந்து பாவ்லா செய்து, கண்ணடித்து சிரித்துவிட்டு குளியலறை நோக்கி ஓடினான்.

பிறந்த வீட்டு சொந்தங்ககளைப் பார்த்தத் துடிப்பில் அவர்களுடன் பேசிக்கொண்டே இருந்தாள் ஷபி, ஆட்டுக்கறி குருமாவும் பூரியும் காலை உணவாக வீடு கமகமத்தது.

தேனியிலிருந்து வந்த அதிரசமும் முறுக்கும் புடலம்பூவும் இஞ்சிக்கொத்தும் சில்வர் தூக்குகளில் கட்டிலின் கீழே தங்கள் இடங்களைப் பிடித்துக்கொண்டது.

மதிய சமையலை நிலோஃபரும் வஹிதாவும் பார்த்துக் கொள்ள, அருகிலிருந்து ஷபி, சமையல் பொருட்களை எடுத்துக்கொடுக்கும் மிகப் பெரிய வேலையைப் பார்த்துக் கொண்டிருந்தாள். ரஹ்மத்துல்லாவும் ரஃபியும் ஹாலில் அலுவலக விவரங்களை, ஊர் விவரங்களைப் பேசிப்பேசி நெருக்கமாகினர். ஞாயிறும் திங்களும் உடன் இருந்து ஷபி, ரஃபி இருவரையும் கண்ணாரப் பார்த்து, மனதாரப் பேசி சிரித்து செவ்வாய் மாலை தம்பதிகள் அலுவலகம் விட்டு வந்ததும் சொல்லிக்கொண்டு புறப்பட்டனர். போகும் முன் இரவுக்கு இட்லியும் சாம்பாரும் செய்துவைத்துவிட்டு விடைபெற்று இருந்தார்கள். ரஃபியும் ஷபியும் இணைந்து ஒரு குடும்பத்தை உருவாக்கி இருந்தபோதும், பெரியவர்கள் ஊரில் இருந்து வந்து பார்த்ததில் உபசரிப்பு பெற்று, உபசரிக்கும் போது குழந்தைகளாகி அவர்கள் பிரிந்துசென்றதும் மீண்டும் பெரிய மனுசத் தோரணைக்கு வந்து என எத்தனைஎத்தனை மாயாஜாலங்கள் நிகழ்கிறது இந்தச் சிறிய வாழ்வில்.

○

37

பிரிவன்பதோர் இயங்கியல் கோட்பாடு

தகதகவென மின்னும் தங்கச்சுரங்கமாய்த் தோண்டதோண்ட வேலை வளர்ந்துகொண்டே இருந்தது புது ப்ராஜக்ட்டில். அள்ளஅள்ள குறையாத செல்வத்தைப்போல் வளமும் புகழும் பேரும் வளர்ச்சியும் நிச்சயம் கம்பெனிக்குக் கிடைக்கும் என்ற ஆவலில் ஷபியின் தலைமையில் குழுவாக உழைத்துக்கொண்டிருந்தனர். அவ்வப் போது தலைக்காட்டும் குழு அரசியலைக் களைந்துகளைந்து அவர்களை ஒரே இலக்கை நோக்கிப் பயணிக்கச் செய்யும் பெரும் பொறுப்பு ஷபிக்கு இருந்தது, அதை அவள் திறமையுடன் கையாண்டாள் என்றுதான் சொல்ல வேண்டும்.

முன்பகல் பதினோரு மணி அளவில் அனைவரும் தேநீரின் கதகதப்பில் மிதமான பசியை ஆற்றிக்கொண்டிருக்க ஜோசப் "ப்ளீஸ் கம் எவரியொன் ஹியர் கய்ஸ்" என்று உத்தரவிட்டார்.

அலுவலகம் மொத்தமும் பதினைந்து பேரும் அவர் கேபின் அருகே ஆஜராக, "யூ ஆல் பிஸி வித் அவர் நியூ ப்ராஜக்ட் ரைட், உங்க எல்லாருக்கும் ஒரு ஹேப்பி நியூஸ் நம்ம கம்பெனி புது ப்ராஞ் ஓபன் பண்றாங்க."

"சென்னைதானே?" என்று ஹாஜா கேட்க, "நோ ஹாஜா".

"அப்போ மும்பை?" ரஃபி சொல்ல "நோ ரஃபி".

"அப்டீனா திருச்சிதானே?" டேட்டா என்ட்ரி போடும் சரவணன் தீர்மானமாகக் கேட்க, "நோ, நோ கய்ஸ் கோயம்பத்தூர்."

"வாவ் சூப்பர்."

"அப்டியா?"

"கங்க்ராட்ஸ்" கோரசாக வெவ்வேறு குரல்கள் ஒலிக்க, "உங்க எல்லார்கிட்டயும் இன்னொரு முக்கியமான ஒரு விஷயம் சொல்லணும், நாளைல இருந்து நான் ஆஃபிஸ் வர மாட்டேன்" என்றார் ஜோசப்.

"ஏன் ஜோசப்?"

ஷபி முதல் முறையாக வாய் திறந்து பதற்றத்துடன் கேட்க, ஜோசப் சில வினாடிகள் மௌனமாக இருந்தார்.

"என்னை கோயம்புத்தூர் ப்ராஞ்க்கு டிரான்ஸ்ஃபர் பண்ணிருக்காங்க."

எல்லாருக்குமான பதிலைச் சொல்லிவிட்டு ஷபியின் பக்கம் திரும்பினார்.

"ஷபி, யூ ஆர் எ வெரி குட் ஸ்டாஃப், எனக்கு உன்மேல நிறைய நம்பிக்கை இருக்கு, சீக்கிரம் நீ மேனேஜர் ஆகிடுவ, உன் மேல உள்ள அக்கறைல, கம்பெனிமேல இருக்க விசுவாசத்துல சில நேரம் கடுமை காட்டி இருப்பேன், அதெல்லாம் ஒரு உத்வேகமா எடுத்துக்கிட்டு நீ சாதிச்சுக் காட்டணும், கண்டிப்பா நீ அச்சீவ் பண்ணுவனு எனக்குத் தெரியும், இந்த ஆஃபிஸ்ல சீனியாரிட்டிலாம் விட்டுட்டுப் பாத்தா இத ஃபுல்லா மெயின்டைன் பண்ற கெப்பாசிட்டி உனக்கு இருக்குனு எனக்குத் தெரியும், ஏன்னா உன்கூட இவ்வளவு நாள் வொர்க் பண்ற அனுபவத்துல சொல்றேன், நீ இன்னும் நல்லா வரணும், நல்லபடியா ப்ராஜக்ட் பண்ணு சரியா?" என்று சொல்லி நிறுத்த "ஸ்யூர் ஜோசப், என்மேல இவ்வளவு உங்களுக்கு நம்பிக்கை இருக்கறது என்னோட லக், ஐ யாம் ஸோ ஹேப்பி, ஐ டூ மை ஜாப் பெஸ்ட்" ஷபி உறுதியுடன் பதில் சொன்னாள்.

ரஃபி பக்கம் திரும்பிய ஜோசப், "நீங்க ஷபிக்குக் கொஞ்சமும் சளைச்சவர் இல்லன்னு எனக்குத் தெரியும், சர்வீஸ் கூட இருக்கறதால ஷபிக்கு பிரமோஷன் கொடுத்துருக்காங்க, ப்ளீஸ் வெய்ட் ஃபார் யுவர் டர்ன், அண்ட் ஆல்வேஸ் சப்போர்ட் ஷபி."

"ஸ்யூர் ஜோசப், கண்டிப்பா இந்த ப்ராஜக்ட்ல நாங்க எல்லாரும் ஷபிக்கு சப்போர்ட்டா இருப்போம்."

“தட்ஸ் குட் ரஃபி, ஐ ட்ரஸ்ட் யூ அண்ட் ஆல் மை எம்ப்ளாய்ஸ், என்ன ஹாஜா நீங்க என்ன சொல்றீங்க?”

“வி மிஸ் யூ ஜோசப், வி வில் டூ அவர் ஜாப் ஹானஸ்ட்லி.”

“அடடா இந்த தாட்தான் வேணும், இதான் கம்பெனி வளர்ச்சிக்கு முக்கியம், நம்ம வளர்ச்சிக்கும்தான்.”

அனைவரையும் உற்சாகப்படுத்தி அனுப்பிவைத்தார்.

ஷபி, ராஜாவைக் கூப்பிட்டு, “இன்னிக்குதான் நம்ம மேனேஜர் ஜோசப்போட லாஸ்ட் டியூட்டி, ஸோ எங்க எல்லார் சார்பாவும் கேக் வாங்கிட்டு வாங்கண்ணா, லஞ்ச் டைம்லையே வெட்டிடலாம், கூட ஏதாவது ஜூஸ் வாங்கிக்கங்க, அப்பறம் கேக் வைக்க குட்டிக்குட்டி பேப்பர் ப்ளேட் வாங்கிக்கங்க.”

“சரிம்மா, எனக்கு கேக் உண்டா?”

“என்னண்ணா இப்படி கேட்டுடீங்க, இந்த ஆஃபிஸ்ல கேபின்குள்ள வேலை பார்த்தாலும், கிச்சன்ல வேலை பார்த்தாலும் அன்பு எல்லாருக்கும் பொதுவானது, நாம ஒரு கூட்டுப் பறவைகள் இல்லையாண்ணா?”

“நிச்சயமா ஒரு கூட்டு பறவைகள்தாம்மா.”

“ம்ம்ம்... அப்படி சொல்லுங்க, மறக்காம வாங்கி வச்சுடுங்க.”

“சரிம்மா.”

ஜோசப்பின் ஃபேர்வெல் பார்ட்டி நெகிழ்ச்சியுடனும் மகிழ்ச்சியுடனும் நடந்து முடிந்தது, அடுத்த நாள் காலை புது மேனேஜர் வருவதாகச் சொல்லிசென்றார் ஜோசப்.

○

38

விதி வரும் வழி வெள்ளோட்டமா? கண்ணீராட்டமா?

புதன்கிழமை காலை புது மேனேஜருக்காக அண்ணாநகர் அலுவலகமே காத்துக்கொண்டிருந்தது. அனைவரும் ஆவலுடன் வரவேற்கத் தயாராகினர். காலை எட்டு மணிக்கு மேனஜர் கேபினை நோக்கி மிடுக்காக இளமையாக ஒரு இளைஞன் நடந்து வந்தான், கறுப்பு வண்ண பேன்ட் மற்றும் மெல்லிய நீல நிறச் சட்டையில் இருபத்தியெட்டு வயதில் அழகிய வாலிபனாக இருந்தான், கறுப்பு என்றும் சொல்ல முடியாமல், சிவப்பு என்றும் சொல்ல முடியாமல் இடைப்பட்ட ஒரு நிறத்தில் இருந்தான், அடர்ந்த மீசையும் வழுவழு கன்னமுமாக ஆளைக் கிறங்கடிக்கும் ஆண்மையுடன் இருந்தான். தனது மடிக்கணினியை மேசையில் வைத்து விட்டு அனைவரையும் அழைத்தான்.

"ப்ளீஸ் கம் யூ ஆல் மை டியர்ஸ்."

ராஜா உட்பட கிட்டத்தட்ட பதினைந்து பேரும் அவனருகே சென்றனர்.

"ஐ யாம் ரவிச்சந்திரன், யுவர் நியூ மேனேஜர், ப்ளீஸ் இன்ட்ரொடியுஸ் யுவர்செல்ஃப் மை டியர்ஸ்."

சரிதான் இவன் மூச்சுக்கு முன்னூறு தடவ டியர்ஸ் சொல்லுவான்போல இருக்கே என்று நினைத்துக்கொண்டாள் ஷபி.

அனைவரும் பெயரையும், வகிக்கும் பொறுப்பையும் சொல்லி முடித்த பின் ஷபியை நோக்கிக் கேட்டான்.

“ஷபி, நீங்கதானே நியூ ப்ராஜக்ட் எடுத்துப் பண்றீங்க?”

“எஸ் மிஸ்டர் ரவி.”

“நீங்க சார்னே கூப்பிடலாம் ஷபி.”

ரவி ஸ்ட்ரிக்ட்டாக சொல்ல, “ஓகே ஸார்.”

“நவ் வாட் ஈஸ் தி பொசிஷன் ஆஃப் நியூ ப்ராஜக்ட், ஐ நீட் கரென்ட் ரிப்போர்ட் நவ்.”

“எஸ்டர்டே ரிப்போர்ட்தான் கரென்ட் ரிப்போர்ட், டுடே ஹியர் ஆஃப்டர் ஒன்லி வி வில் ஸ்டார்ட் அவர் ப்ராஜக்ட் வொர்க்.”

“ஓகே, ஃபைன், யூ கோ அண்ட் டேக் எஸ்டர்டே ரிப்போர்ட் அண்ட் சப்மிட் டு மீ.”

“ஓகே ஸார்.”

ஷபிக்கு இந்த ஸார் கலாசாரம் சுத்தமாகப் பிடிக்க வில்லை, புது மேனேஜரையும்தான். இதையெல்லாம் பார்த்துக் கொண்டிருந்த ரஃபி மானசீகமாக ரவியை வில்லனாகவே உருவகப்படுத்திக்கொண்டான்.

அனைவரும் கலைந்து செல்ல, “ரஃபீக்” அந்த அலுவலகத்தில் யாருமே அவனை முழுப்பெயர் சொல்லி அழைத்தது இல்லை, ரவி அப்படி அழைப்பதே ரஃபிக்கு வித்தியாசமான உணர்வைத் தந்தது. புது மேனேஜருடன் மனதளவில் தூரமாக விலகிப்போக வைத்தது.

“எஸ் ஸார், நீங்க என்ன ரஃபின்னே கூப்பிடலாம்.”

“ஆல் ரைட் ரஃபி நீங்க இந்த ப்ராஜக்ட்ல ரொம்ப சப்போர்ட்டா இருக்கறதா ஜோசப் சொன்னார், குட் கீப் இட் அப், அப்பறம் இன்னொரு விஷயம் ஷபியும் நீங்களும் கப்பிள்ஸ்னு சொன்னாங்க, நீங்க உங்க வொர்க் மட்டும்தான் பாக்கணும், சரியா, ஷபிக்கு ஹெல்ப் பண்றேன்னு அவங்க வேலைய சேர்த்து பாக்கக் கூடாது.”

“ஓகே ஸார், இதுவரை நான் பார்த்ததே இல்ல.” ரஃபி, ரவியின் போக்கை உணர்ந்து சமாளித்தான்.

“குட், கீப் இட் அப்.”

ரஃபி அவன் இருக்கைக்குச் செல்லவும், ஷபி மேனேஜர் கேபினை நோக்கி செல்லவும் இருவரும் நேரெதிர் பார்த்துக்

கொண்டார்கள். "கேர்ஃபுல் ஷபி" அவளுக்கு மட்டும் கேட்குமாறு முணுமுணுத்துவிட்டு நகர்ந்து சென்றான்.

"மே ஐ கம் இன் ஸார்?"

அப்போதுதான் ரவி தனது நாற்காலியில் அமர்ந்து அந்த கேபினில் தன்னைப் பொருத்திக்கொள்ள முயற்சி செய்து கொண்டிருக்க, ஷபியின் குரலில் நிமிர்ந்தான்.

"அல்ரெடி உள்ளே வந்துட்டீங்க ஷபி, வாங்க, டேக் யுவர் ஸீட்."

"தேங்க் யூ ஸார்."

"நோ ஸார்லாம் வெளில, இங்க நீங்க என்னை ரவின்னே கூப்பிடலாம் ஷபி."

அனைவரும் இருக்கும் போது காட்டிய முகத்துக்கும் இதற்கும் வேறுவேறு நிறம் இருந்தது.

"இல்ல, நான் ஸார்னே கூப்டறேன், எனக்கு சட்சட்னு மாத்தி கூப்ட முடியாது."

"ஆல்ரைட், பட் நான் இடங்களுக்குத் தகுந்த மாதிரி என்னை மாத்திப்பேன், நான் கொஞ்சம் சின்ன வயசா இருக்கதால, ஸ்டாஃப்ஸ் நான் சொல்ற ஆர்டர ஒபே பண்ண மாட்டேங்கறாங்க, அதனாலதான் இந்த ஆஃபிஸ்லயாவது ஒழுங்கா வேலை நடக்கணும்னு ஸ்ட்ரிக்டா இருக்க வேண்டியிருக்கிறது."

"இது ரூம் கிடையாது, சுற்றி சும்மா பிளைவுட்தான் இருக்கு, நம்ம பேசறத சுத்தி இருக்கவங்க கவனிக்ககூட முடியும், அப்படி இருக்கும் போது இந்த ப்ளைவுட்க்கு வெளியே ஒரு மாதிரி, உள்ளே ஒரு மாதிரி பேச என்னால முடியாது ஸார்."

"பட் என்னால முடியும் ஷபி, பை தி வே, இந்த ரெட் சுடில ரொம்ப அழகா இருக்கீங்க, சிம்ப்ளா ஒரு ஸ்டட், குட்டி செய்ன், வளையல் இல்லாம ரெட் கலர் ஸ்ட்ராப் வச்ச வாட்ச், சிம்ப்ளிசிட்டி, ஐ லைக் இட், உங்களப்போல சின்ன வயசுல பொறுப்புக்கு வர்ற லேடிஸ் அழகாலயும் அறிவாலயும் அப்படியே அட்ராக்ட் பண்றாங்க."

ரவியின் இந்தப் பேச்சு அவளுக்கு அலுப்பைக் கூட்டியது, ப்ராஜக்ட் வேலை அவ்வளவு இருக்கும்போது கூப்புட்டு வச்சு

சைட் அடுச்சுட்டு இருக்கான் ராஸ்கல் என்று மனதுக்குள் திட்டினாள்.

"ஸார் ப்ராஜக்ட் ரிப்போர்ட்" மேனேஜர் கைகளில் ரிப்போர்ட்டை கொடுத்துவிட்டு "கேன் ஐ கோ, ஐ ஹேவ் வொர்க் ஸார்" என்றாள்.

"ஓகே ஓகே ஷபி, யூ கேரி ஆன்" என்று பதில் வரவும் ஷபி விட்டால் போதும் என்று ஓடி வந்தாள், இவன் கிட்ட ரொம்பவே கவனமாதான் இருக்கணும் என்று மனதில் குறித்துக் கொண்டாள், எவ்வளவு கவனமாக இருந்தாலும், காலம் தனது விளையாட்டை யாருக்காகவும் நிறுத்திக்கொண்டதே இல்லை என்பது பாவம் அவளுக்குத் தெரிய வாய்ப்பில்லை.

◯

39

ஒற்றை ரோஜா ஒயிலான ரோஜா

சனிக்கிழமை மாலை தேநீரும் பிஸ்கட்டுமாக ஷபியும் ரஃபியும் பால்கனியில் அமர்ந்தார்கள். பால்கனி ஓரத்தில் வைக்கப்பட்ட தொட்டிச் செடியில் பூத்த மஞ்சள் ரோஜா இவர்களைப் பார்த்து கம்பீரமாய் சிரித்தது.

"ஷபி."

"ம்ம்ம்."

"இந்த மஞ்சள் ரோஜா மாதிரி உன் அழகுல ஒரு கம்பீரம் இருக்கு, எனக்கு அது ரொம்ப புடிச்சுருக்கு."

"என் காதல்ல?"

"உன் காதல்ல, பொறுமை இருக்கு, உண்மை இருக்கு."

ரஃபி சொன்னதைக் கேட்டு ஷபி அகமகிழ்ந்து போனாள், இந்த வார்த்தை ரஃபியின் ஆழ் மனதிலிருந்து வருவதாக எண்ணிக்கொண்டாள், ரஃபியின் வார்த்தை அசரீரியாக அவளுக்குள் திரும்பத்திரும்ப ஒலித்தது, இந்த வார்த்தைக்காக அவள் எத்தனை நாட்கள் தவமிருந்தாள். எத்தனை இரவுகள் அழுதிருப்பாள், அவள் மனக்காயத்தை அவன் எப்போதோ ஆற்றியிருந்தான் என்ற போதிலும் தற்போது அவள் மனதில் புதிதாய் ஒரு பூவின் மலர்ச்சியைக் கொண்டுவந்திருந்தான் என்று தான் சொல்ல வேண்டும், மலர்ந்து ஒய்யாரம் காட்டிச் சிரிக்கும் அந்த மஞ்சள் ரோஜாவைப் போல். மனம் நெகிழ்ந்து மயங்கி கிறங்கி அவனது கண்களை ஊடுருவிப் பார்த்தாள்.

‘இப்போதுதான் புரிந்ததா?’ என்ற கேள்வி அவளது கண்களில் இருந்தது.

“எனக்கு அண்ணாநகர் டவர் பார்க்கில் பால் ரோஸ் சுடில உன்னைப் பார்த்த போதே புரிந்துவிட்டது ஷபி.”

அவள் கண்களைப் படித்து அவன் பதிலுரைத்தான்.

“அதைச் சொல்ல இவ்வளவு காலமா ரஃபி?”

“அதெல்லாம் தக்கத் தருணத்தில்தான் சொல்ல வேண்டும் கண்ணம்மா.”

“ம்ம்ம், டாக்டர் செக்கப்புக்குப் போகணும் ரஃபி.”

“நாளைக்கே போய் பாத்துட்டு வந்துடலாம்டி என் பால்டப்பா.”

“நீங்க கொஞ்சதான் பொண்ணோ பையனோ பிறக்க போறாங்களே.”

“ஹ ஹ ஹ. அதென்னவோ சரிதான், எத்தனைப் புள்ள பொறந்தாலும் நீதானே என் மனசுக்கு முதல்ல நெருக்கமான செல்லக்குட்டீ, உனக்கு அப்பறம்தானே குழந்தைங்க.”

“ம்ம் அப்படியா?”

“ம்ம்ம் அப்படித்தான் அமுல் பேபி, டீயக் குடிடா, ஆறுது பாரு.”

“நமக்குள்ள ஒரு காதல் பந்தயம் போட்டு இருக்கோமே நினைவிருக்கா?”

“இருக்கு, அதுல ஜெயிக்கதானே இவ்வளவு சோப் போடறேன் உனக்கு, அதுகூடத் தெரியாம இன்னசன்ட்டா இருக்கியேடி என் அழகுப் பொண்டாட்டி.”

“ஓ அப்ப குழந்தை பொறந்ததும் மாற்றம் வருமா ரஃபி கிட்ட.”

“இல்ல, இல்ல நிச்சயமா வராது, எப்பவும் பொறுப்பா இருப்பேன், நீ பயந்துடாத ஷபி.”

“ம்ம்ம், மூனு மாசத்துக்கு ஒரு தடவ நாம யார் வின்னர்னு சொல்லிக்கணும்னு பேசிவச்சுருந்தோம்ல?”

“ஆமா, காலம் ஓடற ஓட்டத்துல நாம அதெல்லாம் மறந்து ஓடிட்டு இருக்கோம்.”

“இன்னிக்கு எல்லா சம்பவங்களையும் தொகுத்துப் பார்த்து சொல்லிடவா யார் வின்னர்னு?”

"இல்ல ஷபி வேணாம், குழந்தை பிறந்த பின்னாடி உன் முடிவச் சொல்லு."

"என் முடிவா?"

"சரி ரெண்டு பேரும் சேர்ந்து எடுக்கப்போற முடிவு, பட் இப்ப வேண்டாம், பாப்பா வெளில வரட்டும்."

"ஓகே பாக்கலாம் யார் வின்னர்னு, கண்டிப்பா இந்த ஷபி தான் வின்னர்."

"சரி அத அப்போ பாத்துக்கலாம்."

"என்னோட லவ் உண்மைன்னு இப்பதானே சொன்ன?"

"இப்பவும் அதான் சொல்றேன், உன்னோட காதல் உண்மையானது, ஆழமானது, என்னோட காதலும் ஒருநாள் உன்னால் உச்சாணிக் கொம்பில் ஏற்றிவைக்கப்படும், நான் வெய்ட் பண்றேன்."

"ஆஹா, சரி பார்ப்போம்."

மஞ்சள் ரோஜாவின் இதழ்களில் இருந்த மெல்லிய நீர்த்துளி மெல்லமெல்ல பெரிய மஞ்சள் நிற ரோஜா தேவதையாக உருவெடுத்தது, முகமெல்லாம் மஞ்சள் ரோஜாவின் சாயலும் உடலெல்லாம் பச்சை வண்ணத் தோட்டமுமாக திம்மக்கா சாத்வீகமாய், சாந்தமாய், தண்ணீரால் செய்துவைக்கப்பட்ட மஞ்சள் நிறப் பூக்களின் மாளிகையாக, நவயுக மங்கையாக, நவ நாகரிக யட்சியாகக் காட்சியளித்தாள். இந்தப் பிரபஞ்ச வெளியில் நடக்கும் கூத்துகளைப் பார்த்து வியக்கும் சாட்சியல்லவா அவள், ரஃபியின் காதல் மனதைச் செப்பனிடும் வித்தகி அல்லவா அவள், ரஃபியின் உள்ளுணர்வின் அருபமல்லவா அவள். அவள் பிரசன்னமாவதே அவன் மனதைக் குளிர்விக்கத்தானே, அவள் பிரசன்னமாவதே அவனுக்கு வழிகாட்டத்தானே. மெல்லிய குரலில் இனிமையாக உள்ளுணர்வின் இசையை இசைக்கத் தொடங்கினாள். அது:

ரஃபி

நீ வளர்ந்துவிட்டாய்

மனம் விரிந்துவிட்டாய்

ஆனால்

பைந்தமிழின் பழச்சுவையே

காதல் என்பது
சிறு திட்டம் அல்ல
காதல் என்பது
சிறு கூடல் அல்ல
காதல் என்பது
சிறு சம்பவம் அல்ல
அது ஒரு தொடர் நிகழ்வு
மனதில் இடம்பெறுவது
முதல் அடி
மனதை மனத்தால்
கட்டிப் போடுவது
முழு முதல் கோபுரம்
நீ கோபுரம் எழுப்பு
கோபுர கலசத்தில்
உன் காதலை நிரப்பு
ரஃபி
உன் வாழ்க்கை என்னும்
நீண்ட பயணத்தில்
முட்கள் வரும்
திருவிழா காலத்தில்
தேர்ச்சக்கரத்தின் தடங்களும் வரும்

மணவாழ்வின் கண்ணிகளில்
மகிழ்ச்சியை நொறுக்கும்
தடங்கலும் வரும்

எதிரில் இருப்பவரெல்லாம்
எதிரிகள் அல்ல
குற்றம் பார்த்தால்

சுற்றம் இல்லை
உன் காதலுக்கெதிராக
அம்புகள் தொடுக்கப்படலாம்
அரண்கள் அமைக்கப்படலாம்

தொடுக்கப்பட்ட அம்புகளையே
உன் காதலின் அரணாக்கு

உனக்கெதிராக
உன் காதலுக்கெதிராக
எழுப்பப்பட்ட அரணையே
அன்பால் ஊடுருவி
கோட்டை கொத்தளங்களில்
உன் காதல் கொடியை நாட்டு

சிற்றெறும்பும் பெருவாழ்வு
வாழும் இம்மண்ணில்
ஆறடி உயர ஆணாய்
ஒரு காதல் வாழ்வை
ஒய்யாரமாய் கட்டமைக்க முடியாதா?

நீ காதல் நிலம் ஜெயித்து
உன் விளைச்சலுக்கு
உன் செழுமைக்கு
உன் இதயத்திற்கு
ஷபியை அரசியாக்கு

உன் கோபம் தாபம்
நேசம் பாசம்

அகவாழ்வு புறவாழ்வு
அனைத்தும் அவளால்
சுகம் பெறும்
வளம் பெறும்

என்று சொல்லிவிட்டு வெப்பக் காற்றில் மறையும் ஈரமாய் மறைந்துசென்றாள் திம்மக்கா, உள்ளுணர்வால் உந்தப்பட்ட ரஃபி, ஷபியின் இதயத்தோடு தன்னைப் பொருத்திக்கொண்ட இணைப்புகளை இறுக்கிக் கட்டினான்.

ரஃபி என்னவோ ஷபியின் மனதில் நம்பிக்கையை ஏற்படுத்த வேண்டும் என்பதில் முனைப்பாக இருந்தான், இனி அவளைவிட்டு தான் ஒரு போதும் போகப் போவதில்லை என்பதை அவளிடம் நிரூபிக்க நினைத்தான், ஷபி மனதை ஒரு ஜென்மத்துக்கும் வென்றெடுக்க அவன் பாடுபடுகிறான், இன்னொரு பக்கம் அங்கே ஒருவன் அவள் மனதைக் கவிழ்க்கத் திட்டங்களைத் தனக்குள் வகுத்துக்கொண்டிருந்தான்.

அவன்தான் ரவிச்சந்திரன்.

40

இடைஞ்சலும் நெருடலும் பயணத்தின் பாடுகள்

பரபரவென வேலைபார்க்கும் ஷபியை யாராக இருந்தாலும் ஒரு நொடி நின்று மனதார வாழ்த்தி விட்டுச் செல்வார்கள், அவளின் உழைப்பு அவளைப் போலவே விலைமதிப்பற்றது. அண்ணாநகர் அலுவலகமே அவளை மரியாதையுடன் நோக்க, ரவி மட்டும் அவளை இச்சையுடன் பார்த்தான். கம்பெனியின் வேலை நடக்க வேண்டும் என்பதை விட தன்னுடைய ஆசைகளை அவள் பூர்த்திசெய்ய வேண்டும் என ஆவல் கொண்டான். அடிக்கடி தனது கேபினுக்கு அவளை வரவழைத்தான், அந்த வார நாளின் இறுதியில் வெள்ளிக்கிழமை மாலை மூன்று மணிக்கு ஷபி ப்ராஜக்ட் பொசிஷனுக்கான ரிப்போர்ட்டை ரவியிடம் தருவதற்காக அவன் கேபினுள் அனுமதி பெற்று நுழைந்தாள். ரிப்போர்ட் கறுப்பா சிவப்பா என்றெல்லாம் அவன் அப்போதைக்குக் கண்டுகொள்வதாய் இல்லை, இன்னும் இரண்டு நாட்கள் அவளைப் பார்க்க முடியாதென்பதே அவனின் பெரும் கவலையாய் இருந்தது. எதிரே இருக்கும் நாற்காலியைக் காட்டி கண்களாலேயே அவளை அமர சொன்னான்.

"எஸ் ஸார்."

"ஷபி ஹவ் மனி டைம்ஸ் ஐ டோல்ட் யூ, டோன்ட் கால் மி ஸார் இன் மை கேபின், அதெல்லாம் வெளில, கால் மீ ரவி, டாக் வித் மீ அஸ் எ ஃப்ரண்ட்."

"நீங்க எனக்கு மேனேஜர், நான் உங்க ஸ்டாஃப், தென் ஒய் வி டாக் லைக் ஃப்ரண்ட்ஸ், வி கேன் டாக் ஒன்லி ஃபார் ஆஃபிஸ் பர்ப்பஸ்."

“கமான் ஷபி, நீங்க என்ன புரிஞ்சுக்கவே மாட்டேங்கறீங்க, ரொம்ப ஸ்ட்ரிக்டா இருக்கீங்க?”

“யூ நீட் மோர் டீடைல்ஸ் எபவுட் ப்ராஜக்ட், ஐ வான்ட் டு கோ, மை ஹஸ்பண்ட் இஸ் வெய்ட்டிங் ஃபார் மீ.”

“நோ நீட் மோர் டீடைல்ஸ் ஷபி, ஐ நோ யுவர் வொர்க் வில் பி பர்ஃபெக்ட்.”

“அப்ப நான் போகலாம்ல ஸார், வரேன்.”

“ஒன் மினிட் ஷபி.”

“...”

“என்கிட்ட நீங்க நார்மலா பேசற நாளுக்காக வெய்ட் பண்றேன், பை” என்று சொல்லிவிட்டு விருட்டென்று வெளியேறினாள்.

மனமெல்லாம் அவனின் தேவையற்ற கேள்விகள் தொந்தரவு செய்தன, ரஃபியிடம் சொல்லிவிடுவோமா என்று யோசித்தவள், வேண்டாம் பிறகு அவன் வேலைக்கே போக வேண்டாம் என்று சொல்லிவிட்டால் என்ன செய்வது என்று நினைத்து, பல்லைக் கடித்துக்கொண்டு இருந்தாள். இதுபோன்ற ஆண்களின் சேட்டைகள் ஒருபுறம் அவர்களின் மனதைக் கலைக்கவும், ஒருபுறம் அவர்களின் தினசரி வேலைகளில் அழுத்தம் தரக் கூடியதாகவும் மாறும் என்பதை ஆண்களில் பெரும்பாலோர் உணர்வதே இல்லை, மனம் பலவீனப்பட்ட பெண்கள் தங்கள் மனம் தங்கள் முன் கெடுக்கப்படுவதைக் கையறு நிலையுடன் வேடிக்கை பார்க்கிறார்கள், திட மனம் கொண்ட பெண்கள் மனத் தொந்தரவுகளுடன் நாட்களை நகர்த்துகின்றனர்.

பெண்கள் எத்தனைஎத்தனை சமூகக் கட்டுப்பாடுகளுக்குள் தன்னைப் பொருத்திக்கொண்டு தனது முன்னேற்றத்துக்காகப் பாடுபட வீடு தாண்டி வருகின்றனர், ஏற்கனவே வசதியான நிலைகளில் சமூக சுதந்திரங்களில் திளைத்துக்கொண்டிருக்கும் ஆண்கள் அவர்களுக்கு இரத்தின கம்பளம் விரித்து வரவேற்பு கொடுக்காவிட்டாலும் ஒன்றும் மோசமில்லை, இதுபோன்ற மனதை பாலியல் ரீதியாகத் தொந்தரவு செய்யும் விளையாட்டுகளில் இருந்து அவளை விடுவித்தால் என்ன? உடற்குறித்த அச்சத்திலேயே ஒரு பெண் பணிபுரிவதென்பது அவளுடைய தனிப்பட்ட வாழ்க்கையைப் பாதிக்காதா? அவள் மனம் பாதிப்படைந்தால் துன்பப்பட்டால் அவளுடன் வாழும்

இன்னொரு ஆணின் மனமும் அல்லவா துன்பத்தில் விழும், கொஞ்சம் ஆணாதிக்கம் நிறைந்த ஆணாக இருந்துவிட்டால் இதைச் சாக்கிட்டு அவளுடைய வேலையை அல்லவா முதலில் பறிப்பான். ஒரு ஆணைச் சார்ந்தே வாழ்ந்து பழக்கப்பட்ட பெண் சுயமாகத் தனது காலில் நிற்கத் தொடங்கும்போது இன்னொரு ஆணின் தொந்தரவால் மறுபடியும் ஒரு ஆணையே நம்பி வீட்டுக்குள் முடங்கும் நிலை எத்தனை கொடுமையானது? மீண்டும்மீண்டும் ஒரு பந்தைப் புறப்பட்ட இடத்துக்கே திரும்ப அனுப்பிக்கொண்டே இருந்தால், அந்தப் பந்து தன்னுடைய இலக்கை அடைவதென்பது சாத்தியமே இல்லாமல் சக்கரம் போல் ஒரே இடத்தில் சுற்றிக்கொண்டே இராதா? வேலை முன்னேற்றம் என்ற வாழ்வின் ஏற்றங்களைக் கொண்டே பெண்ணின் உடலைச் சுரண்டுவதிலிருந்து அவளுக்கு விமோசனமே இல்லையா? பெண்ணுடல் என்பதைத் தாங்கி நிற்பதாலேயே ஒரு உயிர் வீட்டுக்குள் முடங்கிப்போக வேண்டுமா? அத்தனைப் பாவகரமானதா பெண்ணுடல்?

ஷபிக்காகக் காத்து நின்ற ரஃபி அவளின் வரவைக் கண்டதும், "ஏன்டா இவ்வளவு லேட்?" என்று கேட்டான்.

"அந்த மேனேஜர் ஒவ்வொண்ணா கேட்டுட்டு இருந்தான் ரஃபி, அதான் லேட்" சோர்வுடன் பதில் சொல்லிவிட்டு வண்டியில் அமர்ந்தாள். வண்டி நேராக கார் ஷோ ரூம் சென்றது.

"இங்க ஏன் ரஃபி கூட்டிவந்த?"

"இறங்கி வா என் காதல் தாரமே, இனியும் உன்னை நான் தரையில் நடக்கவிடுவதாக இல்லை."

"நான் எங்க தரைல நடந்தேன், என்னையும் பாப்பாவையும் பூப்போல பைக்ல வச்சுதானே ஸார் கூட்டிட்டு வர்றீங்க."

"ஆனா வெயில் படுதுல்ல என் செல்லங்க மேல."

"சென்னை ட்ராஃபிக்ல நமக்கு கார் தேவையா ரஃபி."

"கார்தான் சேஃப் கண்ணம்மா."

"ஆனா நேரம் நிறைய வேஸ்ட் ஆகாதா ட்ராஃபிக்ல."

"சீக்கிரம் கிளம்பிடலாம், வீட்ல இருந்து."

"ஏன் ரஃபி இதெல்லாம், அவ்வளவு சீக்கிரம் கிளம்ப நான் எவ்வளவு காலைலயே எழுந்துக்கணும் தெரியுமா?"

“நம்ம ரெண்டு பேரும் சேர்ந்துதானே சமையல் வேலைய ஷேர் பண்ணிக்கறோம், அப்பறம் என்ன?”

“இல்ல, தூக்கம் கெட்டுப்போகும்.”

“ஐ யாம் வித் யூ ஆல்வேஸ், டோன்ட் வொர்ரி.”

ரஃபி ‘ஐ யாம் வித் யூ’ என்று சொல்லிவிட்டால் அந்த ஒரே வாக்கியத்தில் ஷபி அவனிடம் சரணடைந்தே பழக்கப்பட்டு இருந்தாள். சிரித்துக்கொண்டே சொன்னாள் “இப்டி ஏதாவது பேசி கவுத்துடுடா... என் அறிவுக்கொழுந்து.”

“வேப்பங்கொழுந்துனு சொல்லாதவரை சரி கண்மணி.”

“ரஃபி.”

“நீ மட்டும் என்ன விதவிதமா கூப்டற, நான் உன்னை ரஃபி மட்டும்தான் கூப்டறேன்ல?”

“உன்னைப் பத்தி உனக்குத் தெரியாத ஒரு ரகசியம் சொல்லவா ஷபி.”

“ம்ம்ம்.”

“நான் உன்னை விதவிதமான செல்லப் பேர்ல கூப்டறேன், ஆனா நீ என்னை ஒரே ஒரு பேர வச்சு செல்லம்மா, கோபமா, கொஞ்சலா, கெஞ்சலா, என் பேரின் ஒலி அளவுகளை நீட்டியும் சுருக்கியும், கூப்பிடும் தொனியை விதவிதமாக மாற்றிமாற்றி கூப்பிடுகிறாயே அன்பே, அந்த வித்தைகளை எங்கே கற்றாய்?”

ரஃபியின் குரலை ஒட்டி புதுக்குரல் ஒன்று அவர்களின் கவனத்தை இழுத்தது...

“ஸார் என்ன பட்ஜெட், என்ன பிராண்ட் கார் வேணும்?”

பேச்சின் சுவாரஸ்யத்தில் அவர்கள் கார் ஷோ ரூம்முக்குள் வந்ததைக் கவனியாது பேசிக்கொண்டே இருந்ததை விற்பனை பிரதிநிதியின் குரல்தான் கலைத்துப்போட்டு நிகழ்காலத்துக்கு அவர்களைக் கொண்டுவந்தது.

“எனக்கு கம்ஃபர்டபிளா ஃபேமிலியோட போறதுக்கு கார் வேணும், அதிகம் செலவு பிடிக்க கூடாது, மைலேஜ் அதிகம் தரணும், அவ்வளவுதான் என் டிமாண்ட்ஸ்.”

ரஃபி சுருக்கமாகச் சொல்லி முடிக்க “எத்தனை பேர் போற மாதிரி கார் வேணும்?”

"இப்பவெல்லாம் குடும்பம்னா மூன்று பேர்தானே, அதான் குடும்பத்த எல்லாம் ஸ்ப்ளிட் பண்ணிட்டோமே, ஆனா எனக்கு 5 பேர் போற மாதிரி கார் வேணும்."

"ஓகே ஸார், வாங்க காட்டறேன்."

சிறிது நேரத்திலேயே அழகிய வெள்ளை நிற ஸ்விஃப்ட்டை டிக் செய்து அதனை சீக்கிரம் டெலிவரி கொடுக்க வேண்டும் என்று கேட்டுக்கொண்டு ஷோ ரூமை விட்டு வெளியேறினார்கள். ரஃபி மறுபடியும் பேச்சை ஆரம்பித்தான்.

"செல்லம்..."

"ம்ம்ம்."

"நீ ஏன் கார் செலெக்ஷன் அப்போ ஒண்ணுமே சொல்லாம எல்லா டிசிஷனையும் என் பொறுப்பில் விட்டுட்ட?"

"நீ, ஐ யாம் வித் யூன்னு சொன்னாலே நான் ஃப்ளாட் ஆகிடறேன் ரஃபி, அந்த மயக்கத்துல இருந்து எழுந்துக்கவே எனக்கு நேரம் எடுக்குது, இதுல நான் எங்க டிசைட் பண்றது, அதோட கார் எடுக்கணும்கறது உன்னோட முடிவு, என்னோட முடிவு இல்ல, எனக்கு அந்த ஐடியாவே இல்ல, பின்ன நான் எப்படி செலெக்ட் பண்றது, நீ செஞ்சா சரியாதான் இருக்கும்."

"நல்லா சமாளிக்கறடி என் பால்டப்பா."

"ஹ ஹ ஹா."

அவளுக்குள் ரவி பேசிய பேச்சுகள் ஒரு மாதிரியான அழுத்தத்தைத் தந்த போதும் ரஃபியின் இதம் தரும் வார்த்தைகள் ஒத்தடமாய் இருந்தது. சிரித்துவிட்டு அவளே அழைத்தாள்.

"ரஃபி..."

"ம்ம்ம்."

"நீ என் மீட்பன்."

"என்ன இது சுத்த தமிழா, எனக்குப் புரியற மாதிரி சொல்லுமா."

"நீ என் மீட்பன்னு சொன்னேன், அதாவது துன்பத்தில் துயரத்தில் வருத்தத்தில் இருக்கும் போது நீ என்னை மீட்பவன்னு சொல்லவந்தேன்."

"அடடா, கேட்கவே சுகம்மா இருக்கே, மீட்பன், வாட் எ வொண்டர்ஃபுல் வேர்ட், என்னா ஃபீல் கொடுக்குது."

ரஃபி, அந்த 'மீட்பன்' என்ற வார்த்தையை அப்படி சிலாகித்துப் பேசிக்கொண்டே வந்தான்.

காதலின் குணமே அதுதானே சின்னச்சின்ன வார்த்தைகளில் பிரபஞ்சத்தின் ருசியைக் கண்டுகொள்ளும், அதன் ருசியில் பெரிய மனபாரம் தரக்கூடிய விசயங்களை அனாயசமாகக் கடந்து செல்லும், ஒரு மனம் எப்போது எதற்காக இன்பமுறும் என்பதை யாரும் எப்போதும் கணிக்கவே முடியாது. ஒரு நேரம் பணம் தேவைப்படும், ஒரு நேரம் கரிசனை, ஒரு நேரம் பொறுப்பு, ஒரு நேரம் உழைப்பு, ஆனால், எல்லா நேரமும் காதலில் சங்கமிக்கும் உள்ளங்களுக்கு காதல் ஒன்றே உள்ளத்தின் இன்பங்களை, உலக மகிழ்ச்சிகளை, வாரிவாரித் தரும் அட்சயப் பாத்திரமாக விளங்கும்.

〇

41

வாஞ்சை என்பதே தாய்மையின் சாயல்தான்

ஒரு சில நாட்களில், ஒரு சுபயோக சுபதினத்தில் கார் கைக்கு வந்தது. கர்ப்பமான மனைவியை உள்ளங்கைகளில் தாங்குவார்கள் என கேள்விப்பட்டு இருக்கிறோம், ரஃபி காரில் தாங்கிச் சென்று அவள் பயணங்களை எளிதாக்கினான். சமையலில் அவள் கட்டளைக்குக் காத்திராமல் அவனே அதிகாலை எழுந்து ஏதேனும் உணவைத் தயார்செய்து ஷபியை எழுப்பி, இனிய அதிர்ச்சிகளைத் தருபவனாக மாறியிருந்தான். அந்த வியாழக்கிழமை காலைகூட இப்படித்தான் ப்ரெட் டோஸ்ட்டும், எலுமிச்சை சோறும், உருளைக்கிழங்கு வறுவலும் செய்து அசத்தி இருந்தான். சமையலறையின் மசாலா பொடிகள் அவனுக்கு மனப்பாடமாகி இருந்தது, கண்ணை மூடிக்கொண்டு எடுக்கும் அளவுக்கு.

எல்லாமே தயாராக இருந்தது, ஷபிக்கு அலுப்பூட்டுவதாய் இருந்தது.

"ரஃபி."

பால்கனியில் இரண்டாவது காஃபியுடன் நின்றவன் திரும்பினான்.

"சொல்லுடா."

"என்ன நினைச்சுட்டு இருக்க?"

"என்ன புதுசா கேட்கற, ஆல்வேஸ் ஐ யாம் திங்கிங் எபவுட் யூ அண்ட் பாப்பா ஒன்லி."

"பெரிய தியாகின்னு நினைப்பா உனக்கு?"

"இல்லையே, ஏன் கேட்கற?"

"பின்ன என்னடா, எனக்கு ஒரு வேலைகூட பாக்கி வைக்காம நீயே செஞ்சா எப்படி?"

"உனக்குதான் ஆஃபிஸ்ல அவ்வளவு வேலை இருக்கே செல்லம், அத நிம்மதியா பாரு, குழந்தைய வயித்துல வச்சுக்கிட்டு நீ ஏன் சிரமப்படணும்?"

"சிரமம்லாம் ஒண்ணும் இல்ல, ரெண்டு பேரும் சேர்ந்து சமையல் பண்ணா நல்லா இருக்கும், என்னோட உடம்பும் ஆக்டிவ் மோடுக்குப் போகும்ல?"

"ம்ம்ம் அப்படியா சொல்ற?"

"வேலை பாக்காம இருக்கறது உனக்குக் கஷ்டமா இருக்கா கண்ணம்மா?"

"நிச்சயமா, நாம ஒண்ணா கிச்சன்ல இருக்கும்போது ஒரு பாண்டிங் உருவாகுதுல, ஷேரிங் எப்போதும் குட் ஃபீல் தரும்."

"ஓகே என் கன்னுக்குட்டிக்கு அதான் சந்தோஷம்னா இனி நாம சேர்ந்தே சமையல முடிப்போம், ஓகே வா?"

"டபுள் ஓகே."

ரவியின் சீண்டலும் வேலையுமாக அன்றைய அலுவலக பொழுது றெக்கைக் கட்டிக்கொண்டு பறக்க, மாலையில் வீடு வருவதற்கு முன் மோகனா அழைத்தாள், அழைப்பை எடுத்து "சொல்லுடி" என்றாள்.

"ஷபி."

"ம்ம்ம்."

"எனக்கு உன்கூட கொஞ்ச நேரம் வெளில போகணும், நான் கார் எடுத்துட்டு வர்றேன், நாம பீச் போகலாமா?"

"நான் ரஃபிட்ட கேட்கணும்?"

"கேட்டுச் சொல்லுடி என் குடும்ப குத்துவிளக்கே."

"ம்ம்ம், வெய்ட் பண்ணு ரெண்டு நிமிசத்துல சொல்றேன்."

ரஃபியிடம் போய் கேட்கவும் அவன் பத்திரமா போய் வரணும், கூட்டம் இருக்க இடத்துல நிற்கக் கூடாது, கவனமா இருக்கணும் என்றெல்லாம் ஆயிரம் கட்டுப்பாடுகளுக்கு மத்தியில் அவளை அனுப்பிவைத்தான்.

மோகனாவும் ஷபியும் பெசன்ட் நகர் பீச் சென்று தலப்பாக்கட்டு பிரியாணியைக் கட்டுக்கட்டு என்று கட்டிக்

கொண்டே இடையே பேச்சுப்பேச்சு என்று பேச்சிலேயே அன்பை அளந்து துவம்சம் செய்துகொண்டிருந்தனர்.

மோகனா, ஷபியை ஒரு பச்சை குழந்தையைப் பாதுகாப்பது போல் பத்திரமாக வைத்திருந்து முகப்பேர் ஃபிளாட்டில் அவளை சேர்த்துவிட்டாள். ரஃபிக்கு ஃபோன் செய்யலாம் என்று நினைத்து, ஃபோனை எடுத்துக்கொண்டு பால்கனி வந்தவள் திகைத்து நின்றாள், பில்டிங்குக்குக் கீழே ரஃபி அஃப்சீனாவோடு அவளுக்குத் தகவல் சொல்லாமல் வந்துகொண்டிருந்தான்.

அவளுக்கு நம்மிடம் சொல்லாமல்கொள்ளாமல் ஒரு பெண்ணை வீட்டுக்கு அழைத்துவருகிறான் என்ற கோபம் தலைக்கு மேல் ஏறியது. இவ்வளவு நல்லா பாத்துக்கறவன் வீட்டுக்கு ஒரு ஆளைப் புதிதாகக் கூட்டிக்கொண்டு வருவதை முன்பே அவளிடம் சொல்லி சம்மதத்தை வாங்கவில்லை என்ற அங்கலாய்ப்பு அவள் மனதை அரிக்கத் தொடங்கியது.

விதியின் விளையாட்டை யார்தான் அறிவர்? மனித மனங்களை யார்தான் அறுதியிட்டு இப்படிஇப்படி மாறும் என்று கூறிவிட முடியும்? அந்த வீடு போர்க்களமாக அனைத்து முகாந்திரங்களையும் ரஃபியும் அஃப்சீனாவும் கொண்டுவந்திருந்தார்கள், பெரியபெரிய மனக்கசப்புகளைச் சின்னச்சின்னதாக நாம் அலட்சியமான ஒரு விஷயமாகக் கருதுபவைதான் கொண்டுவருகிறது.

○

42

திருமணம் என்பது மணல் கயிறா? அன்பின் நிமிர்வா?

அழைப்பு மணி இசைத்து அழைத்தது, சலிப்புடன் நடந்துசென்று கதவைத் திறந்தாள். ரஃபியும் அஃப்சீனாவும் இடைவெளி விட்டு நின்றிருந்தார்கள். அஃப்சீனவை வாட்ஸப் முகப்புப் படத்தில் பார்த்திருந்ததால் ஷபி தூரத்தில் இருந்தே கணித்திருந்தாள். பக்கத்தில் பார்த்ததும் ஊர்ஜிதப்படுத்திக்கொண்டாள். சந்தன நிறத்தில் சுடியும், தங்க ஜரிகை லேசாக பின்னப்பட்ட துப்பட்டாவும் அணிந்திருந்தாள், துப்பட்டாவில் சிறிய பகுதியைத் தலைக்குக் கொடுத்திருந்தாள், நல்ல வட்டமான முகம், பெரிய கண்கள், கண்களில் மையிட்டிருந்தாள், உதடுகளை ஒன்றும் பூசாமல் விட்டுவைத்திருந்தாள், பாதி சிரிப்பு முகத்தில் தங்கியிருந்தது, லிஃப்டில் வரும்போது இருவரில் ஒருவர் ஏதோ நகைச்சுவை பேச்சுகளைப் பேசி இருக்க வேண்டும்.

“வாங்க அஃப்சீனா.”

நகர்ந்து வழிவிட்டு நின்றாள். ரஃபி உள்ளே நுழையும் போது “ஏன்ப்பா லேட்” என்று கேட்டு விட்டு ஷோபாவில் சென்று அமர்ந்தாள்.

“உட்காருங்க அஃப்சீனா, ஏன் ஸ்கூல் பொண்ணு மாதிரி நின்னுட்டு இருக்கீங்க?”

“ம்ம்ம் நீங்க எப்டி இருக்கீங்க ஷபி?”

“நல்லா இருக்கேன், என்னை ஷபின்னே கூப்டலாம்.”

“ஓகே.”

ரஃபியும் இன்னொரு தனி ஷோபாவில் அமர்ந்தான், ரெண்டு தனி ஷோபாக்கள் ஒரு பெரிய ஷோபாவும் ஹாலில் கிடந்தது, அவர்கள் மூவரும் ஒருவருடன் ஒருவர் தண்டாமல் உட்கார்ந்து இருந்தார்கள்.

ரஃபி, ஷபியைப் பார்த்து பேசலானான்.

"ஷபி, இவங்க அஃப்சீனா."

"ம்ம்ம், தெரியும், போட்டோல பாத்து இருக்கேன்."

"அப்பறம், இவங்க என்கூட வடபழனி பிராஞ்ச்ல வொர்க் பண்ணவங்க, நாளைக்கு அஃப்சீனா முடிக்க வேண்டிய வொர்க் ஒண்ணு பெண்டிங்ல இருக்கு, அதுக்கு இடையிலே அது சம்பந்தமான டவுட் வந்துருச்சு, நான்தான் வடபழனில இவங்களுக்கு ட்ரைனிங் கொடுத்தேன், வி.ஆர்.மால்ல யதார்த்தமா இன்னைக்குப் பாத்தேன், பேசிட்டு இருக்கும் போது டவுட் கிளியர் பண்ண சொல்லி ரொம்ப ஆர்வமா கேட்டாங்க, உன்னைப் பாக்கணும்னு வேற அவங்களுக்கு ஆசை, அதான் நம்ம வீட்டுக்கு வந்துருக்காங்க, நல்ல ஸ்மார்ட்டான பொண்ணு, ரெண்டு நிமிசத்துல டவுட் கிளியர் பண்ணிடுவேன்."

"அப்படியா, குட் நல்ல விஷயம்தான், நீங்க டவுட் கிளியர் பண்ணுங்க, நான் எல்லாருக்கும் டீ எடுத்துட்டு வரேன்."

வழக்கமாக வந்திருப்பவர்களிடம் 'என்ன வேண்டும்?' என்று கேட்கும் ஷபி அதைக்கூட அஃப்சீனாவிடம் கேட்க விரும்பவில்லை, டீ எடுத்து வருகிறேன் என்று சொல்லிவிட்டு எழுந்து சென்றாள், ரஃபி லேப்டாப் சகிதம் தோன்றி ஆசிரியர் மாணவர்களிடம் பொறுமையாக விளக்கிச் சொல்வதுபோல சொல்லிக்கொண்டிருந்தான், இருவரும் பெரிய ஷோபாவில் லேப்டாப்பில் மூழ்கியிருந்தார்கள்.

ஷபி இரண்டு கோப்பைத் தேநீருடன் அவர்கள் தவத்தைக் கலைத்தாள். நன்றி சொல்லி எடுத்துக்கொண்டு அஃப்சீனா தனியே செய்து பார்க்க ரஃபி அவளிடமிருந்து விடுதலை ஆனான்.

ஷபியின் முகத்தில் வழக்கமாக இருக்கும் சிரிப்பு இல்லாமல் அமைதியாக இருக்கவும், "என்ன ஷபி சிந்தனை?"

"நத்திங் ரஃபி, டவுட் கிளியர் பண்ணிட்டீங்களா?"

"ம்ம்ம் அவங்க ஜஸ்ட் ஒன்ஸ் செக் பண்ணிக்கறேன்னு சொன்னாங்க."

"ஓகே."

பத்து நிமிடங்களில் அஃப்சீனா மடிக்கணினியை ரஃபி வசம் ஒப்படைத்தாள்.

"ரொம்ப தேங்க்ஸ் ரஃபி, உங்க ரெண்டு பேரையும் ஒண்ணா பாத்ததுல ரொம்ப சந்தோசம்."

"உங்க வீடு எங்க இருக்கு?" ஷபி கேட்க, "எங்க வீடு ஊர்ல இருக்கு, தஞ்சாவூர்ல, நான் வடபழனி லேடிஸ் ஹாஸ்டல்ல தங்கி இருக்கேன்."

"ஓ தஞ்சாவூர் பொண்ணா நீங்க, நெற்களஞ்சியம், பொன் விளையும் பூமின்னு சொல்லுவாங்களே."

"ம்ம்ம்... ஆமா, ஆமா, நீங்க எந்த ஊர்?"

"இயற்கை எழில் கொஞ்சும் தேனி."

"ஆஹா, சுப்பர் ஊர் அதுவும், சரி நான் கௌம்பறேன், ஓலா இல்லனா ஊபர் ஆட்டோ புடுச்சு போய்ட்றேன், தேங்க்ஸ் ரஃபி, தேங்க்ஸ் ஷபி, ஸாரி ஷபி."

வந்தவள் தனது வேலைகளை முடித்துக்கொண்டு கிளம்பி சென்றுவிட்டாள்.

ஷபியால் அவள் பற்றிய நினைவுகளை இருட்டை நெஞ்சிலிருந்து அகற்ற முடியவில்லை.

◯

43

பூதங்கள் பலவிதம்

அஃப்சினா சென்றதுதான் தாமதம் ரஃபிக், ஷபி அருகே வந்து அவள் கைகளைப் பற்றிக்கொண்டு கரிசனமாக "ஏன்டா ஒரு மாதிரி இருக்க?" என்றான்.

"ஏன் இந்த ஐஸ், வேற யாரும் பொண்ணுங்க பாக்கி இருக்காங்களா, வீட்டுக்குக் கூட்டிட்டு வர?" அவள் வார்த்தைகளால் அவனைத் தாக்கினாள்.

"டேய், அப்டிலாம் இல்ல, ஒரு எமர்ஜென்சி அந்தப் பொண்ணுக்கு அதான்."

"அது சரி, நம்ம வீட்டுக்கு ஒரு கெஸ்ட் கூட்டிட்டு வரணும்னா என் வசதியை, விருப்பத்தைக் கேட்க மாட்டியா ரஃபி?"

"நீ ஒண்ணும் சொல்ல மாட்டேன்னுதான், ஒரு பொண்ணக் கூட்டிட்டு வந்ததாலதானே இப்படி பேசற ஷபி."

"பொண்ணு பையன்லாம் ஒரு விஷயம் இல்ல ரஃபி, இந்த வீட்ல நாம ரெண்டு பேர் இருக்கோம், புதுசா ஒருத்தர திடீர்னு எப்படி நீ கூட்டிட்டு வரலாம், என்னோட விருப்பம் உனக்கு முக்கியம் இல்லையா?"

"இல்ல... நான் என்ன நினச்சேன்னா."

"நீ ஏதாவது நினைச்சு ஏதாவது செய்யாத ரஃபி, நானோ நீயோ யார் இந்த வீட்டுக்குப் புதுசா ஒரு கெஸ்ட்ட கூட்டிட்டு வர்றதா இருந்தாலும் மத்தவங்களோட வசதி, விருப்பம்லாம் கேட்கணும், நீ அந்தப் பொண்ணக் கூட்டிட்டு வரும்போது எனக்குத் தலைவலி அல்லது டயர்ட்னு நான் ரெஸ்ட் எடுக்க நினைக்கிறேன், என்னால நீ

கூட்டிட்டு வந்தவங்களோட டைம் ஸ்பெண்ட் பண்ண முடியாத சிச்சுவேஷன்னு வை, வந்தவங்க என்னைப் பத்தி என்ன நினைப்பாங்க, எனக்குத் தலைவலி நீங்க பேசிட்டு இருங்கன்னு சொல்லி ரூம்ல போய் நிம்மதியா இருக்க முடியுமா, ஒரு மாதிரி இருக்காது?"

"ம்ம்ம் புரியுது, இனி உன்னைக் கேட்காம யாரையும் நம்ம வீட்டுக்குக் கூப்ட மாட்டேன்."

"ம்ம்ம் சரி, இன்னொரு விஷயம் இருக்கு நீ இன்னைக்குப் பண்ண தப்பு."

பதறியபடி ரஃபிக் கேட்டான்.

"இன்னொரு தப்பா, அது என்ன ஷபி?"

"நீயும் அஃப்சினாவும் வரும்போது நான் வீட்ல இல்லாம இருந்தா என்ன ஆகியிருக்கும்?"

"என்ன ஆகியிருக்கும், வெய்ட் பண்ணிருப்போம்" அவன் அசால்ட்டாக சொன்னான்.

"நம்ம வீட்ல நீ ஒரு அன்னியப் பெண்ணோட தனியா இருக்கறத நான் எப்படி எடுத்துப்பேன்."

"மனசுல கள்ளம் கபடம் இல்ல ஷபி, என்னை நம்பு."

"உன்னை மாதிரியே அந்தப் பொண்ணும் கள்ளம் கபடம் இல்லாம இருக்குனு நம்ப சொல்றியா, நான் முன்னபின்ன அந்தப் பொண்ணப் பாத்ததுகூட இல்ல."

"ம்ம்ம்."

"நான் ஒரு பையன இப்படி உன்கிட்ட பெர்மிஷன் கேட்காம கூட்டிட்டு வந்திருந்தா நீ என்ன நினைச்சிருப்ப?"

"உன்னை நம்பறேன் ஷபி."

"ப்ராக்டிக்கலா பதில் சொல்லு, அத உன்னால தாங்க முடியாது, நம்பிக்கை எல்லாம் இருந்தாலும், உன் மனசு பட படன்னு அடுச்சுக்கும், அந்த மாதிரி ஒரு விசயத்த உன் மனசு ஏத்துக்காது, ஹாஜா ஒண்ணு ரெண்டு வார்த்தை கூடுதலா பேசினாலே உனக்கு ஆகாது, நாம மனுசங்க ரஃபி, நமக்குப் புடுச்சவங்க மேல பொசஸிவ் வருவது இயல்பு, முடுஞ்சவரை அந்த பொசஸிவ் சந்தேகமா உருமாறாம நாம பாத்துக்கணும்."

"ம்ம்ம்."

"ரஃபி, நான் அந்தப் பொண்ண தப்பு சொல்லல, தப்பு உன்னோடது, ஆர்வத்துல வேலை நடக்கணும்கற பரிதவிப்புல அந்தப் பொண்ணு உன்னை நம்பி வந்து டவுட் கிளியராகி போய் இருக்கு."

"என்னை மட்டும் நம்பி இல்ல, நீ இங்க இருப்பனு நம்பி வந்துச்சு, நான் தனியா தங்கி இருந்தா வந்துருக்காது."

"ம்ம்ம் அப்படியே இருக்கட்டும் என்னையும் உன்னையும் நம்பி வந்துச்சுன்னு வச்சுப்போம், ஆனா, நீ ஒரு தெளிவோட இந்த சிச்சுவேஷன ஹேண்டில் பண்ணியிருக்கணும், முதல்ல ஃபோன்ல இந்த டவுட் கிளியர் பண்றேன்னு சொல்லி கன்வின்ஸ் பண்ணிருக்கணும், இல்லனா நான் வீட்ல இருக்கேனான்னு கேட்டு அப்பறம் அஃப்சீனாவ வீட்டுக்குக் கூட்டிட்டு வந்துருக்கணும்."

"ஷபி எல்லாத்தையும் யோசிச்சுயோசிச்சா பண்ண முடியும்?"

"யோசிச்சுதான் பண்ணணும்."

"நீ ரொம்ப ட்ரபிள் கொடுக்கற, டீச்சர் மாதிரி கிளாஸ் எடுக்கற எனக்கு, என்னால முடியாது, என்னை டாமினேட் பண்ற, என்னை கண்ட்ரோல் பண்ற, என் விருப்பத்துக்கு என்னை விட மாட்டேங்கிற, எனக்கு ஒரு மாதிரி இருக்கு."

ரஃபிக் படபடவென பொரிந்து தள்ளிவிட்டு பால்கனியில் போய் நின்றுகொண்டான்.

பின்னாடியே வந்த ஷபி "ஆமா ரஃபி எனக்கும் டீச்சர் வேலை பிடிக்காது, இனி நான் உன்னை ஒண்ணும் சொல்லல, உன் இஷ்டப்படி நீ இரு, என் இஷ்டப்படி நான் இருக்கேன், ஒரு வீட்ல இருந்தா ஒருத்தரை ஒருத்தர் அட்ஜஸ்ட் பண்ணியாகணுமா என்ன? அவங்கவங்களுக்குப் புடுச்ச மாதிரி இருந்துக்கலாம், வாழ்ந்துக்கலாம், ஆனா அதுக்கப்பறம் இது மனுசங்க சேர்ந்து வாழ்ற குடும்பமா இருக்காது, இன்னைய தேதிக்கு எத்தனை எத்தனை டிவோர்ஸ் கேஸ் கோர்ட்ல பெண்டிங்ல இருக்குனு விசாரிச்சுப் பாரு, மேக்ஸிமம் கேசஸ் சின்னச்சின்ன விஷயங்கள்ல அனுசரிச்சு போகாத ஈகோ மனசாலதான் கோர்ட் படியேறியிருக்கும், எனக்கு கோர்ட் படியேற தெம்பில்ல, விருப்பமும் இல்ல, ஏன்னா நான் உன்னை மனசார விரும்பறேன்,

அதனாலதான் சில விஷயங்கள்ல உரிமையா சொல்றேன், கேட்டுக்கறதும் கேட்காம போறதும் உன் விருப்பம், இனி நான் ஒண்ணுமே சொல்லல."

ரஃபிக்குக் கோபம் இன்னும் கொஞ்சம் தலைக்கு ஏறியது கத்த ஆரம்பித்தான்.

"ஆமா ஒரு கெஸ்ட்ட நம்ம வீட்டுக்குக் கூட்டிட்டு வந்தா நீ டிவோர்ஸ் கேட்பியோ, ரொம்ப நல்லா இருக்கு உன் நியாயம், அவங்கவங்க விஷயம்னா எத வேணா நியாயப்படுத்தலாம், என்ன வேணா பேசலாம், இந்த வீட்ல எனக்கு நிம்மதியே இல்ல."

கண்கள் சிவக்கச் சொல்லிவிட்டு ஃபோனைகூட எடுக்காமல் பிளாட்டை விட்டு வெளியேறி வராண்டாவில் நடக்க ஆரம்பித்தான்.

இதற்கு மேல் இவனிடம் பேசி பிரயோஜனமில்லை என்று ஷபி அறைக்குள் சென்று கட்டிலில் சரிந்தாள், ரஃபிக்கின் சிவந்த கண்களும் பேச்சையும் கேட்டு அவளுக்கு அழுகை முட்டிக் கொண்டு வந்தது, இரண்டு சொட்டுகள் விழுந்த கண்ணீர் துளிகளைக் கைகளால் சுண்டிவிட்டு தண்ணீரைக் குடித்து மனதை அமைதிப்படுத்தி கண்களை இறுக மூடிக்கொண்டாள்.

அவள் உதறிய கண்ணீர் சொட்டுகள் வழி கண்ணீரின் தேவதை உருவெடுத்தாள், மூன்றடி உயரத்தில் சிறிய கை கால்களுடன் ஆபரணங்கள் ஏதுமின்றி வெறுமையாகக் கண்ணீர் வழியவழிய காட்சி தந்த திம்மக்கா கோபத்துடன் ரஃபிக் இருக்கும் இடம் தேடிப் போனாள், இம்முறை அவன் காதருகே கவிதை சொல்ல அவள் தயாராக இல்லை, கர்ஜிக்கும் தொனியில் உச்சஸ்தாயில் அசரீரியாகப் பேசத் தொடங்கினாள், ஆம் ரஃபிக்கின் மனசாட்சி ரஃபிக்கின் சட்டைகாலரைக் கொத்தாக இழுத்துப் பிடித்து அவனை மிரட்டத் துவங்கியது.

ரஃபி

அவள் உனக்காக வந்தவள்

உன் கருவைச் சுமப்பவள்

உன் கோபத்தையும் சகிப்பவள்

அவள் தீராக் காதலை
நெருப்பு வார்த்தைகளால் பொசுக்காதே
அவள் நெஞ்சு விம்மும்போது
ஆதரவாய் இல்லாவிட்டாலும்
வார்த்தை கத்திக் கொண்டு
விம்மலை வளர்க்காதே

அன்பை எதிர்நோக்கும் அவளுக்கு
விசத்தை தேய்த்து அமுதூட்டாதே

உன் மவுனத்தின் போது
உன் புறக்கணிப்பின் போது
அவள் காத்திருந்த காலம்
அவள் பொறுத்திருந்த காலம்
அவள் நினைத்திருந்த காலம்
அனைத்தும் உணர்த்தவில்லையா உனக்கு
அவள் உனக்கானவள் என்பதை

உன்னையே நேசித்து சுவாசிக்கும்
உன்னத மனதிற்கு
உறுதுணையாக இல்லாவிட்டாலும்
உறுத்தும் துணையாக
நீ இருக்கலாமா

வெறுப்பு சொல்லால்
அவளைத் துடிக்கவைத்தாய்
நெருஞ்சி முள்ளால்
அவளைக் கிழித்துவிட்டாய்

போ போ
அவளருகில் போ
கண்ணீர் துடைத்து

அவள் காதலைக் கரை சேர்த்து விடு
உன் காதலைக் கணக்கில் ஏற்றி விடு

அன்பும் அன்பும் மோதும்போது
அன்பு ஒன்றே அபரிதமாக வேண்டும்
வெறுப்பின் திசைகளை
வெட்டி வீசி
நேசத்தின் விளக்கில்
வெளிச்சத்தை ஏற்றி வை

விரைந்து செல்
விவேகத்துடன் செல்
வீரம் என்பது
வெறிக்கூச்சல் அல்ல
வெற்றி கொள்ளும் இதயங்களே

போ போ
அவள் இதயத்தை
இன்னொரு முறை வென்று விடு

உள்ளுணர்வு திம்மக்கா வடிவில் உரைத்துச் செல்ல, சாவி கொடுத்த பொம்மையாய் ஷபியை நோக்கி விரைந்தான் ரஃபிக். பாதி தூக்கத்தில் இருந்தவளை அள்ளி அணைத்துச் சமாதானப்படுத்திக் கொஞ்சி சமநிலைக்கு அவள் மனதைக் கொண்டுவந்தான். அவள் ஓரளவு சமாதானத்துக்கு வந்த பின் குறும்பாய் சிரித்துக்கொண்டே சொன்னான்...

"சரி விடு நான் செஞ்சது தப்புதான், எனக்கு வின்னர் டைட்டில் கிடைக்காதுபோல."

"என்ன வின்னர், என்ன டைட்டில்."

"அடிப்பாவி காதல் பந்தயம், லவ் ரேஸ்னு சொன்னியே."

"ஓ அதுவா, இந்த இன்சிடென்ட்டுக்காக எல்லாம் உன் மார்க் குறையாது, ஆனா இது மாதிரி இன்னொன்னு நடந்தா மைனஸ் மார்க் போடப்படும்."

"அம்மா தாயே, அப்டிலாம் பண்ணிடாத, நான் இந்தத் தப்ப ஜென்மத்துக்கும் பண்ண மாட்டேன், என்னை நம்பு?"

"நம்பறேன்."

ஒரு காதல் வாழ்வை எவ்வளவுதான் திட்டமிட்டு நடத்தினாலும் புறச்சூழல் தன்னுடைய ஆதிக்கத்தை அவ்வப்போது காதல் மனங்களில் நிலைநாட்டத்தான் செய்யும் என்பதே உலகம் இதுவரை கொண்டிருக்கும் விதி.

○

44

கண்ணில் குடியிருக்கும் ரசனை அரும்புகள்

மாதந்தோறும் ஷபியும் ரஃபிக்கும் மருத்துவ பரிசோதனைக்காக மருத்துவர் நளினியைச் சந்திப்பது வழக்கம், இன்றும் அப்படித்தான்.

கார் என்ற தங்க ரத்தத்தில் தனது வாழ்நாள் பிணைப்பைப் பத்திரமாகக் கூட்டிக்கொண்டு போனான் ரஃபிக். அது ஞாயிறு மாலை என்பதால் கூட்டம் சற்று அதிகம்தான், ஏறத்தாழ ஒரு மணி நேர காத்திருப்புக்குப் பின் ஷபியின் முறை வந்தது, இருவரும் உள்ளே சென்றார்கள். போன தடவையை விட இந்த முறை அறை மிக நேர்த்தியாகக் காட்சி அளித்தது, ஸ்டெதஸ்கோப் மற்றும் ஒரு மடிக் கணினி தவிர அவர் மேசையில் ஒன்றும் இல்லை, வேறு என்ன மாற்றம் என்று ஆராய்ந்தான் ரஃபிக், கண்டுகொண்டான் அறையின் நிறத்தை ரோஜா வண்ணத்துக்கு மாற்றியிருந்தார்கள், முன்பு இருந்த தேவையற்ற பொருட்களை எடுத்திருந்தார்கள், நளினியின் காஃபி போத்தல்கள், சிறு தீனி வைத்துக்கொள்ளும் டப்பாக்கள் என எதுவுமே இல்லை, அவ்வளவு சுத்தமாக இருந்தது அறை. இப்போது டாக்டர் காஃபி குடிக்க வீட்டுக்குள் சென்றுவருவாரா என்று யோசித்தான், நாம் என்ன வேலைக்கு வந்திருக்கிறோம் எதைக் கவனித்துக் கொண்டிருக்கிறோம் என நினைத்து ஷபியின் பால் கண்களைத் திருப்பினான், திரைக்கு அந்தப் பக்கம் இருந்து அவளது முகம் மட்டுமே தெரிந்தது, கழுத்திலிருந்து கால் பக்கம்வரை திரை மறைத்திருந்தது.

இறுக்கமில்லா வெள்ளை நிற பேன்ட் மற்றும் நீளமான நீல நிற சட்டைதான் அணிந்திருந்தாள். மிகவும் வசதியான கர்ப்ப காலத்துக்குத் தோதாக சில உடைகளைத் தேர்வுசெய்து பயன்படுத்த ஆரம்பித்திருந்தாள். சோதனை முடிந்து ஷபி தனது ஆடையைச் சரிசெய்துகொண்டு வந்தாள்.

நளினி ரஃபிக்கின் முகம் பார்த்து சொல்ல தொடங்கினார்.

“மிஸ்டர் ரஃபிக், உங்க வைஃபும் குழந்தையும் நல்லா இருக்காங்க, கவலைப்படாதீங்க, நான் லாஸ்ட் டைம் சொன்ன பிளட் டெஸ்ட்லாம் எடுத்தீங்களா?”

“எடுத்தாச்சு டாக்டர், ஷபி ரிசல்ட் கொடு டாக்டர்கிட்ட.”

முடிவுகளைப் பார்த்தவர் வழக்கமாகப் பெரும்பாலும் கர்ப்பகால பெண்களுக்குச் சொல்லப்படும் அறிவுறுத்தல்களை அவரும் சொன்னார்.

“நல்லா சாப்டுங்க ஷபி, அயர்ன் ஹிமோக்ளோபின்லாம் கம்மியா இருக்கு, ஹெல்த்தி ஃபுட் எடுத்துக்கோங்க, சரியா?”

“ஓகே டாக்டர்.”

ஷபி ஓகே சொன்னாலும் மீண்டும் நளினி ரஃபிக்கிடம் அறிவுரைகளைச் சொல்லத் தொடங்கினார்.

“ஸ்யூர் டாக்டர், நல்லா சாப்ட வைக்கறேன், நல்லா பாத்துக்கறேன்.”

“ஓகே குட், நெக்ஸ்ட் மன்த் வந்து பாருங்க.”

“தேங்க் யூ டாக்டர்.”

இருவரும் பள்ளிக்கூட குழந்தைகள்போல கோரசாக சொல்ல சிரித்து வழியனுப்பினார்.

வீட்டுக்குப் போற வழியில் மாதுளை, பேரீட்சை, வாழை, ஆரஞ்சு என்று பழக்கடையையே வாங்கி சேர்த்திருந்தான்.

தினமும் காலை மாதுளையைச் சாறாகவும், பேரீட்சையைப் பழமாகவும், மாலை ஆரஞ்சைச் சாறாகவும், ஆப்பிளைப் பழமாகவும் நறுக்கிக்கொடுப்பது என முறை வைத்து கர்ம சிரத்தையாகக் கவனித்துக்கொண்டான்.

தொடர்ந்து அக்கறையோடு தன்னை மூழ்கடிக்கும் ரஃபிக்கை ஜூஸ் கொண்டுவரும்போதெல்லாம் பாட்டுப்பாடி கலாய்க்கத் தொடங்கினாள் ஷபி.

ஆரஞ்சு ஜூஸ் வந்தால் “அன்பே உந்தன் அன்பில் ஆடிப்போகிறேன்...” என்று ராகமெடுத்துப் பாடினாள்.

மாதுளை ஜூஸ் வரும்போதும் ஒரு பாடல் வைத்திருந்தாள். “தினம் ஒரு கனியைத் தருவாயா வீட்டுக்குள் நான் வைத்த மாதுளையே...” என்று பாடி கிண்டல் அடித்தாள்.

ஷபியின் செல்ல சீண்டல்களை அவன் ரசித்துரசித்து கடந்தான். அவள் எவ்வளவு ஓட்டினாலும் அடுத்த முறை அவளின் ரத்த பரிசோதனையில் அவளின் ரத்த அணுக்கள் வீரியமாக இருக்க வேண்டும் என்பதே அவனது இலக்காய் இருந்தது, சுவரொட்டியும் நெஞ்செலும்பும் ஈரலும் மீனும் அந்த வீட்டில் ரஃபிக் அடிக்கடி கோரிக்கை வைத்து இணைந்து சமைக்கும் முக்கிய உணவாக இருந்தது, அவனுக்குத் தெரிந்த வரையில் கர்ப்ப கால சேவையை சிறப்பாகவே செய்துவந்தான்.

ஆணுக்கோ பெண்ணுக்கோ இணை மட்டும் சரியாக அமைந்துவிட்டால் இந்த உலகின் மிச்சசொச்ச சவால்களை அவர்கள் இன்னும் துணிவாக எதிர்கொள்வார்கள்.

ஒன்றிலிருந்து பெறப்படும் சக்தி இன்னொன்றில் ஆற்றலாக செயல்படுகிறது என்றால் மிகையில்லை, ரஃபிக்கின் அன்பும் அக்கறையுமே ஷபியின் வயிற்றில் வளரும் குழந்தையையும், அலுவலக ப்ராஜக்டையும் செம்மையடைய செய்தது. அன்பு சர்வசக்தி கொண்டது என்பதை ஷபி உணர்வுபூர்வமாக உணரத் தொடங்கினாள்.

ரஃபிக் இவ்வளவு பொறுப்பாக இருப்பான் என்றெல்லாம் அவள் கற்பனைசெய்து பார்த்ததே இல்லை, அவனின் இந்த மாற்றம் அவளை ஆனந்த வானில் ஓய்வின்றிப் பறக்க வைத்தது, தன்னைச் சுற்றி ஒரு உலகம் இருந்தாலும், தான் அதில் பம்பரமாய் சுழன்று கடமையாற்றினாலும் அவளின் உலகம் ரஃபிக் என்றே அவள் மனதில் எழுதப்பட்டுக்கொண்டிருந்தது. ஷபியின் சிந்தனையிலும் சிரிப்பிலும் ரஃபிக் நிறைந்து இருந்தான். அவள் நிறைவாய் இருந்தாள்.

45

பாலியல் சீண்டல் ஒரு மன நெருக்கடிக் கருவி

நாட்படநாட்பட ஷபியின் வயிறு மேடிடத் தொடங்கியது. முதலில் அவள் அதிகம் சாப்பிட்டு வெய்ட் போட்டுவிட்டாள்போல என்று எண்ணித்தான் அது குறித்து கேட்காமல் இருந்தான் ரவி, ஆனால், அலுவலகத்தில் மற்றவர்கள் ஷபியிடம் முன்னைவிடக் கூடுதலாக அன்பு காட்டுவதுபோல் தோன்றவும், பெண்களே இல்லாத அந்த அலுவலகத்தில் அவள் உழைப்பும் அன்பும் கொண்டு அனைத்து ஆண்களையும் சமாளிப்பது கண்டு அவன் பிரமித்தான், தன்னையும்தான் சமாளிக்கிறாள் என்றெண்ணிய போது அவனுக்கு ஏதோ உரைத்தது.

முன் மதிய பொழுதில் ஷபியை அழைத்து வரச் சொல்லி ராஜாவிடம் சொல்லி அனுப்ப, ஸார் என்று கூப்பிட்டு ரவியின் கவனத்தை இழுத்தாள்.

“எஸ் கம் இன் ஷபி.”

“எஸ் ஸார் சொல்லுங்க?”

“நீங்க ப்ராஜக்ட்ட ரொம்ப பர்ஃபெக்ட்டா கொண்டுபோறீங்க.”

“தேங்க் யூ.”

“ப்ராஜக்ட் சொன்ன தேதிக்கு முன்னயே முடுச்சுடுவீங்கன்னு நினைக்கிறேன்.”

“எஸ் ஸார்.”

“அதையும் கெஸ் பண்ணிருப்பீங்களே சொல்லுங்க?”

“இல்ல முடுச்சுட்டு சொல்றேன்.”

"ஓகே, உங்க விருப்பம், பர்சனலா உங்ககிட்ட ஒண்ணு கேட்கலாமா?"

"என்ன கேட்கணும், கேளுங்க?"

"ஐ யாம் ஸாரி, நீங்க பிரக்னன்ட்டா இருக்கீங்களா?"

அப்பாடா இப்பவாவது இவனுக்குப் புரிந்ததே என்று மனதுக்குள் நிம்மதி மூச்சு விட்டுக்கொண்டாள்.

"எஸ் ஸார்."

"கங்க்ராட்ஸ்."

"தேங்க் யூ."

"இந்த மாதிரியான நிலைல நான் உங்கள ரொம்பவே டிஸ்டர்ப் பண்ணிட்டேன், ஸாரி."

"..."

"என்ன ஒண்ணும் சொல்ல மாட்டேங்கறீங்க."

"எந்த மாதிரியான நிலைலயும் பிடிக்காத பெண்ணை வற்புறுத்தக் கூடாது, தொந்தரவு செய்யக் கூடாது, மறைமுகமா கூப்புடக் கூடாது அது தப்பு."

"..."

"இனி நான் உங்களுக்கு எதுவும் சொல்ல வேண்டியதில்லை சார்."

"..."

"ஆணோ பெண்ணோ யார் உயர் பொறுப்புகளுக்கு வந்தாலும் கம்பெனியின் வளர்ச்சியை நோக்கிதான் அவர்களது சிந்தனை இருக்க வேண்டுமே தவிர, உடன் பணியாற்றுபவர்களைத் தனது அதிகாரங்கள் கொண்டு துன்புறுத்துவதாக இருக்க கூடாது, இட்ஸ் ரியல்லி ஹர்ட்டிங்."

சொல்லும்போது அவள் கண்களும் உதடுகளும் உணர்ச்சி வேகத்தில் துடிதுடித்தது, விடுதலை பெற்ற துடிப்பா அல்லது வெளிப்படும் வேதனையின் துடிப்பா என்று ரவியால் இனம் கண்டுகொள்ள முடியவில்லை. ஆனால், தான் இவ்வளவு காலம் பாலியல் தொந்தரவு செய்து அவள் தோளில் பாரமாக இருந்திருக்கிறோம் என்பது மட்டும் அவனுக்குப் புரிந்தது, அவனது ஈகோ கொஞ்சம் இளகியது. மெல்ல அந்த

வார்த்தைகளை அவனது உதடுகள் வலியுடன் உணர்ந்து உச்சரித்தது.

"ஐ யாம் ஸாரி ஷபி, இனி இந்த மாதிரி நடக்காது, உங்களுக்கு மட்டும் இல்ல, இனி யாருக்குமே."

"தேங்க் யூ ஸார், சினிமா கேரக்டர் மாதிரி எப்படி இவ்ளோ பெரிய டிரான்ஸ்ஃபர்மேசன்."

"பெரிய மாற்றங்களை நிகழ்த்த சினிமா கதாநாயகிகள் தான் வர வேண்டும் என்பதில்லை, சினிமாவில் நடப்பது நிஜ வாழ்வில் நடக்கும் போது ஏன் அதை நம்பாமல் கேள்வி கேட்கிறீர்கள்?"

"சரிதான், நம்பறேன், உண்மையில் பாலியல் தொந்தரவுகள் பெண்ணுக்கு மன அழுத்தத்தைத் தரக் கூடியது, அது ஆண்கள், உழைக்கும் பெண்கள்மீது தொடுக்கும் உளவியல் போர் என்று கூட சொல்லலாம், சரி இது பற்றி அதிகம் பேசி உங்களை சங்கடப்படுத்த விரும்பவில்லை, நன்றி."

"இட்ஸ் ஓகே ஷபி, பேசினவரை நான் ஓரளவு புரிஞ்சுகிட்டேன், ஐ வில் சப்போர்ட் யூ, செமையா ப்ராஜக்ட் பண்ணுங்க, அசத்துவோம் ஆல் தி பெஸ்ட்."

"தேங்க் யூ வெரி மச் ஸார், வரேன்."

ஷபி எடையற்ற மனதுடன் இந்த நொடிதான் முதல் முறையாக ரவி கேபினுக்கு வந்து பேசி எழுந்து செல்கிறாள், நீரில் கிடக்கும் உடல்போல் அவள் மனம் லேசாகி பாரம் இறங்கியது.

தடுமாறாத மனம் வைத்திருப்பவர்கள் நிச்சயம் தனது ஆடுகளங்களில் வெற்றியை மட்டுமல்ல மதிப்பான தோல்விகளையும் கண்டுகொள்கிறார்கள், அந்த வகையில் ரவியின் தொந்தரவுகளில் இருந்து தப்பியது ஷபியின் வெற்றி. வெற்றி தொடரட்டும், உழைக்கும் பெண்களின் கரங்கள் வலு பெறட்டும். அது ஆணின் துணையின்றி சாத்தியம் இல்லை, இங்கே ரவி அதை சாத்தியப்படுத்தி இருக்கிறான்.

◯

46

நாள் குறிப்போமா

எப்போதும் மாலை நேரங்களில் போனில் அழைக்கும் வஹிதா அந்த வியாழக்கிழமை அதிகாலையிலேயே ஷபியை அழைக்க,"என்னம்மா அவசரமா ஆஃபிஸ் கிளம்பிட்டு இருக்கேன், சொல்லுங்க, நல்லா இருக்கீங்களா, மாமா, மாமி குழந்தைக எல்லாம் நல்லா இருக்காங்களா?"

"எல்லாரும் நல்லா இருக்காங்கம்மா, இது உனக்கு ஒன்பதாம் மாதம் உனக்கு பூப்போடணும், சீக்கிரம் தேதி சொல்லு, இங்க நான் ஏற்பாடு பண்ணணும், அப்பறம் எப்போ நீ ஆஃபிஸுக்கு லீவ் போட்டு டெலிவரிக்கு ரெடியாகப்போற?"

"அம்மா பூப்போடறதுனா வளைகாப்புதானே அதுக்கு நான் தேதி சொல்றேன், ஆனா ப்ராஜக்ட் போயட்டு இருக்கு, லீவ் கண்டிப்பா போட முடியாது, சீக்கிரம் ப்ராஜக்ட் முடுச்சுடுவேன் இன்ஷா அல்லா."

"சரிம்மா, ஆனாலும், உடம்பப் பாத்துக்க, ஆஃபிஸ் வேலைக்காக உடம்ப கெடுத்துக்காத சரியா, சாயங்காலம் சொல்லு எப்ப தேனி வர்றனு?"

"நான் ரஃபிட்ட பேசிட்டு சொல்றேன்மா."

"ஏம்மா குழந்தை பொறக்கப் போகுது இன்னும் மாப்பிள்ளைய பேர் சொல்லி கூப்டற?"

"பேர் சொல்லி கூப்டதான்மா பேர் வைக்கறாங்க, அதொண்ணும் மரியாதைக் குறைச்சல் இல்ல, ஈவ்னிங் பேசறேன்மா. பை."

தலைக்கு ஒரு பேண்டு போட்டு சுடிதார் ஷாலை எடுத்துக்கொண்டு கதவு நோக்கி "ரஃபி"

என்றழைத்தபடி விரைந்தாள், காரில் அலுவலகம் சென்று கொண்டிருக்கும் போதே ரஃபிக்கிடம் பேசி சம்மதம் வாங்கி, புதுக்கோட்டையில் இருக்கும் மாமியார், மாமனாரிடமும் கலந்துபேசி தேதியை முடிவுசெய்து மாலையில் நிதானமாக அம்மாவுக்கும் செய்தியைச் சேர்ப்பித்துவிட்டு, அந்த வாரம் வெள்ளிக்கிழமை மாலை அலுவலகம் விட்டு நேராக சென்னை விமானநிலையத்தை அடைந்தார்கள். ரஃபிக்கும் ஷபியும் சென்னையிலிருந்து விமானம் மூலம் மதுரை சென்று அங்கிருந்து ரஹ்மத்துல்லா மாமா அனுப்பிய அவருடைய காரில் தேனி நோக்கி பயணப்பட்டார்கள்.

தட்டு நிறைய பலகாரங்கள், உபசரிப்புகள், வளைகாப்பு உறவினர்களின் அன்பு, வீடு நிறைந்த விழாக்கோலம் என எல்லாவற்றையும் அனுபவித்துக்கொண்டிருக்கும்போது ஷபி தனது ஆசையை எல்லார் முன்பும் சொன்னாள்.

“அம்மா நான் தேனிய முழுசா பாத்து மாசக் கணக்காச்சு.”

சவ்தாவும் வஹிதாவும் ஒரே குரலில் கேட்டார்கள், “ஏம்மா அப்படிச் சொல்ற?”

“இல்லம்மா, இல்ல மாமி நானும் ரஃபியும் எப்பவும் நைட் தான் தேனி வர்றோம், திரும்ப நைட்தான் டிராவல் பண்றோம், எனக்கு மறுபடியும் தேனியோட அழகு கொஞ்சும் மலை மரங்கள் அந்த சில்காத்து எல்லாம் பாக்கணும் அனுபவிக்கணும் போல இருக்கு.”

ரஹ்மத்துல்லா பேசத் தொடங்கினார், “ஏம்மா நீயும் மாப்ளையும் சண்டே நைட்தானே டிக்கட் போட்ருக்கீங்க, இன்னிக்கு சனிக்கிழமை சாயங்காலம்தானே நாளைக்கு காலைலேயே வண்டி அனுப்பறேன், காலைல டிபன் முடுச்சுட்டு கிளம்புங்க, போற வழில நல்லா வேடிக்கை பாத்துட்டு போங்க, மதியம் மதுரைல லஞ்ச் சாப்டுங்க சாப்டுட்டு ரூம் போட்டுதர சொல்றேன், ரெஸ்ட் எடுங்க நைட் அழகா கிளம்பி ஏர்போர்ட் போங்க, ஆனா இதுக்கெல்லாம் உன் உடம்பு ஒத்துழைக்கணுமேமா, புள்ளதாச்சி நேத்துதான் டிராவல் பண்ண, மறுபடியும் அலைச்சலா இருக்கும் அதான் யோசனையா இருக்கு.”

“இல்ல மாமா, எனக்கு ஓகே, என்னால முடியும் ரஃபி எனக்குப் பாத்துப்பாத்து ஜூஸும் பழமும் கொடுத்து

நல்லா தேத்தி வச்சுருக்கார், டயர்டாக மாட்டேன் மாமா, அதான் மதுரைக்கு போய் ரெஸ்ட் எடுத்துட்டு போகலாம்னு சொன்னீங்கள்ல, ப்ளீஸ் மாமா, ரஃபி சொல்லுப்பா.”

“சச்சா நான் ஷபிய பத்தரமா பாத்துக்கறேன், என்னை நம்பி ஷபிய அனுப்புங்க, பாவம் ஆசைப்படறா, பாத்துட்டு போகட்டும், ப்ராஜக்ட் வேலை பிஸின்னு ஓடிட்டே இருந்த கால், கண்ணுக்குக் குளிர்ச்சியா பாத்துட்டு போகட்டுமே.”

ரஃபிக் தன் காதல் துணைக்குப் பரிந்துபேச அதற்கு சவ்தா, “எப்பா பொண்டாட்டிமேல பாசம் இருக்க வேண்டியதுதான் ஆனாலும், நிலைமை என்னன்னு பாக்கணும்ல, சென்னைல இருந்து இங்க ஓடிவந்து திரும்ப சென்னைக்கு உடனே கிளம்புனா கர்ப்பஸ்திரீ உடம்பு என்னத்துக்கு ஆகும், ஒழுங்கா நாளைக்கு சாயங்காலம் கிளம்புங்க.”

சவ்தா ஸ்ட்ரிக்டா சொல்ல, மன்சூர் மருமகளின் விருப்பத்துக்கு ஆதரவு கொடுக்கப் பேசத் தொடங்கினார், “பிரக்னன்ட்டா இருக்கற புள்ள ஆசைப்படுது, பாத்துட்டு போகட்டுமே, கண்ணுக்குக் கிடைக்கற குளிர்ச்சில மனசும் உடம்பும் குளிர்ந்துபோய்டாதா என்ன?”

அதற்கு வஹிதா, “எல்லாம் சரிதான்ணே, ஆனா எங்களுக்குப் பயமா இருக்குல்ல.”

வஹிதாவும், சவ்தாவும் ஒரே அணியில் நின்று பேசினார்கள், ரஃபிக் திரும்ப எடுத்துச்சொல்லி அனைவரின் சம்மதத்தையும் பெற்று ஞாயிறு காலை தேனியின் திவ்ய தரிசனத்தைக் காண வரம் வாங்கி தந்தான்.

அரக்கு நிற பட்டுப்புடவையும் அதே நிற ப்ளவ்ஸும் வெள்ளை நிற கற்களால் பதிக்கப்பட்ட நெக்லஸ், ஆரம், வளையல், ஜிமிக்கி, பெரிய மோதிரம் என்று ஷபி நிறைமாத கர்ப்பிணியாக ஏற்கனவே தாய்மை அழகு பொங்க காணப்பட்டவள் ஷபிக்காக, ஷபியின் ஆசைக்காக ரஃபிக் நடத்தும் போராட்டத்தில் அவன் அன்பில் நெகிழ்ந்து மேலும் மெருகேறினாள், ஒரு முகத்தை அழகாக்க மேக்கப் நகைகள் போதும், ஆனால், அதை பொலிவூட்ட அன்பு வேண்டும், அந்த அன்பு தரும் நிழலில் முகம் குளிர்ந்து மலர்ந்துவிடும்.

ஷபியும் மலர்ந்து மணம் வீசினாள்.

சவ்தா தானும் சென்னை சென்று ஷபியை அருகிலிருந்து கவனிக்க வேண்டும் என்று வாதிட அனைவரும் அதை ஆமோதித்தனர் அதற்கும் ரஃபிக்தான் பேசினான்.

"அம்மா, மாமி நீங்க ரெண்டு பெரும் சென்னை வாங்க ஆனா, இப்போ இல்ல, டெலிவரி டேட் கொடுத்துருக்காங்க, அதுக்கு இன்னும் நாள் இருக்கு. ஒரு வாரத்துக்கு முன்ன நீங்க ரெண்டு பேருமே சென்னை வந்துடுங்க."

உடனே வஹிதா "சரிங்க மாப்ள ஆனாலும், பிள்ளையத் தனியா அனுப்ப கஷ்டமா இருக்கு."

ரஹ்மத்துல்லா அதற்கொரு உபாயம் சொன்னார்.

"நம்ம வேணிய இவங்க ரெண்டு பேர் கூடவும் அனுப்பிடலாம், அவங்க ப்ளைட்ல போகட்டும் வேணிய நான் ட்ரைவர்ட்ட சொல்லி கார்ல அனுப்பிடறேன் சென்னைக்கு, நீங்க ரெண்டு பெரும் அங்க போறவரை வேணி துணைக்கு இருக்கட்டும், ஏன் அதுக்கப்பறம்கூட இருக்கட்டும், ஷபிக்கு உதவியா இருக்கும், பாவம் மாப்ளயே எவ்வளவு நாள் கஷ்டப்படுவாரு."

"ம்ம்ம்... அதுவும் சரிதான்ணா, நான் வேணிய ரெடியாக சொல்றேன்" என்று வஹிதா தற்காலிக சமாதானத்துக்குப் போக, வீடு திருப்திகொண்டது.

அடுத்த நாள் காலை டிபன் முடித்து ரஃபிக், ஷபி, வேணி மூவரும் சென்னை நோக்கி பயணப்பட்டார்கள் ஏகப்பட்ட அறிவுரைகளுடன்.

வீடிருக்கும் தெருவைக் கடந்ததும் ரஃபி காரின் ஸ்டியரிங்கை கைப்பற்றினான், வேணியையும் டிரைவரையும் பின்இருக்கையில் அமர சொல்லிவிட்டு ஷபிக்காக நிதானமாக ஓட்டினான்.

பேருந்தின் ஜன்னலோர இருக்கை கிடைத்த குழந்தையின் குதூகலத்தோடு ஷபி, தேனியின் மழையைச் சில்லென்ற காற்றை, தென்னை மரங்களை, மனிதர்களை, சாலையை, சாலையோர தேநீர் கடைகளைக் கண்ணாற ரசித்தாள், ஓரக்கண்ணால் ரஃபியையும்தான்.

228 ◆ ஜீரோ டாலரன்ஸ்

47

சவரனை தரும் சாய்மானம்

வேணி வந்த பின்பு ரஃபியின் பெருமளவு வேலை குறைந்தது என்றே சொல்லலாம், ஷபிக்கு என்ன சாப்பாடு எப்போது கொடுக்க வேண்டும்? அலுவலகத்துக்கு என்ன ஜூஸ் கொடுத்து அனுப்ப வேண்டும்? என்பதைச் சொல்லும் வேலை மட்டுமே ரஃபிக்கு, வேணி, ஷபியுடன் இருந்தவள் என்பதாலும் அவள் குடும்பத்துக்கு வேண்டப்பட்டவள் என்பதாலும் வஹிதாவின் மீதிருந்த நன்றியுணர்ச்சியில் ஷபியை நன்றாகவே கவனித்துக்கொண்டாள். தேனி சென்று வந்த களைப்பு, ப்ராஜக்ட் வேலை என்று ஷபி சோர்ந்து போனாள். அவளின் வாட்டத்தைக் கண்ட ரஃபி அன்று அலுவலகம் முடிந்து வந்த கையோடு அவளுக்கு ஹீட்டர் போட்டு வெந்நீர் தயார் செய்தான், அவள் உடை மாற்றி காஃபி குடிக்கும் வரை பொறுமையாக இருந்து துண்டை அவள் தோள்மேல் போட்டு, குளியலறையைக் கைகாட்டி 'வா' என்றழைத்தான்.

"ஏன் ரஃபி?"

"வா ஷபி, கொஞ்சம் ஹாட் வாட்டர்ல குளி, சலிப்பு காட்டாத, உடம்புல இருக்க அழுக்கு எல்லாம் போயிடும், உடம்பு ஃப்ரெஷ்ஷா இருக்கும்."

"தேவைப்படும் போது ஹீட்டர் போட்டு தானே குளிக்கறேன், இப்ப என்ன திடீர்னு?"

"இப்ப நீ ரொம்ப டயர்டா இருக்கம்மா, வெந்நீர் போட்டுருக்கேன் ரெடியா இருக்கும் குளி, வா

நான் குளிக்க வைக்கறேன், இவ்ளோ நாள் செஞ்சு இருக்கணும் ஸாரி உனக்கு செய்யாம விட்டுட்டேன்."

"இல்ல நீதான் நல்ல ஹெல்த்தி ஃபுட் கொடுத்து என்னை நல்லா பாத்துக்கிட்டியே, அதைவிட வேறென்ன வேணும் சொல்லு, நீ எனக்கு நிறைய செஞ்சுட்ட ரஃபி போதும்."

"ஐயோ ஷபி, அதெல்லாம் அப்பறம் பேசிக்கலாம் என் மன ஆறுதலுக்காவது வந்து குளியேன்."

"சொன்னா கேட்க மாட்டியே, சரி வா."

குளியலறைக்குள் சென்று அவளைச் சின்ன ஸ்டூலில் உட்காரவைத்து விட்டு வந்து அறைக்கதவைச் சாத்தினான்.

"என்ன ஷபி ட்ரெஸ் கழட்டாம உட்காந்துட்ட."

"நீதானடா உட்கார வச்ச?"

"அறிவுகொழுந்து சரி ட்ரெஸ் கழட்டு?"

"நீ இருக்கல்ல எனக்கு வெக்கமா இருக்கு."

"ப்ச் என்ன ஷபி, இரு இன்னொரு டவல் தரேன் அத கட்டிக்கிட்டு உட்கார்."

தலை துவட்டும் சீசன் டவலைக் கொடுத்துக் கட்டிக்க சொன்னான், ரஃபி முகத்தைத் திருப்பினால்தான் கட்டிக்குவேன் என்று ஷபி அடம் பிடிக்க, ரஃபி திரும்பி நின்றுகொண்டான், துண்டைக் கட்டிக்கொண்டு அவனைத் தொட்டு திருப்பினாள், ரஃபி அவளைக் குளிக்கவைக்கும் வேலையில் மும்முரமாக இருந்தான், படுக்கையறையில் பார்க்கும் ரஃபிக்கும் இந்த ரஃபிக்கும்தான் எவ்வளவு வித்தியாசம், அவளை உட்கார வைத்து வெதுவெதுப்பாகக் கொட்டுமாறு வெந்நீரையும் பச்சை தண்ணீரையும் திறந்துவிட்டான். அவள் தலை முடியை இன்னும் மேலே தூக்கி க்ளிப்பைப் போட்டான், கொஞ்சம் கொஞ்சமாக அவள்மீது சுடு தண்ணீரை ஊற்றி உடலுக்கு சூட்டைப் பழக்கினான், பின்பு அவள் கால்களில் சோப்பைத் தேய்க்க ஆரம்பித்தான், அவள் கூச்சத்தில் நெளிய "என் கைய உன் கையா நினைச்சுக்க ஷபி, பேசாம இரு."

அவளை அதட்டிவிட்டு அவள் கால்கள், வயிறு, கைகள் என்று பிறந்த குழந்தையைக் குளிக்கவைக்கும் லாகவத்துடன் அவளைக் களைப்பிலிருந்து நீக்கினான். கொண்டுசென்ற டவலைக் கட்டி அவளை அறைக்குள் அழைத்துவந்தான்.

“நீ குளிச்சிட்டு போட்ட டவல காயப்போட்டுட்டு வர்றேன்டா, நீ ட்ரெஸ் மாத்திக்க” என்று சொல்லிவிட்டு வெளியேறினான், அறையைத் தாழிட்டு உடை மாற்றியவள், திரும்ப கதவைத் திறந்து ஒருக்களித்துவைத்து விட்டு சாப்பிட கூடத் தோன்றாமல் படுக்கையில் சரிந்தாள், வெந்நீரின் கதகதப்பில் களைப்பு நீங்கி அப்படியே உறங்கிப்போனாள், துண்டைக் காயப்போட்டுவிட்டு வந்தவன் சடுதியில் தூங்கிப் போன ஷபியைப் பார்த்து ‘அடடா இவ்வளவு டயர்டாவா இவ இருந்தா?’ என்று வாஞ்சை மேலிடப் பார்த்தவன், சாப்பிட எழுப்பினால் தூக்கம் கலையும் என்று வேணியிடம் சொல்லி ராகி கூழ் கருப்பட்டி சேர்த்து காய்ச்சச் சொல்லிவிட்டு ஆற வைத்து எப்படியும் அவளைப் பாதி தூக்கத்தில் எழுப்பிக் கொடுத்துவிட்டு, திரும்ப தூங்கவைத்துவிடலாம் என்று நினைத்துக்கொண்டு அறையின் வெளிச்சத்தை அணைத்தான்.

ஷபியின் கர்ப்பத்தில் ஒரு குழந்தை பாதுகாப்பாக இருந்தது, ஷபி என்ற இன்னொரு குழந்தை ரஃபியின் அக்கறையில் பாதுகாப்பை உணர்ந்தது.

○

48

அடித்தாலும் பிடித்தாலும் ஒரு குடைதான்

ஷபியின் பிரசவத்துக்கு இன்னும் பத்து நாட்களே இருக்கும் நிலையில் அரும்பாடுபட்டு தனது கடமையைத் தன் சகபணியாளர்களுடன் முடித்திருந்தாள். ஆம், ப்ராஜக்ட் வேலை முடிவுக்கு வந்தது, அந்த புதன்கிழமை அலுவலக கொண்டாட்டத்துடன் முடிவுக்குவர ஏற்பாடாகிக் கொண்டிருந்தது. ராஜா பரபரப்பாய் ஷபி சொன்ன உணவுப்பட்டியலைக் குறித்துக்கொண்டிருக்க, அவளது கைபேசி சிணுங்கியது, ரவிதான்.

“ஷபி உடனே என் கேபினுக்கு வாங்க.”

என்னவோ ஏதோ என்று பதறி ரவி கேபினுக்குள் அனுமதி கேட்காமலே நுழைந்துவிட்டாள்.

“என்ன ஸார் சொல்லுங்க.”

“சில மெயில்லாம் டெலிட் பண்ணும்போது, நான் சென்ட் பண்ண மெயிலும் டெலிட் ஆகியிருக்கு, நீங்க கடைசியா அனுப்பின ரிப்போர்ட்டதான். நான் ஹெட் ஆஃபிஸுக்கு அனுப்பினேன், ஆனா பை மிஸ்டேக் டெலிட் பண்ணிருக்கேன்போல, இப்ப எகைன் செக் பண்ணும்போதுதான் ஐ நோட்டிஸ்ட் இட், அந்த மெயில் ஹெட் ஆஃபிஸுக்குப் போயிடுச்சா என்னான்னு தெர்லயே?”

“நீங்க அனுப்பிட்டீங்கதானே நல்லா நினைவிருக்கா உங்களுக்கு?”

“யா ஐ யாம் ஸ்யூர் அனுப்பிட்டேன், பட் எப்படி கன்ஃபார்ம் பண்ணிக்கறது, ஹெட் ஆஃபிஸ்ல கேட்டா அவங்க என்னைப் பத்தி என்ன நினைப்பாங்க?”

‘இவ்வளவு பயம் இருந்துமா என்னை அப்படி டார்ச்சர் பண்ண’ என்று ஒரு நொடிப்பொழுது நினைத்து அதைப் புறந்தள்ளி நிகழ்காலத்துக்கு வந்தாள்.

“வெய்ட் ஸார், கொஞ்சம் பொறுமையா இருங்க, அந்த ரிப்போர்ட் மிஸ் ஆகியிருந்தா கண்டிப்பா உங்கள கேட்டு இருப்பாங்க, ஸோ வொர்ரி பண்ணிக்க வேண்டியதில்லை, இல்லனா திரும்பகூட அனுப்பிக்கலாம், நீங்க பதற்றப்படக் காரணம், நாம பர்ஃபெக்ட்டா இல்லையானு தெரிஞ்சுக்கதான், அதையும் நாம இப்ப கிளியர் பண்ணிக்கலாம்.”

“ஹவ்?”

“நான் ஜோசப்க்கு கால் பண்றேன் அவர் ரொம்ப வருசமா இங்க வொர்க் பண்றார், கண்டிப்பா நிறைய ஹையர் போஸ்ட்ல இருக்கவங்களோட காண்டாக்ட்ஸ் இருக்கும் ஸோ டோன்ட் வொர்ரி அவர்ட்ட விசாரிக்கறேன்.”

“ஓகே. பட் அவர் என்ன நினைப்பார் என்னைப் பத்தி?”

“ஒண்ணும் நினைக்க மாட்டார், நாம எல்லாரும் நல்லா இருக்கணும்னுதான் நினைப்பார்.”

ஷபி ஜோசப்க்கு கால் செய்தாள்.

“என்ன ஷபி நல்லா இருக்கியாமா? என்ன விஷயம் திடீர்னு கால் பண்ணியிருக்க.”

“ஸார், ஸாரி ஜோசப் ஒரு ஹெல்ப்.”

“ம்ம்ம் என்ன திடீர்னு ஸார், ஏன் ரவிய ஸார்ன்னு கூப்பிட்ட பழக்கமா, பரவாயில்ல சொல்லுமா.”

ஷபி விஷயத்தைச் சொல்ல அடுத்த அரை மணி நேரத்தில் தேவையான தகவல்களுடன் ஜோசப் லைனுக்கு வந்தார், அதற்கு இடையே ராஜா உணவு மேசையில் அனைத்து வகை உணவுகளையும் அடுக்கி, கொண்டாட்டத்துக்குத் தயார்ப்படுத்தியிருந்தான்.

ஜோசப்பின் அழைப்பை ஏற்று ஃபோனை காதில் வைத்தாள். “குட் நியூஸ் மா, அந்த ரிப்போர்ட் ஹெட் ஆஃபிஸுக்குப் போய்டுச்சு, ரவிட்ட கவலைப்பட வேண்டாம்னு சொல்லு, நான் வச்சுடறேன், டெலிவரி முடிஞ்சு சொல்லுமா நானும் நிவேதாவும் வந்து பாத்துட்டு போறோம், தென் கங்கிராட்ஸ் ஃபார் யுவர் ஆல் சக்சஸ்.

“ஸ்யூர் ஜோசப், தேங்க் யூ யூ ஆல்வேஸ் சப்போர்ட் மீ.”

“ஐ யாம் ஸோ ஹேப்பிமா, ரஃபிய கேட்டேன்னு சொல்லு, பை.”

ஜோசப் விடைபெற்றதும் ரவி முகம் பார்த்து, “எல்லாம் சக்சஸ், நீங்க வொர்க்ல எவ்வளவு கான்சியஸ்ன்னு எங்க எல்லாருக்கும் தெரியும், யூ ஆர் க்ரேட், வி ஆர் ஹேப்பி, வி ஹேவ் குட் மேனேஜர்.”

“தேங்க் யூ ஷபி, யூ ஆல்ஸோ ஹார்ட் வொர்க்கர், வி ஆர் ஹேப்பி டு ஹேவ் யூ, ஐ மீன் திஸ் கம்பெனி.”

“தேங்க் யூ ஸார், எல்லாரும் வெய்ட் பண்ணிட்டு இருப்பாங்க, வாங்க செலிபரேட் பண்ணலாம்.”

“ஓகே, ஸ்யூர் கண்டிப்பா கொண்டாடியே ஆகணும், வாங்க போகலாம்.”

உணவு மேசை முழுக்க அறுசுவை உணவுகளும், பழச் சாறுகளும் நிரம்பி வழிந்தது, அனைவரும் பஃபே சிஸ்டம் போல் வேண்டியதைக் கையில் எடுத்துக்கொண்டு நின்றும் அமர்ந்தும் சாப்பிட்டார்கள்.

சீனியர் செந்தில் பேச ஆரம்பித்தார், “எனக்கு அப்பறம் இந்த கம்பெனில ஜாய்ன் பண்ணி, தன்னோட திறமையால் ப்ராஜக்ட்ட சக்சஸ் பண்ண ஷபிக்கு என்னுடைய வாழ்த்துகள், கங்க்ராட்ஸ்மா, நீங்க இன்னும் எவ்வளவோ சாதிக்கப் போறீங்க.”

“தேங்க்ஸ்ண்ணா, நீங்க எல்லாரும் இந்த ஆஃபிஸ்ல எனக்குப் பக்கபலமா இருந்தீங்க, வீட்ல எனக்கு மெண்டலி எந்த டிஸ்டர்பன்சும் இல்லாம ரஃபி பாத்துக்கிட்டார், ரஃபி போல ஒரு சப்போர்ட் பண்ற ஹஸ்பண்ட் யாருக்காவது கெடச்சா அவங்க நிச்சயமா அதோட பலனை இந்தச் சமூகத்துக்குத் திருப்பிக்கொடுக்கணும், தன்னையும் இம்ப்ருவ் பண்ணிக்கணும், தேங்க் யூ ரஃபி, அப்பறம் எனக்கு சப்போர்ட் பண்ண, சேர்ந்து ஹார்ட் வொர்க் பண்ண உங்க எல்லாருக்கும் என்னோட ஸ்பெசல் தேங்க்ஸ், நம்ம மேனேஜர் ரவி ஸார் கண்டிப்பானவர்னு உங்க எல்லாருக்கும் தெரியும், வேலை சரியா நடக்கணும்னு அவர் ஸ்ட்ரிக்டா இருக்கார், அதுகூட நம்ம ப்ராஜக்ட் இவ்வளவு சீக்கிரம் முடிஞ்சதுக்கு ஒரு காரணம், அவருக்கு ஒரு ஸ்பெசல் தேங்க்ஸ்.”

ஷபியின் நீளமான பேச்சுக்குப் பின் அங்கு நிறைந்திருந்த மகிழ்ச்சியில் மலர் தூவுவதைப்போல ரஃபிதான் முதலில் கைகளைத் தட்டத் தொடங்கினான், பின்பு அலைஅலையாய் மற்ற கைகளும் சேர்ந்து ஆர்ப்பரித்தது, ரஃபிக்கு எதுவும் பேச தோன்றவில்லை, 'தான் தோற்றது தன் மனைவியிடம்தான் ரெண்டாவது சர்வீஸ்படி அவளுக்குதான் இந்த ப்ராஜக்டை செய்யும் வாய்ப்பும் போஸ்ட்டும் கிடைத்தது' என்று எண்ணி தன்னை இன்னொரு முறை சமாதானம் செய்துகொண்டாலு, ஆனால், தான் நிச்சயமாக அவளுடன் பொறாமை இன்றி போட்டிப் போட்டு முன்னேற முடியும். அதில் சென்டிமென்ட் இல்லை என்பதாக முடிவெடுத்துக்கொண்டான்.

அலுவலகம் அந்த நாளைக் கொண்டாடித் தீர்த்தது, எப்படியெல்லாம் கஷ்டப்பட்டோம் என்று சொல்லிசொல்லி மாய்ந்தது, ஓய்வில்லா கூட்டு உழைப்பு தற்காலிகமாக ஒரு முடிவுக்கு வந்த நிம்மதியும், நல்ல முறையில் ப்ராஜக்ட் செய்து முடித்த திருப்தியும் அவர்களுக்குள் ஆனந்தத்தைக் கரைபுரண்டு ஓடச்செய்தது.

○

49

மந்திரச் சொல்

வஹிதா பெட்டிப் படுக்கைகளுடன் அந்த சனிக்கிழமை காலை 2020 ஆகஸ்ட் மாதம் 13ஆம் தேதி ஷபியிடம் வந்துசேர்ந்த பின்தான் ரஃபிக்கு நிம்மதி வந்தது, நிறைமாத கர்ப்பிணியை எப்படிப் பார்த்துக்கொள்ளப்போகிறோம் என்ற பதற்றம் ஓரளவு குறைந்தது. ஷபி, ரஃபியின் திருமண நாள் என்பதால் மட்டன் பிரியாணியும் பால் பாயசமுமாக அன்றைய பொழுது வஹிதா வந்திருப்பதால் சிரிப்பும் பேச்சுமாகச் சென்று கொண்டிருந்தது, அம்மாவும் பெண்ணும் கதை பேசிக்கொண்டே இருக்க ஷபி, ரஃபியுடன் இருக்கும் நேரம் கொஞ்சம் குறைந்தது, மாமியார் என்பதால் அவர்களுடன் ஒரே அறையில் வெகு நேரம் நின்று பேச முடியாமல் விலகிச்செல்லும் நிலை ரஃபிக்கு, அடுத்த நாள் மாலை பேசாமல் நம்ம அம்மாவை வரச்சொல்லிவிடுவோமா என்று நினைத்தான், சவ்தாவுக்கு ஃபோன்செய்தான்.

"அம்மா எப்படி இருக்கீங்க? மாமி நம்ம வீட்டுக்கு வந்துருக்காங்க."

"அப்படியா, சந்தோசம், ஷபி எப்படி இருக்கு?"

"நல்லா இருக்குமா, அத்தா எப்படி இருக்காங்க?"

"அத்தா நல்லா இருக்காங்க, கடைல இருந்து இன்னும் வரல ரஃபி, சரி, ஷபிகிட்ட பேசணும் ஃபோன குடு அந்தப் புள்ளகிட்ட."

"ம்ம்ம்" சொல்லிவிட்டு வேணியும் வஹிதாவும் ஷபியும் பேசிக்கொண்டிருக்கும் அந்த வீட்டின் இன்னொரு அறைக்குச் சென்று கதவைத் தட்டினான்.

வேணி எட்டிப்பார்க்க "இந்த ஃபோன ஷபிகிட்ட கொடு" என்று சொல்லி ஃபோனை கொடுத்துவிட்டு அறைக்கு வெளியே நின்றுகொண்டிருந்தான். கட்டிலில் வஹிதாவும் நாற்காலியில் ஷபியும் இருந்தார்கள், ஃபோனை ஷபியிடம் கொடுத்து விட்டு மீண்டும் கட்டிலில் சென்று வேணி அமர்ந்துகொள்ள ஷபி யாரென்று கேட்டுவிட்டு பேசத் தொடங்கினாள்.

"சொல்லுங்க மாமி, நல்லா இருக்கீங்களா? மாமா எப்படி இருக்காங்க? எப்ப சென்னை வர்றீங்க?"

"எல்லாரும் நல்லா இருக்கோம்மா, அம்மா வந்துருக்காங்களா?"

"ஆமா மாமி, பேசறீங்களா, இந்தா கொடுக்கறேன்."

"புதுக்கோட்டையிலிருந்து மாமி பேசறாங்கம்மா, பேசுங்க" என்று ஃபோனை வஹிதாவிடம் கொடுக்க, "சொல்லுங்க மச்சி, நீங்க அண்ணேலாம் எப்படி இருக்கீங்க? புதுக்கோட்டை என்ன சொல்லுது, மழைதண்ணி வெயில் எல்லாம் எப்படி இருக்கு?"

"அல்ஹம்துலில்லா எல்லாம் நல்லா இருக்குது, நாங்களும் நல்லா இருக்கோம் மச்சி, நானும் சென்னை வரலாம்னு இருக்கேன், ஷபிய நல்லா பாத்துக்கங்க இன்னும் ஒரு வாரம் தான் இருக்கு டெலிவரி டேட்டுக்கு, இன்னும் புள்ள ஆஃபிஸ் போய்வந்துட்டு இருக்கது என்னவோ எனக்கு சரியில்லன்னு தோணுது."

"ஆமா எனக்கும் அப்படித்தான் தோணுது, சொன்னா ஷபியும் கேட்கல, மாப்ளையும் கேட்கல, நான் என்ன பண்றது?"

"சரி நான் சென்னை வர்றேன் மச்சி, நாளைக்கு ட்ரைன் டிக்கெட் போட சொல்றேன் உங்க அண்ணன்கிட்ட."

"அச்சோ வேணாம் மச்சி, அண்ணே வியாபாரம்லாம் என்ன ஆகறது, நீங்க அப்பறம் வரலாம் புள்ள பொறந்ததும், அண்ணே சாப்பாட்டுக்குக் கஷ்டப்படுவாக வேண்டாம் இப்ப வர வேணாம்."

"ம்ம்ம்... சரி மச்சி, என்னவோ மனசு கேட்கல, உங்க அண்ணன் எப்போ சென்னை வராக."

“யாரு ரஹ்மத்துல்லா அண்ணன்தானே, அவுகளையும் புள்ள பொறந்ததும் இல்லனா ஆஸ்பத்திரில சேர்த்ததும் வாங்கன்னு சொல்லி இருக்கேன்.”

“என்ன மச்சி இப்படி எல்லாரையும் தண்டடக்கட்டினா எப்படி?”

“அப்படிலாம் இல்ல, உதவி தேவைப்படும் போது ஆளும் பேருமா இருந்து பாத்துக்கலாம்னுதான் இப்போதைக்கு நான் வேணி, மாப்ள போதும்.”

“சரி, சரி பாத்துக்கங்க மச்சி, நான் ஃபோனை வைக்கறேன் அடுப்புல வச்ச பால மறந்திட்டேன், இப்பதான் யாபகமே வருது, போய் பாக்கறேன்.”

“அடுப்புல பால வச்சுட்டு ஏன் ஃபோன் பேசறீங்க, சீக்கிரம் போங்க.”

“சிம்லதான் வச்சுருக்கேன், ரஃபிட்ட அப்பறம் பேசறேன்னு சொல்லுங்க, ஷபிய பத்திரமா பாத்துக்கங்க.”

“அட உங்க மருமகள நாங்க பத்திரமா பாத்துக்கறோம், நீங்க போய் பால பாருங்க.”

வேணி மறுபடியும் ஃபோனை ரஃபியிடம் கொண்டுவந்து கொடுத்துவிட்டு தன் இடத்துக்கே சென்று அமர்ந்து கொள்ள, அனைத்தையும் கேட்டுக்கொண்டிருந்த ரஃபி, ஷபியிடம் அடிக்கடி நெருங்கிப் பேச முடியாத அவஸ்தையை அனுபவித்தான், ‘தானே அவளைப் பார்த்துக்கொண்டு இருந்திருக்கலாமோ?’ என்று வேறு நினைப்பு ஓடியது அவனுக்குள், ஷபியின் அருகாமைக் குறைவு அவனை அலைக்கழித்தது, அம்மாவிடம் கதை பேசி விட்டு இவள் தன்னிடம் ஓடிவர வேண்டியதுதானே என்று மனதுள் கடிந்துகொண்டான், பின்பு அவனே, பாவம் அம்மாவும் பெண்ணும் எப்பவாவதுதானே பேசிக்கறாங்க என்று நினைத்துக் கொண்டான், அப்போது உள்ளிருந்து ஷபியின் முனங்கல் சத்தம் அதிகமானது.

“அம்மா இடுப்ப வலிக்குதுமா, மின்னல் மாதிரி வலி வந்துவந்து போகுது.”

“என்னம்மா சொல்ற, இன்னும் ஒரு வாரம் இருக்கே டாக்டர் சொன்ன கெடு” என்று குழம்பிப் புலம்பவும், சத்தம் கேட்டு ரஃபி உள்ளே வந்தவன், “ஷபி கொஞ்சம் பொறுத்துக்கடா, எல்லாம் சரியாகிடும்” என்றான்.

“வலிக்குது ரஃபி, முடியல.”

“என்ன வலின்னு மாமி தெர்லன்னு வேற சொல்றாங்களே.”

“எனக்கும் தெர்ல ரஃபி” முனங்கிமுனங்கி சொன்னாள்.

அவள் கஷ்டப்படுவதைப் பொறுக்க முடியாத ரஃபி “சரியாய்டும் கண்ணம்மா, பட்டு” என்று என்னென்னவோ சொல்லி அவளைத் தேற்றினான், வலி பத்து நிமிடங்களாக இருக்கவும் ஷபியை வஹிதாவிடம் பார்த்துக்கொள்ள சொல்லி விட்டு டாக்டர் நளினிக்கு அலைபேசினான்.

“டாக்டர் ஷபிக்கு வலி எடுத்திருச்சு.”

“இன்னும் டைம் இருக்கே, சரி நீங்க ஹாஸ்பிடல்க்கு அழைச்சுட்டு வந்துடுங்க, நானும் வந்துடறேன்.”

“ஓகே டாக்டர், தேங்க் யூ.”

பம்பரமாய் சுழன்று மருத்துவமனைக்கு என்று எடுத்து வைத்திருந்த பைகளை, ஏ.டி.எம். கார்டை எடுத்துக்கொண்டு வந்து வேணியிடம் கொடுத்து வைத்திருக்க சொல்லிவிட்டு, ஷபியையும் மற்றவர்களையும் அழைத்துக்கொண்டு ஹாஸ்பிடல் நோக்கி விரைந்தான். இடையில் வலி நிற்பதும் பின் ஷபி ஹை பிட்சில் அலறுவதுமாக மருத்துவமனைக்கு சென்று சேர்ந்தார்கள், அங்கே நளினி தயாராய் ஷபியை அழைத்துக்கொண்டு பிரசவ வார்டுக்குள் நுழைய, ரஃபி புதுக்கோட்டைக்கும் தேனிக்கும் ஃபோன் அடித்தான்.

ரஹ்மத்துல்லாவும், சவ்தா மன்சூரும் சென்னை நோக்கி விரைந்து வந்துகொண்டிருந்தார்கள்.

நளினி ஷபியின் வயிற்றையும் அவள் நிலையையும் பார்த்தே இது பிரசவ வலி என்று சரியாக யூகித்து அதற்கான ஏற்பாடுகளை உடனடியாக செய்து ஷபியின் முழு ஒத்துழைப்போடு அவளுக்குக் சுகப்பிரசவம் பார்த்து அழகிய பெண் குழந்தையைத் தனது கைகளால் ஏந்திக்கொண்டு வந்து ரஃபியிடமும் வஹிதாவிடமும் காண்பிக்க, முதலில் ரஃபி தனது கைகளில் வாங்க வேண்டும் என்று கெஞ்ச அவனது கைகளில் அந்தக் குட்டி முயல் த்ஞ்சம் கொண்டது. பஞ்சு பஞ்சாய் மென்மை காட்டி மேன்மை காட்டும் அந்தப் பஞ்சு தோட்டத்துக்கு அந்த நிமிடம் தனது உயிரையே எழுதி வைத்தான். அனைவரும் வந்து குழந்தையைப்

பார்த்து ஆனந்த கூத்தாட தனியறைக்கு மாற்றப்பட்ட ஷபி, ரஃபியைக் கண்களால் தன்னருகே அழைத்தாள்.

"என்னடா, உடம்பு வலிக்குதா?"

"இல்ல. அது ஒரு பக்கம் இருந்தாலும் நான் சந்தோசமா தான் இருக்கேன்."

அப்போது "என்ன ஷபி எப்படி இருக்கீங்க?" என்ற குரலுடன் மருத்துவர் நளினி அறைக்குள் பிரவேசிக்க அனைவரும் ஒதுங்கி வழிவிட்டனர்.

"ஐ யாம் ஃபைன் டாக்டர்" ஷபி மென்புன்னகையுடன் சொல்ல, ரஃபி பக்கம் திரும்பிய நளினி, "ரஃபி உங்ககிட்ட ஒண்ணு சொல்லணும்."

"எஸ் டாக்டர்."

"நீங்க வலில, துன்பத்துல இருக்கும்போது உங்க கடவுள தானே கூப்டுவீங்க கரெக்ட்டா."

"கரெக்ட் டாக்டர்."

"உங்க வைஃப் கடவுள கூப்ட்டாங்க, இன்னொரு பெயரையும் மந்திரம்போல் உச்சரிச்சாங்க."

"..."

"ரஃபி."

"..."

"ரஃபி ரஃபின்னு அவங்க மயக்கத்துக்குப் போகும்வரை உங்க பேரைதான் சொன்னாங்க, ஒரு ஸ்லோகம் மாதிரி, தவம் மாதிரி, ரஃபின்னு கூப்புடும்போது அவங்களுக்கு ஏதோ ஒரு நம்பிக்கை, பிடிப்பு கிடைக்குதுனு நினைக்கிறேன், அதான் அவங்க உங்க பேர சொல்லிட்டே வலில துடிச்சாங்க, என்கூட பிரசவ வார்ட்ல இருந்த எல்லாருக்கும் இது புது அனுபவமா இருந்துச்சு, டெலிவரி டைம்ல பெண்கள் அம்மான்னு கூப்டுவாங்க, கடவுள கூப்டுவாங்க, உங்க வைஃப் கடவுள கூப்ட்டாங்கதான் பட் உங்களத் தேடினாங்க, ரஃபிங்கறது ஷபியைப் பொறுத்தவரை ஒரு மந்திரச்சொல், யூ ஆர் ஸோ லக்கி மிஸ்டர் ரஃபி, எந்தக் காரணம் கொண்டும் அவங்கள மிஸ் பண்ணிடாதீங்க."

"தேங்க் யூ டாக்டர், மிஸ் பண்ண மாட்டேன்."

“அப்பறம், குழந்தைய சைல்ட் ஸ்பெசலிஸ்ட் கிட்ட காட்டணும், கொஞ்ச நேரத்துல நர்ஸ் வருவாங்க, அவங்ககூட குழந்தைய எடுத்துட்டு வாங்க.”

“ஓகே டாக்டர்.”

ரஃபியின் கையைப் பிடித்து ஒரு முறை அழுத்தமாகக் குலுக்கிவிட்டு டாக்டர் மறைய, ரஃபி அப்படியே நின்று கொண்டிருந்தான், அங்கிருந்த அனைவரும் ஷபி, ரஃபியின் அன்புக்கு மவுனமான சாட்சியாக இருந்தார்கள்.

“ரஃபி.”

அந்த மந்திரத்தை ஷபி மறுபடியும் உச்சரித்தாள், ரஃபி அவள் குரலின் அன்பின் காதலின் சக்தியில் கரைந்துபோய் இருந்தான், எத்தனையோ தடவை வஹிதா மாப்பிள்ளையைப் பேர் சொல்லி கூப்பிடாதே என்று ஷபியைக் கண்டித்தும் அவள் அதைக் கேட்டதே இல்லை, இனி வஹிதா அப்படி சொல்ல வாய்ப்பே இல்லை, ஏதோ ஒன்று வஹிதா உட்பட எல்லாருக்கும் புரிந்தது.

“ரஃபி” மறுபடியும் தனது பலத்தைக் கூட்டி அழைத்தாள்.

“என்னம்மா, சொல்லு” அருகே வந்து ரஃபி அனுசரணையாய் கேட்க, “குழந்தைய எடுத்து என்கிட்ட காட்டு இன்னொரு தடவை.”

சவ்தாவிடமிருந்து துண்டுடன் அந்த மேகம் போன்ற பஞ்சு மேனியைக் கவனமாக எடுத்து வந்து ஷபி முகத்தருகே காட்டினான், பிரசவ அறையில் பாதி மயக்கத்தில் பார்த்த குழந்தையைத் தெளிவாக, மாதுளை பழத்தைப்போல் பிறந்த மணம் மாறா சிவந்த நிறத்துடன் பார்க்க, கொள்ளை அழகாக இருந்தது. தனது ரத்தத்தை அதன் முன்னந்தலையில் முத்தமிட்டு ஸ்பரிச பந்தம் கொண்டாள். புல்லின் மீதான பனித்துளியாய் ஜொலிக்கும் குட்டி நட்சத்திரத்தை சவ்தாவிடம் தந்துவிட்டு ஷபியிடம் ரஃபி மீண்டும் வர, “உனக்கு குட்டி ரஃபி வேணும்னு ஆசை இருந்துச்சா?”

“டேய் நீ என்ன கேட்கறன்னு புரியுது, எனக்குக் குழந்தை ஆரோக்கியமா இருக்கணும்னுதான் ஆசை, என்னை பால் பேதம் பாக்கற அப்பன்னு நினைச்சுடாத, ஜெண்டர் டிஸ்க்ரிமினேசன் எனக்குப் பிடிக்காத ஒண்ணு, இது பத்தி நாம அப்பறமா பேசலாம், அதெப்படி கண்ணம்மா டெலிவரி டைம்லகூட என்னையே

தேடியிருக்க, உனக்கு ஒன்னே ஒண்ணு கொடுக்கணும், எல்லாரும் இருக்காங்களேன்னு பாக்கறேன்."

தன் நெற்றியில் கை வைத்து காட்டிவிட்டு அவள் கண்களை மூடிக்கொண்டாள், மென்மையாக அவள் நெற்றியில் முத்தமிட்டு, "ஐ யாம் வித் யூ" என்று காதில் கிசுகிசுப்பாய் சொல்லி விலகிச்சென்றான்.

ரஹ்மத்துல்லாவும் மன்சூரும் பார்த்து சிரித்துவிட்டு திரும்பிக் கொண்டார்கள், வஹிதாவும் சவ்தாவும் கண்டுகொள்ளாதது மாதிரி பாவனையுடன் நடந்துகொண்டார்கள்.

ரஃபி முத்தமிட்ட ஷபியின் நெற்றியிலிருந்து அந்த முத்தத்தின் ஈரத்திலிருந்து பால் வண்ண உடையில் பட்டு சரிகை மினுமினுக்க ஒய்யாரமாய் ஒளிக்கீற்றாய் தங்கத் தாமரையாய் வழிகாட்டும் தாரகை நட்சத்திரம் மினுங்கும் சிறகுகளுடன் தோன்றினாள், வேறு யார் நம் திம்மக்கா தான் அதிரூப சுந்தரியாய் இந்த அதி நவீன காலத்தில் மழை போன்ற புனிதத்துடன் ஆலமரம் போன்ற அசைக்க முடியா ஆணி வேருடன் பாசக் கொள்கைகளைப் பகிர்ந்தளிக்க ரஃபியின் உள்ளுணர்வைத் தேடிப் பயணப்படத் தொடங்கினாள். உள்ளுணர்வோடு உள்ளுணர்வாக உறவாடத் தொடங்கினாள். அது:

ரஃபி
நீ வெற்றியின் நாயகன்
விழாவின் கதாநாயகன்
ஷபியின் காதல் அரசன்

நீ சூட்சுமக்காரன்
நீ வெற்றிக்கனி பறிக்கும் வித்தகன்

ஓராயிரம் தாளத்தில்
உன் சுதி சேரும் ராகம் கண்டாய்

ஈராயிரம் பாடல்களில்
உன் உயிர் தொடும்

வரிகள் கண்டாய்
மூவாயிரம் காடுகளில்
உன் மனம் மயக்கும்
ஒரு வனம் கண்டாய்
தேடி திரவியம் பெற்றோர் பலர்
சலித்து அலுத்து அன்பை விட்டோர் சிலர்
ஆனால் அன்பே

நீ
தேட வேண்டிய இடத்தில் தேடி
சலிக்க வேண்டிய இடத்தில் சலித்து
தங்கப்புதையல் தங்கிப்போகும்
பொற்குடம் அடைந்தாய்

நீ அதிர்ஷ்டக்காரன்
நீ பரிசுக்காரன்
நீ வெற்றியாளன்

இனி உன் வாழ்வில்
வரங்கள் வழிப்பாதை சமைக்கும்
திறமைகள் திரைகளை விலக்கும்
நேசங்கள் பொன் நித்திரை தரும்
உறவுகள் பெரும் நிம்மதி தரும்
வாராத மாமணிகள்
வரிசையாய் காட்சி தரும்

எழுக உன் கோட்டை
விழுக எதிர்ப்படும் இன்னல்
வாழ்க உன் காதல் சாம்ராஜ்ஜியம்
வளர்க உன் வாரிசு
பெருகுக உன் குடும்பமெனும் தேசியம்

நலம் பெறுவாய்
வளம் பெறுவாய்
திறம் பெறுவாய்
வாகை சூடி விட்டாய்
என் குலக்கொடியே
நான் வருகிறேன்!

என்று சொல்லி மின்னலென மறைந்தே போய்விட்டாள் திம்மக்கா.

அடுத்து வந்த நாட்களில்,

மருத்துவமனையிலிருந்து வீட்டுக்குக் கூட்டிச்செல்லலாம் என்று சொல்ல, வஹிதாதான் தேனிக்கு ஷபியையும் குழந்தையையும் கூட்டிச்செல்ல வேண்டும் என்று பிடிவாதம் பிடிக்க, ஷபியும் ரஃபியும் சென்னையில் இருக்க வேண்டும் என்று பிடிவாதம் பிடிக்க, சரி தேனிக்கு ஷபி வந்தால் ரஃபியால் தினமும் ஷபியைப் பார்க்க முடியாது, அவனுக்கு அலுவலகம் இருக்கும் என்பதைப் புரிந்துகொண்டு, வஹிதா விட்டுக்கொடுத்தாலும், உள்ளுக்குள் மகளைத் தன் வீட்டில் வைத்துப் பார்க்கவில்லை என்ற ஆற்றாமை இருந்தது. சவ்தாவும் மன்சூரும் அவ்வப்போது வந்துவந்து பார்த்துசென்றார்கள். அலுவலகத்திலிருந்து நண்பர்கள் ரவி அனைவரும் வீட்டுக்கு வந்து குழந்தையைப் பார்த்து சென்றதில் வஹிதா உள்ளிட்ட அனைவருக்கும் மிக்க மகிழ்ச்சி.

○

50

காதல் என்பது போரா?
உணர்வா? பொறுப்பா?

அன்று முகப்பேர் ஷபி, ரஃபி பிளாட் வாசிகள் குதூகலமாய் இருந்தனர், இந்த வீட்டுக்கு வந்து நட்பாகி உறவாகிய அவர்கள் தள நண்பர்கள், உள்ளிருக்கும் சூப்பர் மார்க்கெட்டில் பணி செய்பவர்கள் அவர்கள் பில்டிங் செக்கியூரிட்டி, தேனி சொந்தங்கள், புதுக்கோட்டை சொந்தங்கள், அண்ணாநகர், வடபழனி அலுவலக நண்பர்கள் அஃப்சீனா உட்பட அங்கு குழுமியிருந்தனர். மோகனா எங்கும் செல்ல விரும்பாத தனது இணையரையும் குழந்தையையும் கூட்டிக்கொண்டு வந்திருந்தாள், ஜோசப்கூட நிவேதா யாழிசையுடன் ஆஜர் ஆகி இருந்தார், அனைவரும் பார்ட்டி ஹாலில் கூடி இருந்தார்கள். மிக இனிமையான வைபவமாகக் குழந்தை பிறந்த நாப்பதாம் நாள் பெயர் சூட்டும் விழா ஏற்பாடாகி இருந்தது. பார்ட்டி ஹால் முழுக்க 'நதிரா நதிரா' என்று கலர் பேப்பர் ஒட்டப்பட்டிருந்தது, ஆம் ஷபி, ரஃபியின் குட்டி முயல் குட்டிக்கு அதுதான் பெயராகத் தேர்ந்தெடுக்கப்பட்டிருந்தது. பின்காலை பதினோரு மணிக்கெல்லாம் பெயர் வைக்கும் அனுபவம் கேக் வெட்டி முடிந்தது, மட்டன் பிரியாணி ஒரு பக்கம், சைவ சாப்பாடு ஒரு பக்கம் என மதியம் பன்னிரண்டு மணிக்கே சாப்பாடு மணம் வீசியது, 'வயிறார சாப்பாடு, மனதார வாழ்த்து' என்ற தத்துவத்தின் அடிப்படையில் பெயர் சூட்டும் விழா மிகச் சிறப்பாக நடந்தேறியது. அன்று இரவு ஷபி இன்னும் களைப்பாக இருந்தாள்.

மதியம் அலங்கரித்த குழந்தையின் நகைகளை ஷபி கழற்றிக்கொண்டிருந்தாள், சிறிய தங்க கொலுசு, குட்டி வளையல், குட்டி செயின், சிவப்பு நிற கவுன், தலையில் கரு கருவென வளர்ந்திருந்த பிறந்த முடி ரஃபிபோல் சிவப்புக்கும் கறுப்புக்கும் மத்தியில் இருக்கும் தங்க நிறம், சதுரமான எலும்பு அமைப்புடன் கூடிய முகம் என்று நதிரா பார்ப்பவர் மனதைப் பறித்துப் பத்திரப்படுத்தும் பணியைச் சிறப்பாகச் செய்து கொண்டிருந்தாள். வஹிதா இன்னும் ஆறு மாதம் கழித்துதான் தேனிக்குப் போவேன் என்று உறுதியாகச் சொல்ல அனைவரும் அதை ஆமோதித்தனர்.

“உள்ளே வரலாமா மேடம்ஸ்?”

ரஃபி குரல் கேட்டு ஷபி சிரிப்புடன் நிமிர்ந்தாள். விழா ஆடைகள் களைந்து அடர் நீல இரவு உடையில் கலைந்த தலையுடன் ஓவியமாய்க் காட்சி அளித்தாள்.

“என்ன மேடம்ஸா?” ரஃபியைப் பார்த்துச் சிரித்துக் கொண்டே கேட்டாள்.

ரஃபிதான் விழா ஏற்பாடுகளை விழுந்துவிழுந்து கவனித்து அவனது மதிய நேர சட்டையைப்போல் கசங்கி இருந்தான், ஆனாலும் களையாய் கவர்ந்திழுத்தான்.

“ஆமா முன்ன ஒரு பொண்ணு, இப்ப ரெண்டு பொண்ணுங்க இருக்கீங்க, பர்மிஷன் கேட்டுத்தானே வரணும்?”

“அது உங்க பொண்ணுதானே?”

“என் பொண்ணாவே இருந்தாலும் பர்மிஷன் கேட்கணும்ல, அதானே மரியாதை.”

“ம்ம்ம் நம்ம வெட்டிங் டே அப்பவே நம்ம பொண்ணும் பிறந்து சந்தோசத்தை அதிகப்படுத்தியிருக்கா இல்ல?”

“ஆமா ஷபி, இருபெரும் விழாவா எடுத்துற வேண்டியது தான் வருஷா வருஷம்.”

“ஹ ஹ ஹ ஹா”

“சிரிக்கறது இருக்கட்டும், இன்னிக்குத் தீர்ப்பு நாள் மறந்துட்டியா.”

“மறக்கல, நல்லா ஞாபகம் இருக்கு, இருங்க சார் குழந்தைத் தூங்கட்டும்.”

“நதி குட்டி என்னைக்கு நைட்ல தூங்கி இருக்கு, நீ தீர்ப்பச் சொல்லு, ஆக்சுவல்லி ரெண்டு பெரும் சேர்ந்துதான் அவங்ககவங்க பாய்ண்ட்ஸ் சொல்லி ஒரு முடிவுக்கு வரணும், ஆனாலும், பரவாயில்லை, உன் ஜட்ஜ்மென்ட் என்ன அத சொல்லு, ஐ வில் அக்சப்ட் இட்.”

“...”

“சொல்லுடா, நீ என்ன சொன்னாலும் ஐ யாம் வித் யூ.”

“ரஃபி.”

“ம்ம்ம்.”

“நதி பத்தின முடிவுகளை எடுக்க உனக்குதான் முன்னுரிமை, எஸ் யூ ஆர் தெ டேம் வின்னர்.”

“எதிர்பார்த்தேன், நன்றி நங்கையே, என்னை வின்னராகத் தேர்ந்தெடுத்தக் காரணத்தையும் சொல்லிடு.”

“உன்னை நம்பறேன், அதான் காரணம், நீ என்னையும் நதிராவையும் உன் முரட்டு குணத்தால விட்டுட்டுப் போக மாட்டனு நம்பிக்கை இருக்கு, ஏன்னா என்னை லவ் பண்ணும் போது அதாவது 2018இல இருந்த ரஃபி இப்போ இல்ல, உன் மூர்க்க குணம், அதாவது நீ அர்ரகன்ட்டா நடந்துகிட்டத பாத்து நாளாச்சு, முன்ன மாதிரி எந்த முடிவும் நீ அவசரப்பட்டு எடுக்கறது இல்ல, நானும்தான், நமக்குள்ள ஒத்து வரவே வராதுன்னு நினச்சேன். ஆனா இப்ப நம்மள தவிர வேறு யாராலையும் இந்த அளவுக்கு ஒத்துப்போக முடியாதுன்னு முடிவுபண்ணிட்டேன், ஸோ யூ டிசர்வ்ட் மேன்.”

“...”

“ரிப்ளை மீ மைடியர்.”

“ஷபி, டெலிவரி டைம்ல நீ ஏன் என்னைக் கூப்ட்ட?”

“ஐ யாம் வித் யூ ஆல்வேஸ்னு நீதானே சொன்ன அதான்.”

“சொல்லு ஷபி.”

“அது உள்ளுக்குள்ள இருந்து தானா வந்துடுச்சு அப்பறம் எனக்கு உன் பேர சொல்லும்போது வலியை அனுபவிக்க தெம்பு கூடின மாதிரி இருந்துச்சு அதான் திரும்பத்திரும்ப ரஃபின்னு கூப்ட்டேன்.”

“இவ்வளவு காதலை என்மேல வச்சுருக்க நீதானே வின்னரா இருக்க முடியும்.”

“ரஃபி காதல் அதிகமா யார் வச்சுருக்கா என்ற ஆராய்ச்சி ஒரு பக்கம் இருக்கட்டும், யார் காதலுக்காக அதிகமா பாடுபட்டாங்கன்னு ஒரு ஃபேக்டர் இருக்குல்ல, அப்படி பாத்தா நீதானே. நம்ம காதல்ல அதிகம் பாடுபட்டிருக்க, அதிக பொறுப்புகளை எடுத்து செஞ்சு இருக்க, அதனால் நீதான் வின்னர், நம்ம பொண்ணு பத்தின முடிவுகளை எடுக்க உனக்குத்தான் முன்னுரிமை கொடுக்கணும்.”

“அப்படி பார்த்தாலும், நீதானே இந்த ஒன்பதரை மாசமும் குழந்தையக் கர்ப்பத்துல வச்சு வளர்த்த, அதனால நீதானே வின்னரா இருக்க முடியும்?”

“ம்ம்ம் இந்த ஒரு விசயத்துல உனக்கு நான் சமாதானம் சொல்ல முடியாதுனு எனக்கு நல்லா தெரியும், ஆனா, அது என் சாய்ஸ் இல்ல ரஃபி, இயற்கையோட சாய்ஸ், அதுல என் பங்கு வேணா இருக்கலாம் ஆனா, குழந்தைய வயித்துல சுமக்கணும்னு நானா முடிவேடுத்தேன் இல்லல?”

“நீ முடிவெடுத்தியோ இயற்கையோட ஆதிகால முடிவோ, நீயும் இந்தக் குடும்பத்துக்காக, நீயும் நானும் சேர்ந்து வாழப் போற வாழ்க்கைக்காக நிறைய எஃபர்ட் போட்ருக்க, அதனால நீதான் வின்னர்.”

“ரஃபி...”

“ம்ம்ம்.”

“நான் சொன்னா கேட்பியா மாட்டியா?”

“கேட்கறேன்.”

“பேசாம நான் கொடுக்கற வின்னர் டைட்டில வாங்கிட்டு போ, அப்பத்தான் உனக்கு நல்லது சொல்லிட்டேன், நதிராவோட படிப்பு, வளர்ப்பு இதுலல்லாம் உன் பங்கு இருக்கணுமா வேணாமா?”

“இருக்கணும், இருக்கணும்.”

“அப்ப நீதான் வின்னர், வேண்டாம்னா சொல்லு நானே தனியாளா நதிரா லைஃப்ப கொண்டுபோறேன்.”

“ஏய் கொன்றுவேன், என் செல்லக்குட்டி சம்பந்தமான முடிவுகள நான்தான் எடுப்பேன்.”

“அப்ப நான்?”

“உன்கிட்டயும் யோசனை கேட்பேன்.”

"ம்ம்ம் அப்படி வா வழிக்கு."

"எப்படி வர."

"ஹ ஹ ஹ ஹா, ரஃபி குழந்தையப் பத்தின முடிவுகளை எடுக்கறவங்களுக்குத்தான் பொறுப்புகள் ஜாஸ்தி, உரிமை மட்டும் எடுத்துக்கிட்டா போதாது, பொறுப்பா இருக்கணும், இவ்வளவு நாள் நீ பண்ண பர்ஃமான்ஸ்லாம் தூசி, இனிதான் மெயின் பிக்சரே இருக்கு, உன் கையில் நான் தந்திருப்பது பெண் குழந்தை, பாலின பாகுபாடு கூடாது, ஆண் குழந்தைக்குத் தருவதுபோல் போஷாக்கான உணவு, படிப்பு விளையாட்டு கலையார்வம் இதுக்கெல்லாம் தடை போடாம இருக்கணும், ஆண்கள் எப்படி பெண்களை வீழ்த்துவார்கள் என்பதையும் அதிலிருந்து தப்பிப்பது பற்றியும் மறைமுகமாகவோ நேரடியாகவோ சொல்லித் தரணும், தக்க காதல் துணையத் தேர்ந்தெடுக்கற அடையாளம் தெரிஞ்சுக்கற பக்குவமும் அறிவும் இருக்கணும், தற்சார்பு வாழ்க்கைக்குத் தயாரா இருக்கணும்."

"இருஇரு என்ன சொல்ல வர்ற?"

"நதிரா பத்தின முடிவுகள மட்டும் நீ எடுக்க முடியாது, அந்த முடிவுகளை அவளே பரிசீலனை செய்து ஏற்றுக்கொள்ளும் அளவுக்கு அவளை நீ வளர்த்தாகணும், இது எல்லாம் அவளோட பதினெட்டு வயசுவரைதான், அதுக்கப்பறம் அவளப் பத்தின முடிவுகள அவளே எடுப்பா, அந்த அளவுக்குப் புத்திக்கூர்மை உள்ள பெண்ணா வளர்க்கணும், அது மட்டுமில்ல எங்கயாவது உன்னோட பழைய பிடிவாத குணம் தலை தூக்கி அதனால நதிரா ஹர்ட் ஆகறான்னு தெரிஞ்சா அப்பவே நீ வின்னர் டைட்டில இழந்துடுவ."

"அடிப்பாவி வின்னர்னு சொல்லிட்டு இவ்ளோ கண்டிஷன் போடறியே, இதெல்லாம் அநியாயம்."

"ரஃபி, ஒரு பொறுப்புள்ள தகப்பனால ஆளுமையுள்ள பெண்ணை நிச்சயமா வளர்த்தெடுக்க முடியும், அந்த நம்பிக்கை எனக்கு இருக்கு, நானும் உன்கூடவேதான் இருக்கப்போறேன், நீ கேர்லஸ்ஸா இருந்துடுவனுதான் இவ்வளவு சொன்னேன், ஒரு தகப்பனால்தான் தன் மகளை எல்லா நேரங்களிலும் காயப்படுத்தாம கையாள முடியும், ஏன்னா காதலியை மனைவியைத் தன்னோட கட்டுப்பாட்டிலேயே வைத்துக் கொள்ள நினைக்கும் ஆண்கள் அவர்களைக் காயப்படுத்த

தயங்க மாட்டார்கள், ஆனால், தனது பெண்ணைத் தன்னில் ஒரு பகுதியாக அவர்களால் பார்க்க முடியும், அதனால அவரவர் பெற்ற பெண்களுக்கும் மனைவிக்கும் காதலிக்கும் இருக்கும் அளவுக்குக் கெடுபிடிகள் இருக்காது, நீ அசத்து, நான் உன் கூட இருக்கேன்."

"அதெல்லாம் சரிதான், அதென்ன பேசிட்டு இருக்கும் போதே சுத்தமான தமிழ் வருது."

"சில விஷயங்கள பேசும்போது சுத்தமான தமிழ் வந்துடும், அதுக்கெல்லாம் ஒண்ணும் பண்ண முடியாது மிஸ்டர் ரஃபி."

"ம்ம்ம் ஒண்ணு மட்டும் புரியுது."

"என்ன?"

"குழந்தையப் பத்தின முடிவுகளை நான்தான் எடுக்கணும் அதுல எனக்குதான் அதிக ஸ்பேஸ் இருக்கணும்னு இவ்ளோ நாளா நினைச்சிட்டு இருந்தேன், உன் நம்பிக்கைய எப்படியாவது கைப்பத்தணும்னு போராடினேன், ஆனா வின்னர் டைட்டில் என்பது ரைட்ஸ் மட்டும் இல்ல, ரெஸ்பான்ஸிபிளிட்டிஸ் கூடத்தான்னு இப்பதான் புரிஞ்சது, இன்னொன்னும் புரிஞ்சது."

"என்ன?"

"வின்னர் டைட்டில எனக்குக் கொடுத்து எப்பவும் என்னைப் பொறுப்பான பையனா வச்சுக்க முடிவு பண்ணிருக்கனு."

"ஹ ஹ ஹ ஹா நீ பையனா?"

"இல்ல, வளர்ந்த ஆண்."

"ஏன் வளர்ந்த பையன்னு சொன்னா ஒத்துக்க மாட்டீங்களோ?"

"மாட்டோம்."

"உன்னை..."

அடிப்பதுபோல் பாவலா காட்டிய ரஃபி சட்டென்று ஏதோ புரிந்ததுபோல், "கண்ணம்மா" என்றழைத்தான்.

"ம்ம்ம்."

"நீ உன் வயித்துல புள்ளைய மட்டும் வளர்க்கல, இத்தனை மாசமா என்னையும் வளர்த்து இருக்க, மாத்தியிருக்க, ஐ யாம் ஆல்வேஸ் வித் யூ, நான் கோபத்துல உன்னை விட்டுப் போயிடுவேனோ என்னவோன்னுதானே நீ இந்த லவ் ரேஸ்

வச்ச, எனக்குப் புரிஞ்சுடுச்சு, நான் எப்பவும் உன்னையும் நதிரவையும் விட்டுப் போக மாட்டேன் ஷபி.”

“என்ன ஸார் சென்டிமென்ட்டா?”

“ஏய் நீ இவ்வளவு நேரம் சென்டிமென்ட் கடமை பொறுப்பு உரிமைன்னு கிளாஸ் எடுத்தியே நான் ஏதாவது சொன்னேனா? எனக்கு டயலாக்ஸ் இருக்கவே கூடாதுன்னு நினைக்கிற கல் நெஞ்சுக்காரிடி நீ.”

“ஹ ஹ ஹ ஹா.”

“ஷபி.”

“ம்ம்ம்.”

“ஐ லவ் யூ ஆல்வேஸ்.”

“என்ன...”

தொடர்ந்து அவளைப் பேச விடாமல், கலாய்க்க விடாமல் அவளது முகத்தைக் கைகளில் தாங்கி முகம் முழுக்க முத்தப்பூக்களால் அலங்காரம் செய்யத் தொடங்கினான்.

தாம்பத்தியம் என்பது பெண்ணுரிமை, ஆணுரிமை, ஆணாதிக்கம், பெண்ணாதிக்கம் என்பதையெல்லாம் ஸ்கேல் வைத்து அளந்து இது இதற்கு இப்படி இப்படி ரியாக்ஷன் தர வேண்டும் என்றெல்லாம் எந்திரம்போல் அளவீட்டுக் கருவி வைத்து, அளந்துஅளந்து உன்னிப்பாக ஆராய்ச்சி செய்து வாழ முடியாது. சில விஷயங்களில் ஆணின் கரம் உயரும், சிலவற்றில் பெண்ணின் கரம் உயரும், அவரவர்களின் வாழ்ந்த சூழல் அனுபவங்கள் கொண்டு அந்தந்த இடங்களில் அவர்களின் ஆளுமையை வெளிப்படுத்துவார்கள். அனுசரிப்பு என்பதே குணம் மிகும்போது அமைதியாக ஒத்திசைவுடன் வாழ்ந்துவிடுவதுதான்.

ஆனால், அனுசரிப்பு என்ற தராசு ஒரே பக்கமாகத் தொடர்ந்து சாயாமல் இருக்க இருவர் மனமும் ஒன்றையொன்று உரசிச் சண்டையிட்டு, அழுது, சிரித்து, கரைந்து, கரையவைத்து, புலம்பி, குழம்பி, தெளிந்து, தெளிய வைத்து நீரோடை போன்ற தொடர் ஓட்டத்துக்கு வந்தாக வேண்டும். அதற்குக் காலம் பிடிக்கும், அந்தக் காலத்தை ஒரு கூரையின் கீழ் ஒரு மனம் மற்றோரு மனதுடன் இணைந்து பிணைய எடுத்துக் கொள்ளும் கால அவகாசமாகப் பார்க்க வேண்டுமே ஒழிய பிரிவுக்கான அஸ்திவாரமாகப் பார்க்கக் கூடாது. அனைத்துக்கும்

நேரம் காலம் உண்டு, தேவையான காலங்கள் அவகாசம் கொடுத்த பின்னும் இரண்டு மனங்களும் ஒன்றையொன்று பொருந்திக்கொள்ளவில்லை என்றால் அப்போது பிரிவு குறித்து சிந்திக்கலாம்.

அன்பு வேறு, அடிமைப்படுத்தல் வேறு. ஒருவரின் அன்பு மற்ற ஒருவரை அடிமைப்படுத்துதல் கூடாது. ஒருவருக்கொருவர் காதலில் மயங்கி கிறங்கி கசிந்துருகி அடிமையாகக் கட்டுண்டு கிடத்தல் வேறு, ஒருவரே அடிமையாகக் கிடப்பது என்பது வேறு. அலுவலகத்தில், பேருந்தில், தெருவில், கடைகளில் என பொது இடங்களில் அனுசரித்துசெல்ல பழகிய நாம் தனிப்பட்ட வாழ்வில் அனுசரித்துசெல்ல மாட்டேன் என வீம்பு கொள்வது அறிவுடைமை ஆகுமா? தாம்பத்தியம் என்பது சேர்ந்து சிரிக்கவும் மகிழவும் வாழ்க்கைப் பயணத்தை இலகுவாக்கிக் கொள்ளவும் இயற்கையாக ஏற்பட்ட ஒரு நிகழ்வு, அதை நாம் சில வரையறைகளுக்குள் கொண்டுவந்துவிட்டோம், கூடுமானவரை வரையறை என்பது காலின் சங்கிலியாக அல்லாமல் கழுத்தின் பூமாலையாகக் கொண்டுச்செல்ல எத்தனிப்போம். வாழ்க்கை என்பது எந்த இசங்களாலும் ஆனதல்ல, வாழ்க்கை என்பது அன்பாலானது. அன்புக்கு அப்பாற்பட்டுதான் இசங்களும் ஆதிக்கங்களும். அன்பு ஆளும் இடத்தில் உலகின் தத்துவங்கள் செல்லாக்காசாகிவிடுகிறது.

பொதுவாக உருவாக்கப்பட்ட தத்துவங்கள் ஒரு எளிதான கையேடு அவ்வளவுதான், வாழ்க்கை என்பதும் அதில் காதல் என்பதும் ஒவ்வொருவருக்கும் பிரத்தியேகமானது. ஏதோ ஒரு காலத்தில் எப்போதோ எழுதப்பட்ட கையேடு ஒவ்வொருவர் வாழ்வுக்கும் அச்சு அசலாகப் பொருந்திப்போகக்கூடிய சாத்திய மில்லை. அவரவர் வாழ்வுக்கென பிரத்தியேக கையேடுகளைத் தயாரிக்கப் பழகுங்கள். அவரவர் காதலுக்கென பிரத்தியேக சூத்திரங்களை உருவாக்கிக்கொள்ளுங்கள். காதலின் வெற்றி என்பது சேர்ந்து பறத்தலில் மட்டும் அல்ல என்பதை நாம் அறிவோம், நம்மைவிட கூடுதல் உயரத்தில் இணைப் பறவை பறக்க ஆசைப்பட்டு அதன் சிறகுக்கு வலுவும் இருந்தால் அதை அப்படியே அனுமதிப்பதும் காதல்தான். அதுவும் தாம்பத்தியம்தான்.

ஒவ்வொரு காதலும் தனித்துவம் மிகுந்தது. அவரவர் வாழ்வுக்கான புத்தி எப்படி அவரவர் வசம் உள்ளதோ

அதேபோல் அவரவர் வாழ்வுக்கான விடையும் அவரவர் வசமே உள்ளது. நம் வாழ்வுக்கான விடையை அறிவுரையே அடுத்தவர்களிடம் தேடினால் அது நமக்கான பதிலாக இருக்காது. அடுத்தவர் அனுபவங்களில் இருந்து நாம் சில பாடங்களைக் கற்கலாம், அந்தப் பாடம் நம் வாழ்வுக்குத் தேவையான பொருத்தமான பாடமா என்பதை நாம்தான் பகுப்பாய்வு செய்து தெளிவடைய வேண்டும். அன்பும் காதலும் நேசமும் பாசமும் உணர்வும் உயிரும் உடலும் நம்மை வாழ்விக்க வேண்டும், நம் அன்பு பிற உயிரை வாழவைக்க வேண்டும், வாழ்தல் இனிது, வாழ வைத்தல் அதனினும் இனிது. காதல் எனும் மந்திரச்சொல்லில் வாழ்ந்திருப்போம், வாழ வைப்போம்.

○